ഒരു പെൺകുട്ടി
മഴ നനയുന്നു

Oru Penkutti Mazha Nanayunnu
(Stories)

K R Mallika

CHINTHA PUBLISHERS
Thiruvananthapuram

First Edition
November 2021

Second Edition
September 2022

Published
Chintha Publishers, Thiruvananthapuram

Printed at
Repro India Ltd, Mumbai

Cover Design
Vinod Mangoes

Illustration
Ratheesh Vincent

ISBN : 978-93-90301-94-2

CO - 3038 / 6209

₹ 220

Email: chinthapublishers@gmail.com
Website: www.chinthapublishers.com

A version is available at National Libraries
Kolkata, Mumbai, Chennai and Delhi

Distribution
DESHABHIMANI BOOKHOUSE
H O Thiruvananthapuram 695035

Branch
Head Office Kunnukuzhi • Statue Thiruvananthapuram
KSRTC Bus Terminal Thampanoor • Saphalyam Complex Thiruvananthapuram
KSRTC Bus Station Alappuzha • KSRTC Bus Station Ernakulam
Machingal Lane Thrissur • IG Road Kozhikode
Mavoor Road Kozhikode • NGO Union Building Kannur
Central Bus Terminal Complex Thavakkara Kannur

ഒരു പെൺകുട്ടി
മഴ നനയുന്നു
(കഥകൾ)

കെ ആർ മല്ലിക

ചിന്ത പബ്ലിഷേഴ്സ്
തിരുവനന്തപുരം-695 035
വില : ₹ 220

കെ ആർ മല്ലിക

ജനനം കൊല്ലത്തെ തിരുമുല്ലവാരത്ത്.

അച്ഛൻ : എൻ കൃഷ്ണൻ. അമ്മ : രാജമ്മ.

കൊട്ടിയം സി എഫ് ഹൈസ്കൂൾ, കൊല്ലം ഫാത്തിമ മാതാ നാഷണൽ കോളേജ് എന്നിവിടങ്ങളിലായി വിദ്യാഭ്യാസം. സാമ്പത്തിക ശാസ്ത്രത്തിൽ ബിരുദാനന്തര ബിരുദം.

ഡിഗ്രി വിദ്യാർത്ഥിനിയായിരിക്കെ എസ് എഫ് ഐ നടത്തിയ ഇന്റർകൊളീജിയറ്റ് കഥാമത്സരത്തിൽ സമ്മാനം. പില്ക്കാലത്ത് 'അമ്മ' എന്ന കഥയ്ക്ക് *ഗൃഹലക്ഷ്മി*യുടെ സമ്മാനം. ആദ്യ കഥാസമാഹാരം *നിറങ്ങൾക്കപ്പുറം* 2001 ലെ അബുദാബി ശക്തി അവാർഡ് നേടി. രബീന്ദ്രനാഥ ടാഗോറിന്റെ *നൗകാദൂബി*യുടെ *ബോട്ടപകടം* എന്ന പേരിലെ വിവർത്തനത്തിന് ഭാരത്ഭവന്റെ വിവർത്തനരത്ന പുരസ്കാരം. 2020 ലെ കേരള സാഹിത്യ അക്കാദമിയുടെ സമഗ്ര സംഭാവനാ പുരസ്കാരം. ഇപ്പോൾ ചിന്ത പബ്ലിഷേഴ്സിൽ പ്രൂഫ് റീഡർ. കേരള സാഹിത്യ അക്കാദമി അംഗമായിരുന്നു. പുരോഗമന കലാ സാഹിത്യ സംഘത്തിന്റെ സംസ്ഥാന കൗൺസിൽ അംഗം.

കൃതികൾ: *നിറങ്ങൾക്കപ്പുറം, വളയം, ഡെഫ്കോബർത്ത, തെരഞ്ഞെടുത്ത കഥകൾ, 50 കഥകൾ* (കഥാസമാഹാരം), *മായാമാളവഗൗള* (നോവലെറ്റ്), *സമാന്തരം, നാവ്*, അകം (നോവൽ), *കാലം മറക്കാത്ത കഥകൾ* (എഡിറ്റർ), *ബോട്ടപകടം* (പരിഭാഷ).

ഭർത്താവ് : കെ പി രവീന്ദ്രനാഥ്.

മക്കൾ : നിമ ആർ നാഥ്, നിശാന്ത് നാഥ്.

വിലാസം : രേവതി, റ്റി സി 55/1571-(1)
കരുമം റോഡ്, കൈമനം പി ഒ
തിരുവനന്തപുരം-695040

ഫോൺ : 9847856703

ഉള്ളടക്കം

പ്രസാധകക്കുറിപ്പ്

മലയാള ചെറുകഥയുടെ ഭാവുകത്വ പരിണാമങ്ങളെ വിശകലനം ചെയ്യുമ്പോൾ നിശ്ചയമായും പരിഗണിക്കപ്പെടുന്ന പേരുകളിലൊന്നാണ് കെ ആർ മല്ലികയുടേത്. കഥ പറച്ചിലിന്റെ സാമ്പ്രദായിക രീതിശാസ്ത്രങ്ങളുടെ അരികുപറ്റിയും ചിലപ്പോഴൊക്കെ അവയോടു കലഹിച്ചും ചിലപ്പോഴൊക്കെ അവയെ നിരാകരിച്ചും നീങ്ങുന്ന കെ ആർ മല്ലികയുടെ രചനാശൈലി കഥയെ കൂടുതൽ യുക്തിഭദ്രമാക്കി അവതരിപ്പിക്കുന്നു. ഇരുണ്ടകാലത്തിന്റെ അനീതികളോടും ആസക്തികളോടും അരാജകത്വങ്ങളോടും കലഹിക്കുന്ന മല്ലികയുടെ കഥാപാത്രങ്ങൾ, അത്രമേൽ അനുവാചകനോടു ചേർന്നുനില്ക്കുന്നു. അതിസാധാരണക്കാരന്റെ ദൈനംദിന ജീവിതവ്യവഹാരങ്ങളിൽനിന്നും കണ്ടെടുക്കപ്പെടുന്ന കഥാപാത്രങ്ങൾ, പച്ചയായ ജീവിതത്തിന്റെ പൊള്ളുന്ന യാഥാർത്ഥ്യങ്ങളെക്കൂടി അവതരിപ്പിക്കുന്നു. മികച്ച വായനാനുഭവങ്ങൾ പകർന്നുനല്കുവാൻ പര്യാപ്തമായ കെ ആർ മല്ലികയുടെ കഥകൾ വായനക്കാർക്കായി സമർപ്പിക്കുന്നു.

ചിന്ത പബ്ലിഷേഴ്സ്

കടൽത്തീരം

ഒടുവിൽ കടൽത്തീരം തെരഞ്ഞെടുത്തത് അയാളാണ്. അത് അവളെ അത്ഭുതപ്പെടുത്തുകയും ചെയ്തു. ഒരിക്കലും ഒരിടത്തും അവൾക്കൊപ്പം പ്രത്യക്ഷപ്പെടാതിരിക്കാൻ വേണ്ടതിലധികം ശ്രദ്ധിച്ച ആളാണല്ലോ അയാൾ. പക്ഷേ, ഒരു പ്രണയം സാക്ഷാൽക്കരിക്കുന്നതിനോ ഉപേക്ഷിക്കുന്നതിനോ ഒരു കടൽത്തീരത്തിന്റെ പശ്ചാത്തലം വേണമെന്ന അഭിപ്രായം അവൾക്ക് ഇപ്പോഴുമില്ല. മനസ്സിൽ ഇരുൾ വീഴുമ്പോൾ ഒറ്റയ്ക്ക് അലയാനുള്ള ഒരിടമായിരുന്നു അവൾക്കു കടലും തീരവും. അയാൾ ഒപ്പമുള്ളപ്പോഴും അവൾക്കു പലപ്പോഴും ഒറ്റയ്ക്കു തന്നെ ജീവിതം ജീവിച്ചുതീർക്കേണ്ടിവന്നു. തൊണ്ണൂറുശതമാനവും ഏകപക്ഷീയമായ ഒരു ജീവിതത്തിൽ ഒരു പുരുഷന്റെ പ്രസക്തി അവൾക്കിപ്പോൾ ഒരു തമാശയായേ തോന്നുന്നുള്ളൂ. പ്രത്യേകിച്ച്, അവളിൽനിന്ന് അകലങ്ങൾ സൂക്ഷിക്കുന്ന ഒരു പുരുഷൻ. വൈകാരികവും മാനസികവും ബൗദ്ധികവും. പിന്നെന്തിനാണ് പ്രണയം? ഒരുപക്ഷേ, അവൾക്കിങ്ങനെ എത്രയോ ചോദ്യങ്ങൾ ചോദിക്കാനുണ്ടാവും. അങ്ങനെയൊക്കെ ചിന്തിക്കുമ്പോഴാണ് അവൾ തിരകളടിച്ചു കയറി തകർന്നുപോകാറ്.

ഇതൊക്കെ തലേരാത്രിയിലായിരുന്നു. അതുകൊണ്ട് ഉറക്കവും കഷ്ടിയായിരുന്നു. നേരം വെളുത്തപ്പോൾ താൻ കപ്പൽച്ചേതം വന്നു തകർന്നതുപോലെ അവൾക്ക് അനുഭവപ്പെട്ടു. മറ്റാരോ ആയ തന്നിലെ അപരിചിതത്വം അവളെ തെല്ലുനേരം വിഷമിപ്പിച്ചു. പക്ഷേ, മറ്റെല്ലാം പതിവുപോലെതന്നെയാണ് സംഭവിച്ചത്. പാൽക്കാരൻ പ്ലാസ്റ്റിക് കവറിലിട്ടുപോയ പാൽ. ദിനപത്രം. വിസ്മയിപ്പിക്കുന്ന ഒരു വാർത്തയ്ക്കായി അവൾ പത്രം തുറന്നുപിടിച്ചു. ഒന്നുമുണ്ടായില്ല. ഒരു ട്രെയിനപകടംപോലും. ജീവിതം ഇന്ന് ഏറക്കുറെ സാധാരണമായിരിക്കുന്നു. പതിവുപോലെ, തനിച്ചു ചായയുണ്ടാക്കിക്കൊണ്ടു നില്ക്കുമ്പോൾ മനംമടുപ്പിക്കുന്ന ഒരു വിരസത

10

ഒരു പെൺകുട്ടി മഴ നനയുന്നു

കെ ആർ മല്ലിക

അവൾക്ക് അനുഭവപ്പെട്ടു. ചായക്കോപ്പയ്ക്കു മുകളിലൂടെയാണ് പ്രഭാതത്തിന്റെ ചെറിയ വെളിച്ചം പരന്നത്. അതൊരു സുഖസുഷുപ്തിപോലെയായിരുന്നു. തീർച്ചയായും സുഖദമായ ഒരു ഉച്ചമയക്കത്തിന്റെ താഴ്ചയിലേക്ക് അവൾ മുങ്ങിത്താണു. ഈ കൂടിക്കാഴ്ച ഇന്നുതന്നെ വേണമെന്നില്ലല്ലോ. എന്നും എപ്പോഴും ഭരതവാക്യം ചൊല്ലാവുന്ന മട്ടിൽ അയഞ്ഞ ഒരു പ്രണയം. ഈ പകൽ മുഴുവൻ ഉറങ്ങണം. വാതിലുകളും ജനാലകളുമടച്ച്, മൂടിപ്പുതച്ച്, മഴക്കാലത്തെന്നപോലെ. ഇന്നു ഞാനുറങ്ങാൻ പോവുകയാണ് എന്ന് അയാളെ അറിയിക്കാൻ വേണ്ടി രണ്ടുതവണ അവൾ തൊട്ടടുത്ത ടെലിഫോൺ ബൂത്തിലേക്കു പോയി. അയാൾ അപ്പോഴും മടങ്ങിവന്നിരുന്നില്ല. ഒരുപക്ഷേ, അയാളിപ്പോൾ കടൽത്തീരത്തെത്തിയിട്ടുണ്ടാവും. ഇന്ന് അവളുടെ ഓഫ് ദിവസമായതുകൊണ്ട് സംസാരിച്ചിരിക്കാനുള്ള സാവകാശമുണ്ടല്ലോ എന്നയാൾ ധരിക്കുന്നുണ്ടാവും. അങ്ങനെയാണ് അവൾ ആ കടൽത്തീരത്തേക്കു പോകാൻ നിർബ്ബന്ധിതയായത്. വാതിൽ പൂട്ടി താക്കോൽ വീട്ടുടമസ്ഥയെ ഏല്പിക്കുമ്പോഴും കടൽത്തീരത്തേക്കു യാത്രയാവുമ്പോഴും പ്രത്യേകിച്ച് എന്തെങ്കിലും സംഭവിക്കുന്നതായി അവൾക്കു തോന്നിയതേയില്ല.

കടൽത്തീരത്തെ അവൾ വെറുക്കുന്നതിന് ഒരുപാട് കാരണങ്ങളുണ്ടായിരുന്നു. ഒന്നാമതായി അവിടത്തെ തിരക്ക്. കടലിൽ തുറിച്ചുനോക്കിയിരിക്കുന്ന കുടുംബങ്ങളെയും ജീവിതത്തിൽ ആദ്യമെന്ന മട്ടിൽ തിരകളിലിറങ്ങിനില്ക്കുന്ന മനുഷ്യരും അവൾക്ക് കടൽപോലെതന്നെയായിരുന്നു. സന്ധ്യയാവുന്നതോടെ കടൽത്തീരം വെപ്പാട്ടികളുടെയും വേശ്യകളുടെയും മാത്രമായിത്തീരുന്നു. നൈഫുകൊണ്ട് കുത്തിക്കോറിയിടേണ്ട ഒരു അശ്ലീലചിത്രമാണ് കടൽ.

ചില സിനിമകളിലെ നായകന്മാരെപ്പോലെ കടൽപ്പാലത്തിന്റെ കൈവരിപിടിച്ച് അയാൾ നില്ക്കുന്നുണ്ടായിരുന്നു. അവൾക്കു വെറുപ്പുതോന്നുന്ന ഒരുപാടു കാര്യങ്ങൾ അയാളുടെ പെരുമാറ്റത്തിലും രീതികളിലും ധാരാളമുണ്ടായിരുന്നു. പ്രണയം മനസ്സാണ് എന്നു സ്വയം സമാശ്വസിപ്പിച്ചുകൊണ്ടാണ് അവൾ എന്നിട്ടും അയാളെ പ്രണയിച്ചത്. എങ്കിലും ഇപ്പോൾ അയഞ്ഞ അയാളുടെ മുഖവും തണുത്ത നോട്ടവും അവളിൽ വല്ലാത്ത ഒരസഹ്യത സൃഷ്ടിച്ചു. കോട്ടുവായിടാൻ പ്രേരിപ്പിക്കുന്ന തരത്തിൽ അലസനും വിരസനുമായിത്തീർന്നിരിക്കുന്നു അയാൾ. അയാളുടെ കുട്ടികളെയും പ്രസവിച്ച് ഒരു ആയുസ്സ് അയാൾക്കൊപ്പം ജീവിക്കാൻ ഒരിക്കലും അവൾ തയ്യാറാവുമായിരുന്നില്ല.

കടൽപ്പാലത്തിന്റെ മുനമ്പിലേക്കു ചെല്ലാൻ വിസമ്മതിച്ചുകൊണ്ട് അവൾ പാലത്തിന്റെ തുടക്കത്തിൽത്തന്നെ നിലകൊണ്ടു. വൃത്തിയില്ലാത്ത പാളങ്ങളിൽ മനുഷ്യവിസർജ്ജ്യം അളിഞ്ഞുകിടന്നു. ആകെ മടുത്ത് അവൾ താഴേക്കിറങ്ങി ഓടിയകലുംമുമ്പ് അയാൾ തിടുക്കത്തിൽ നടന്ന് അവൾക്കൊപ്പമെത്തി. അയാൾ സ്കൂൾക്കുട്ടിയായിരുന്നപ്പോൾ കന്യാകുമാരിയിലേക്ക് എക്സ്കർഷൻ പോയ കഥയാണ് സന്ദർഭത്തിനു

യോജിക്കാത്ത വിധം അയാൾ പറഞ്ഞുകൊണ്ടിരുന്നത്. ചില പ്രണയ നേരങ്ങളിൽ ചെയ്യാറുള്ളതുപോലെ അവളെ ഉദാത്തമായി ഉദാഹരിക്കാത്തതിൽ അവൾക്ക് ആശ്വാസം തോന്നി.

അവൾ എപ്പോഴും കേഴ്‌വിക്കാരി മാത്രമായിരുന്നു. ഒരു വലിയ തിര നെഞ്ചിലേക്കടിച്ചുവന്നതിനെ തടഞ്ഞുകൊണ്ട് അവൾ കിതച്ചു കിതച്ചു മുന്നോട്ടു തന്നെ നടന്നു. കരിക്കിൻവെള്ളം പോലെ ഭാരം നിറഞ്ഞതെന്തോ നെഞ്ചിൽക്കിടന്നിളകി. എന്തൊക്കെ അവൾ പറയേണ്ടതായിരുന്നു. എന്തൊക്കെ അവൾക്കു പറയാനുണ്ടായിരുന്നു. അവൾക്കു മാത്രമായി പറയാൻ ഒന്നുമില്ലേ? പക്ഷേ, അയാൾ ഒരിക്കലും എത്തിപ്പിടിക്കാൻ ശ്രമിക്കാത്ത അത്തരം ചില്ലകളെക്കുറിച്ച് അവൾ മിണ്ടിയതേയില്ല.

വാടകവീടിന്റെ വാതിൽ തുറന്ന് അകത്തു കയറിയപ്പോൾ ഇനി ഒറ്റയ്ക്കാണ് എന്നവൾക്കു തോന്നിയില്ല. പക്ഷേ, ഓർമ്മകളിലേക്കു സന്ധ്യയുടെ ഇരുൾ വന്നുവീണപ്പോൾ പ്രണയം, പറയാനാവാത്ത, പങ്കുവയ്ക്കാനാവാത്ത, വെളിപ്പെടുത്താൻ പോലുമാവാത്ത, കൂടെയുള്ള ആൾപോലും തിരിച്ചറിയാത്ത ഒരുപാടൊരുപാടു കാര്യങ്ങളാണെന്ന് അവൾ മനസ്സിലാക്കി. പിന്നെ തണുത്ത നിലത്തു കിടന്ന് അവൾ വല്ലാതെ തളർന്നു മയങ്ങിപ്പോവുകയും ചെയ്തു.

നാല് ചട്ടമ്പിമാർ

ആറന്മുള പഞ്ചായത്ത്, ഇടശ്ശേരിമല വാർഡിൽ മൂന്നല്ല, നാലാണ് ചട്ടമ്പിമാർ. ആറാട്ടുപുഴ കുഞ്ഞൂഞ്ഞ്, ആറന്മുള ഭാസ്കരൻ നായർ, ആറന്മുള അവറാൻ, പിന്നെ കട്‌ലർ കുട്ടൻപിള്ളയും. ഇവരിൽ ആറാട്ടുപുഴ കുഞ്ഞൂഞ്ഞാണ് താരം. നടൻ സത്യനെപ്പോലിരിക്കും. ഇക്കാരണത്താൽ തന്നെ ഇദ്ദേഹത്തിന് വൻ ജനസമ്മതിയാണ്. തിരഞ്ഞെടുപ്പിന് മത്സരിച്ചാൽ എതിർകക്ഷിക്ക് കെട്ടിവെച്ച കാശ് പോകുമെന്നർത്ഥം. ആറന്മുളയിൽനിന്ന് ആറാട്ടുപുഴയിലേക്ക് രണ്ടുമൂന്ന് കിലോമീറ്ററേയുള്ളൂ. ഒരു ചട്ടമ്പിക്ക് അതൊരു ദൂരമാണോ? രാവിലെ എഴുന്നേറ്റ് ആഞ്ഞൊരു പിടി പിടിച്ചാൽ കണ്ണടച്ച് തുറക്കുംമുമ്പ് ആറന്മുളയിലെത്താം. അല്ലെങ്കിൽത്തന്നെ ഒരു ചട്ടമ്പിക്കെന്നാ വീട്ടീ കെടന്നില്ലേ ഒറക്കം വരികേലേ? വീണേടം വിഷ്ണുലോകം. പക്ഷേ, ഇടശ്ശേരിമലയിലെ കള്ളുഷാപ്പിൽ വന്നേ മുഖം കഴുകൂ. അതും പുലരിക്കള്ളേൽ. അപ്പോഴും ആറാട്ടുപുഴ പബ്ലിക് ലൈബ്രറിയിൽ നിന്നെടുത്ത രണ്ട് പുസ്തകം കക്ഷത്ത് കാണും. കക്ഷത്തിരിക്കുന്നത് വീഴുകേമില്ല. ഉറീലിരിക്കുന്നത് എടുക്കുകേം ചെയ്യും കുഞ്ഞൂഞ്ഞ് ചട്ടമ്പി. തല്ലുണ്ടാക്കൽ കുഞ്ഞൂഞ്ഞ് ചട്ടമ്പീടെ ഒരു ദൗർബല്യമല്ല. മറിച്ച് ബ്ലാക്ക് മെയിലിങ്ങാണ് അദ്ദേഹത്തിന്റെ തുറുപ്പുഗുലാൻ. ഏത് ആൺകുട്ടിയും ചട്ടമ്പിയാകണമെന്ന് കുഞ്ഞൂഞ്ഞ് ആശിക്കുന്നു. കുട്ടികളെ അദ്ദേഹം ഇങ്ങനെ ഉപദേശിക്കും. “ബാലകാ, അതിരാവിലെ എഴുന്നേല്ക്കണം. നന്നായി ഓടണം. ശരീരം ഫിറ്റാക്കണം. ദാ, കണ്ടോ മസിൽ.”

ചട്ടമ്പി രണ്ട്

പാക്കരൻ ചട്ടമ്പിക്ക് ആകെക്കൂടിയൊരു പൈങ്കിളി ലുക്കാണ്. വെളുത്ത് മെലിഞ്ഞ സുന്ദരക്കൊഴമ്പൻ. പാക്കരൻ ചട്ടമ്പിയെ ഓർക്കു

ന്നതിനേക്കാൾ എളുപ്പം അദ്ദേഹത്തിന്റെ അച്ഛൻ കല്ലിഴേത്ത് കോന്നപ്പിള്ളയെ ഓർക്കുന്നതായിരിക്കും. കാരയ്ക്കാട്ട് മണ്ണിൽ വെട്ടിയാർ, പി കെയുടെ കർണ്ണൻ കഥാപ്രസംഗം പൊടിപൊടിക്കുന്നു. സൂര്യപുത്രനായ കർണ്ണനെ കുന്തീദേവി പുഴയിൽ ഒഴുക്കിവിടുന്നതാണ് സന്ദർഭം. തോർത്ത് പിരിച്ച് കുഞ്ഞിന്റെ രൂപമുണ്ടാക്കി വെട്ടിയാർ പി കെ, കുന്തീദേവിയുടെ കണ്ണുകളിൽനിന്ന് 'അമലകീഫലംപോലെ' കണ്ണുനീർ പൊഴിയുന്നത് വിവരിക്കുകയാണ്. എല്ലാ അമ്മമാരും കൂട്ടക്കരച്ചിൽ. പരിപൂർണ്ണ നിശ്ശബ്ദത. കോന്നപ്പിള്ള സ്റ്റേജിലേക്ക് ഇരച്ചുകയറുകയാണ്.

"പ്ഫ! പുല്ലന്റെ മോനെ, പെണ്ണുങ്ങളെയിട്ട് കരേക്കാനാന്നോടാ നിന്നെ കഥാപ്രസംഗത്തിന് വിളിച്ചത്?"

അപ്പോഴുണ്ടാകുന്ന ഒരു അലമ്പുണ്ടല്ലോ. ആ അലമ്പിനിടയിൽ കോന്നപ്പിള്ള സ്ഥലം വിടുന്നു. നാട്ടുകാരും വെട്ടിയാർ പി കെയും തമ്മിലാണ് പിന്നീടുള്ള കശപിശ. ആറന്മുള പാർഥസാരഥി അമ്പലത്തിലെ പുഷ്പാഭിഷേകത്തോടനുബന്ധിച്ചുള്ള മതപ്രഭാഷണമാണ് അടുത്ത രംഗം. ഗുരുവായൂരപ്പൻ സ്വാമി കർണ്ണനെക്കുറിച്ച് വിശദീകരിക്കുകയാണ്. പതിവ് നിശ്ശബ്ദത. സ്വാമി കമ്പോടു കമ്പ് വെട്ടിക്കയറുകയാണ്.

"പ്ഫ! നിർത്തെടാ. അവന്റമ്മേടെ ഒരു കർണ്ണപുരാണം."

ജനം ഇളകി. കശപിശയായി. കോന്നപ്പിള്ളയെ പൊടിച്ച പൊടി കണ്ടില്ല. ഈ കല്ലിഴേത്ത് കോന്നപ്പിള്ളയുടെ പുത്രനത്രെ പാക്കരൻ ചട്ടമ്പി. ഒരു അടിപിടിക്കിടയിൽ പ്രാണരക്ഷാർത്ഥം ഒരാളെ ഒന്ന് കുത്തിയതാണ്. ഇടശ്ശേരിമലയിലെ കച്ചേരിപ്പടിക്കൽ ഈ ചട്ടമ്പിയെ 24 മണിക്കൂറും കാണാം. തൊട്ടടുത്ത ദേവീക്ഷേത്രത്തിലെ പ്രതിഷ്ഠ നോക്കി അദ്ദേഹം എഴുതിയ നിമിഷകവിത പ്രസിദ്ധമാണ്.

ആരു നീ പട്ടുടുത്ത പൊന്നണിക്കരിങ്കല്ലേ
അല്ലല്ല നീയല്ലെന്റെ ഈശ്വരൻ ജഗന്നാഥൻ
ഈശ്വരൻ ഒണക്കച്ചോറുപ്പില്ലാതശിക്കുമോ?
കണ്ടു ഞാൻ ഈശ്വരനെ ഒരിക്കൽ ഷാപ്പിൽ വെച്ച്
കപ്പയും മീനും കൂട്ടി കള്ള് ഭുജിച്ചീടുന്നു!

ഈ കവിതയ്ക്ക് തലവാചകമില്ല.

സ്ഥലത്തെ മഹാമാർക്സിസ്റ്റ് കൊല്ലൻ കുട്ടനാണ് ചട്ടമ്പിമാരെ പേടിക്കാത്ത ഒരുത്തൻ. ട്രാൻസ്പോർട്ടിലെ മെക്കാനിക്കാണ് കുട്ടൻ. ഒരിക്കൽ ടിയാൻ പണി കഴിഞ്ഞു വരുമ്പോൾ ചട്ടമ്പിയുണ്ട് കച്ചേരിപ്പടിക്കൽ.

ആരാ, കൊല്ലൻ കുട്ടനാന്നോടാ?

ആടാ. എന്ന വേണം?

കൊല്ലൻ കുട്ടൻ അടുത്തേക്ക് വരുന്നത് കണ്ട് ചട്ടമ്പി പ്ലേറ്റങ്ങു മാറ്റി.

ങ്ഹാ കുട്ടോ, എന്നാ ഒണ്ടെടാ കൂവേ വിചേഴങ്ങള്?

ഇയ്യോടീ!

റഷ്യയിൽ നടക്കുംപോലെ കുട്ടൻ നെഞ്ചും വിരിച്ച് ചട്ടമ്പിയുടെ മുന്നിലൂടെ നടന്നങ്ങുപോയി. അമ്പടാ! ചക്കക്കുരുവിന്റെ വലുപ്പമേയുള്ളൂ. ഒരു നടാഷാ നിലോവ്നാ!

ചട്ടമ്പി മൂന്ന്

ഒരു മുടന്തന് ചട്ടമ്പിയാവാൻ കഴിയില്ലെന്ന് വല്ല ധാരണയുമുണ്ടോ? എങ്കിൽ ആ വെള്ളമങ്ങ് വാങ്ങിയേര്. ജന്മനാ മുടന്തനാണ് അവറാൻ ചട്ടമ്പി. ഇടശ്ശേരിമലയിൽ ഇ എം എസിന്റെ കാലത്തെ വിമോചന സമരം വിജയിപ്പിച്ച ചരിത്രപുരുഷനാണ് അവറാൻ ചട്ടമ്പി. അവറാൻ ചട്ടമ്പിയുടെ മുദ്രാവാക്യം വിളിയുടെ വീറ് അന്നത്തെ സ്കൂൾ വിദ്യാർത്ഥികൾ ഇന്നും ഓർക്കും. കോഴഞ്ചേരി ചട്ടമ്പിമാരുടെ പെങ്ങളെയാണ് അവറാൻ ചട്ടമ്പി മിന്നുകെട്ടിയത്. വീട് നോക്കാതായപ്പോൾ പെമ്പ്രന്നോത്തി അവറാൻ ചട്ടമ്പിയെ കുനിച്ചുനിർത്തി ഗുമ്മൻ ഇടി ഇടിച്ചു. ജനനേന്ദ്രിയത്തിൽ തൊഴിച്ചു. അങ്ങനെയാണ് അവറാൻ ചട്ടമ്പി സത്രക്കടവിൽ വന്നിറങ്ങുന്ന വിദേശികളുടെ വഴികാട്ടിയായത്. ഗോ... ഗോാാാ (നീളൻ വഴി). ഇങ്ങോട്ടു ഗോ (ഇടത്തോട്ട്), നോ ഗോ (വഴി അവസാനിച്ചു.) കുടുംബം ഒരു ചട്ടമ്പിയുടെ കരിയറിനെ എങ്ങനെ ബാധിക്കുന്നുവെന്ന് നോക്കുക.

ചട്ടമ്പി നാല്

വെള്ളപ്പൊക്കകാലത്ത് തടിയൻ ഒരാട്ടുകല്ല് തനിച്ച് പമ്പാനദിക്ക് ഇക്കരെ എത്തിച്ചതാണ് കട്ലർ കുട്ടൻപിള്ളയുടെ റെക്കോഡ്. വള്ളത്തിൽ നസ്രാണികളെ കയറ്റാതിരുന്ന കാലത്ത് ഒരു നസ്രാണിക്കൊച്ചനെ വള്ളത്തിൽ കയറി അടുത്ത കടവുവരെ പോയാണ് കുട്ടൻപിള്ള ചോദ്യംചെയ്യപ്പെടാത്ത ചട്ടമ്പിയായത്.

നാല് ചട്ടമ്പിമാരിൽ കുഞ്ഞൂഞ്ഞ് ഒഴികെ മറ്റു മൂന്നുപേരും വഴക്കാളികളാണ്. മൂക്കറ്റം കുടിക്കുക. കവലയിൽ തല്ലുണ്ടാക്കുക. തല്ലുണ്ടാക്കലെന്നു വച്ചാൽ തല്ലുകൊടുക്കൽ മാത്രമല്ലല്ലോ. തല്ലു വാങ്ങൽ കൂടിയല്ലേ. അതുകൊണ്ട് ഉത്തരായന കാലത്ത് ഈ ചട്ടമ്പിമാരെല്ലാം ഒത്തുചേരും. ക്ഷതങ്ങളെ ചെറുക്കാൻ. ഉടുമ്പിനെ പിടിച്ച് തോളത്തിട്ടുകൊണ്ട് ഇടശ്ശേരിമല കയറലാണ് അതിൽ ഒന്ന്. മലമുകളിലെ രഹസ്യം ആർക്കുമറിയില്ല. പണ്ട് സീനായ് മലയിലേക്ക് മോശയെ മാത്രമല്ലേ കർത്താവ് വിളിച്ചത്? ചട്ടമ്പിമാർ ഉടുമ്പിൻചോര കുടിക്കുമെന്നും ഉടമ്പുമായി മൽപ്പിടിത്തം നടത്തുമെന്നും കഥകളുണ്ട്. കരിമ്പൂച്ചയെ സൂപ്പിട്ട് കുടിക്കും. ചേരയെ പിടിച്ച് കലത്തിൽ വളച്ചുവെച്ച് നെല്ലിനൊപ്പം പുഴുങ്ങലാണ് ഗമണ്ടൻ ഒറ്റമൂലി. ആ നെല്ല് മൂന്നാല് കോഴികൾക്കായി തിന്നാൻ കൊടുക്കും. ആ കോഴികളെ ചട്ടമ്പിമാർ ചതച്ച് സൂപ്പുണ്ടാക്കും.

ഒരിക്കൽ ഈ നാല് ചട്ടമ്പിമാരും കൂടി ട്രെയിൻ തടയാൻ പോയി. ഇടശ്ശേരിമലയിൽ ട്രെയിൻ ഒരു മിനിറ്റ് നിർത്തണം. അതായിരുന്നു ചട്ട

16 ഒരു പെൺകുട്ടി മഴ നനയുന്നു

കെ ആർ മല്ലിക

മ്പിമാരുടെ ആവശ്യം. ആരാന്റെ പറമ്പിൽനിന്ന് വെട്ടിയ ഞാലിപ്പൂവന്റെ ഒരു കുല. ചെണ്ടമുറിയൽ കപ്പ മൂടോടെ പറിച്ചത്. ഒരു കരിങ്കോഴി. കുഞ്ഞൂഞ്ഞിന്റെ കക്ഷത്ത് രണ്ട് വിപ്ലവ പുസ്തകങ്ങൾ. കുർള എക്സ്പ്രസ് ആറാം നമ്പർ പ്ലാറ്റ്ഫോമിലേക്ക് സ്ത്രീശബ്ദത്തിൽ വന്നു കൊണ്ടിരിക്കുമ്പോൾ നാൽവർ സംഘം പാളത്തിലേക്ക് ടക്കനേന്ന് എടുത്തുചാടി. സ്റ്റേഷൻ മുഴുവൻ പരിഭ്രമിച്ചു. റെയിൽവേക്കാർ തങ്ങളുടെ വിപ്ലവ ഒറ്റമൂലികളായ മുസ്ലീംലീഗ് കൊടിയും കമ്യൂണിസ്റ്റ് കൊടിയും ഒരുമിച്ച് എടുത്തുകാട്ടി വിരട്ടാൻ നോക്കി. ചട്ടമ്പിമാരുണ്ടോ വിടുന്നു.

"തോറ്റിട്ടില്ല. തോറ്റിട്ടില്ല, തോറ്റചരിത്രം കേട്ടിട്ടില്ല."

നാലു ചട്ടമ്പിമാരും ഒരുമിച്ചു വിളിച്ചു.

കൂടിനിന്ന ജനത്തെ നോക്കി അവറാൻ ചട്ടമ്പി ഒരു അഭിനയച്ചിരിയോടെ കൈ കൂപ്പി.

"മാന്യ സതസിന് സാഹതം. തണ്ടാ, മുണ്ടാ, മുണ്ടശ്ശേരി."

"ഛെ," കുഞ്ഞൂഞ്ഞ് ചട്ടമ്പി വിലക്കി, "അരിയെവിടെ, തുണിയെവിടെ, പറയൂ പറയൂ സർക്കാരെ."

"ഇ എം എസ്, എ കെ ജി, സുന്ദരയ്യ സിന്ദാബാ," കട്ലർ കുട്ടൻപിള്ളയും തന്റെ രാഷ്ട്രീയം വെളിപ്പെടുത്തി.

പിന്നെ, ട്രാക്കിൽ കൂട്ടത്തല്ല് നടന്നു. ട്രെയിൻ അതിന്റെ വഴിക്കും പോയി.

കോണ്ടൂർ രേഖകൾ

'പരമേശ്വരം' വീട്ടിലെ ലളിതമ്മ എന്ന നായർപെണ്ണും മീശ കുരുക്കാത്ത എബ്രഹാം എന്ന നസ്രാണിക്കൊച്ചനും കയറിമറിഞ്ഞുപോയ കുന്നിൻചരിവുകളിൽ കമ്യൂണിസ്റ്റ് പച്ചയ്ക്കുപകരം പൊടിച്ച ഭ്രാന്തൻ പൂക്കളുടെ പട കണ്ട് വിസ്മയം കൂറുന്ന രാത്രിയിലാണ് നാം ഒളിച്ചോടുക.

നമ്മെ അക്കരെ കടത്താൻ നിയോഗിക്കപ്പെട്ട കടത്തുകാരൻ സപ്തവർണ്ണച്ചില്ലുകളുള്ള റാന്തൽ ഉയർത്തിക്കാട്ടും. കോണ്ടൂർ രേഖകളിൽ നീലയായി രേഖപ്പെടുത്തേണ്ട പുഴയപ്പോൾ വിഷംപോലെ കറുത്തിരിക്കും. ഏറക്കുറെ കറുപ്പിൽ മാത്രം സ്ഥിരമായി നില്ക്കുന്ന ഒരു ചിത്രം പോലിരിക്കും നീയും ഞാനും. അതുകൊണ്ടാണ് കോണ്ടൂർ രേഖകൾ കറുപ്പിൽ മാത്രം രേഖപ്പെടുത്തുന്ന രണ്ട് പാലങ്ങൾ നാം താണ്ടേണ്ടി വരുന്നത്. കോണ്ടൂർ രേഖകൾ വീണ്ടും കറുപ്പായിത്തന്നെ രേഖപ്പെടുത്തിയ ഒരു റെയിൽവേ സ്റ്റേഷനിലാണ് നാം വണ്ടിയിറങ്ങുന്നതും. അപ്പോഴവിടെ നിറയെ ഇരുളും മൗനവുമായിരിക്കും. ഒരു ടി വി മാത്രം സിമന്റ് തൂണിൽ മൈക്കിൾ ജാക്സന്റെ 'സ്മൂത്ത് ക്രിമിനലി'ൽ ജ്വരം കൊള്ളും.

അയാം ഓകെ, അയാം ഓകെ.

പുനരാവർത്തിക്കുന്ന ഒരു ഹോളിവുഡ് ചിത്രത്തിലെന്നപോലെ നാം സ്റ്റേഷനിൽ പുറത്തിറങ്ങും. ചിത്രാവസാനം തകർന്നു തരിപ്പണമാവേണ്ട ഒരു നഗരം അപ്പോൾ നമുക്കുചുറ്റും പന്തലിച്ചു നില്ക്കുന്നുണ്ടാവും.

പിന്നീടാണ് നാം കോസ്മോ എന്ന പരസ്യബോർഡിനുമുന്നിൽ ഓട്ടോയിൽ ചെന്നിറങ്ങുന്നതും അകലേക്ക് നീളുന്ന പൂക്കൾ നിറഞ്ഞ ഒരിടവഴിയിലൂടെ നടക്കുന്നതും 'സൗപർണ്ണിക' എന്ന വിളിപ്പേരുള്ള ആ വീട്ടിലേക്ക് കടക്കുംമുമ്പ് നാം ചെരുപ്പുകളൂരി പുറത്തുവെക്കും.

ഒരു പെൺകുട്ടി മഴ നനയുന്നു

19

കെ ആർ മല്ലിക

പുഷ്പപാദുകം
പുറത്തുവെക്കു നീ
നഗ്നപാദയായ്
അകത്തു വരൂ.

കോണ്ടൂർ രേഖകൾ ഇവിടം തവിട്ടുനിറത്തിൽ രേഖപ്പെടുത്തുന്നു.

പടികൾ കയറി നാം മുരിങ്ങത്തണലാടി നില്ക്കുന്ന ടെറസ് മുറ്റത്തെത്തും.

നീ പറയും:

"ദാ, അവിടെ ഒരു ചാരുകസാലയിട്ട് റാഫിയുടെ സി ഡി കേട്ട് ബ്ലൂമെന്തലിനെ ധ്യാനിച്ച്,"

ഞാൻ പറയും.

"ദാ, അവിടെ ഞാൻ മുളകും മല്ലിയും ഉണക്കാൻ വെക്കും. വൈകുന്നേരങ്ങളിൽ അഴക്കോലുണ്ടാക്കി കോട്ടൺ സാരികൾ ഉണങ്ങാൻ വിരിക്കും."

പിന്നീടാണ് നാം ശംഖുകൾ കോർത്ത് ഞാത്തിയ വാതിൽപ്പാളി തുറക്കുക.

"കന്യാകുമാരി"

ഞാൻ പറയും

"പ്രണയം."

നീ മന്ത്രിക്കും.

പിന്നെ, മഞ്ഞ ചതുരക്കള്ളികൾ നിറഞ്ഞ ഷീറ്റ് വിരിച്ചിട്ട കിടക്കമുറി. പ്രകാശത്തെ ആയിരത്തൊന്നാക്കി പ്രതിഫലിപ്പിക്കുന്ന കിടക്കറവിളക്ക്.

"അറേബ്യൻ കഥകൾ."

ഞാൻ പറയും.

"എന്റെ മനസ്സ്"

നീ പറയും.

ജനാലകൾ തുറക്കുമ്പോൾ അകലെ ഇടയ്ക്കിടെ മിഴിചിമ്മി, സഞ്ചാരിയെ നെഞ്ചിലടക്കാൻ വെമ്പി നില്ക്കുന്ന, ഏകാന്തമായ ഒരു വിളക്കുമരം കാണും. കാറ്റുകൾ ഇരമ്പുന്നുണ്ടാവും. സമുദ്രങ്ങൾ അലറുന്നണ്ടാവും. ഒരു സമുദ്രസഞ്ചാരി തകർന്ന കപ്പലിന്റെ അവശിഷ്ടങ്ങളിൽ പിടിച്ചു മുങ്ങുന്നുണ്ടാവും, പൊങ്ങുന്നുണ്ടാവും.

തിരിഞ്ഞുനിന്നു നീ ചൂണ്ടുവിരൽകൊണ്ട് തലോടിയുണർത്തിയ എന്റെ കഴുത്തിലെ ഞരമ്പുകളിൽ പല്ലുകളിറക്കുമ്പോൾ കോണ്ടൂർ രേഖകൾപോലെ എന്നിലെ പ്രണയം ചുവന്നുനുരയുന്നു. കറുത്തുവറ്റുന്നു. ചുവന്നു നുരയുന്നു; കറുത്തു വറ്റുന്നു.

എലവർങ്ങ്ഗം

പുളിയാന്നേല് നാവേ വെച്ചാ പുളിച്ചിട്ട് കണ്ണടഞ്ഞുപോണം. ഉപ്പാന്നേല് ഉപ്പ് ചൊവയ്ക്കണം. സാമ്പാറാന്നേല് കായം മണക്കണം. അച്ചാറാന്നേല് എണ്ണ തെളിയണം. മൂടി എടുക്കുമ്പോഴേ വിനാഗിരിയും എണ്ണയും കൂടി ചേർന്ന് പഴക്കമൊള്ള ഒരു മണമടിക്കണം. ഇങ്ങനെയൊക്കെയാണ് വച്ചലാമ്മേടെ രുചി വീക്ഷണങ്ങൾ. ഇതിനെ ജീവിതമെന്നൊക്കെ വിളിക്കാവോ എന്തോ! ഒരു ഓലപ്പൊര. കെഴക്കേപ്പൊറത്തൊരു വയണമരം നിക്കുന്നൊണ്ട്. നല്ല മഞ്ഞ് തൊടങ്ങിക്കഴിഞ്ഞാ അങ്ങ് പടിഞ്ഞാറേക്കരവരെ മണക്കും. വച്ചലാമ്മേടെ വീടിന് രാവിലെ, തലേന്നേ വെള്ളമൊഴിച്ചിട്ട വെള്ളച്ചോറിന്റേം കൊറവനെക്കൊല്ലി മൊളക് കീറിയിട്ട്, പുളിയും മുളകുമിട്ട് വറ്റിച്ചെടുത്ത്, പച്ചവെളിച്ചെണ്ണ ചുറ്റിച്ച മീൻകറീടേം മണമാ. ഉച്ചനേരത്ത് ആളേ ഒണ്ടാവത്തില്ല പൊരേല്. എങ്കിലും തൊറന്നു കെടക്കുന്ന തിണ്ണേ കെടന്നാ വയലേല കടന്നുവരും നല്ല രസികൻ കാറ്റ്. വൈകിയാ വച്ചലാമ്മ വല്ല പോച്ച പറിച്ചു വിറ്റിട്ടോ വല്ലം മെടഞ്ഞു കൊടുത്തിട്ടോ ചന്തേന്ന് നാല് റാത്തല് സിംഗപ്പൂര് വെള്ള ചീനീം, നല്ല കരിമണല് മണക്കുന്ന താടയോ കുറ്റയോ ഒക്കെയായിട്ടേ വീട്ടിൽ വരൂ. അപ്പഴും കാണാം ഒരു കൈത്ത കൊറച്ച് കീഴാനെല്ലി, ഇല്ലേല് കൊറച്ച് നൊച്ചിയെല, ഇനിയും പോരേല് കൊറച്ച് പുളിയെല, ഇല്ലേല് കൊറച്ച് ആനച്ചൊവടി. പിന്നെ കൊറച്ച് പനഞ്ചക്കര, കൊറച്ച് ചുക്ക്, കൊറച്ച് കാച്ചരക്ക്. കരേല് വയസ്സറിയിച്ച ഏതേലും പെമ്പിള്ളാർക്ക് അതിരാവിലെ വെറും വയറ്റില് അരച്ചുകലക്കി കുടിക്കാന്. ഇല്ലേല് പെറ്റ ഏതേലും പെമ്പിള്ളാർക്ക് വേതിനും കിഴിക്കും വെള്ളം തെളിപ്പിക്കാന്. പിന്നെ, കീഴാനെല്ലി. അത് മഞ്ഞപ്പിത്തക്കാർക്ക്.

വയസ്സറിയിച്ച പെമ്പിള്ളാരെ, മര ഉരലിലിട്ട് ഇടിച്ചുപൊടിച്ച നല്ല കസ്തൂരി മണമൊള്ള കസ്തൂരി മഞ്ഞള് പൊരട്ടി കുളിപ്പിക്കുന്നത് വച്ച

ലാമ്മയാ. ഏഴ് കുളിപ്പിച്ച പെമ്പിള്ളാരെ തറ്റുടുപ്പിക്കാൻ അലക്കടയാളം വീണ, അലക്കുകാരം മണക്കുന്ന അലക്കിയ മുണ്ടു തന്നെ വേണമെന്ന ഒറ്റ നിർബ്ബന്ധമേ ഒള്ളൂ. പെമ്പിള്ളാര് വയസ്സറിയിക്കുമ്പോ വലിയ വീട്ടിലെ പെണ്ണുങ്ങള് വച്ചലാമ്മയ്ക്ക് ആളെ അയക്കും.

"എനാ, അവക്ക് കാര്യങ്ങള് പറഞ്ഞുകൊടുക്കിന്." ഒടനെ വച്ചലാമ്മ അടുക്കളക്കാരി പെണ്ണിനെ വിളിക്കും.

"എടിയേ, നല്ലെണ്ണേം പച്ചമൊട്ടേം കൊണ്ടാ." വച്ചലാമ്മ മുണ്ടിന്റെ കോന്തലയിൽ നെല്ലും പറങ്കിയണ്ടിയും കിഴി കെട്ടുമ്പോ വീട്ടുകാരി ചെവിയിൽ പറേം.

"പെണ്ണിനെ ബോഡീസ് കെട്ടാനും കൂടെ പഠിപ്പീരെനാ."

പെമ്പിള്ളാര് കല്യാണം കഴിഞ്ഞ് വിരുന്നിന് വരുമ്പോ വച്ചലാമ്മയ്ക്കും കിട്ടും ഒരു വടക്കൻ പോല, ഒരുടുപ്പിന്റെ തുണി, ഒരു മുണ്ട്, ഒരു നേര്യത്. എല്ലാം മണ്ണാത്തിയെക്കൊണ്ട് പുഴുങ്ങി വെളുപ്പിക്കും. പെട്ടീലിത്തിരി കൈതപ്പൂവിടും. മഴക്കാലത്ത് ഉടുക്കാനും പൊതയ്ക്കാനും. പെമ്പിള്ളാര് പെറാൻ വന്നാലോ ധന്വന്തരം കൊഴമ്പ്, നാല്പ്പാമരപ്പട്ട, എലവർഗ്ഗങ്ങള്, നാരങ്ങാക്കിഴി.

കുറുപ്പുസാറിന്റെ മോട കല്യാണത്തിന് അഞ്ചരയെടങ്ങഴി അരീട അലുവ കിണ്ടി. വടക്കേക്കര ഗംഗാധരൻ അങ്ങേരുടെ തള്ള ചത്തതിന്റെ പെല കുളിക്ക് ഇരുപതെടങ്ങഴി അരി വാർത്തു. മടപ്പൊളിമ്പും എടയ്ക്കെടയ്ക്ക് പനമ്പുംകൊണ്ട് നെയ്ത വല്യ കൊട്ടേ ചോറ് കോരിയപ്പോ അരി വെന്ത മണം ദേശം മുഴുവനടിച്ചു. കൊമരകത്തൂന്നാ മീൻ വരുത്തീത്. കായം മണക്കുന്ന നല്ല ഒന്നാന്തരം പുളിച്ചീടെ അച്ചാറ്. പോത്തെറച്ചീം മൂരിയെറച്ചീം. അമ്പോ ഇങ്ങനെയൊരു സപിണ്ഡി! അങ്ങനെ വച്ചലാമ്മ കൊറെയേറെ കണ്ടു. എന്തോരം മഴപ്പച്ച! എന്തോരം ഊറ്റമൊള്ള വേനൽച്ചോപ്പ്. കുറ്റൂരെ തോമാച്ചൻ എത്തറ തവണ കൂറ്റൻ വാളേ വെട്ടി! സിന്ദൂരത്തിന്റെ തീയി കുളിച്ച് എളേത് എത്തറതവണ വാളും കുലുക്കി കെഴക്കേപ്പൊറത്തൂടെ പോയി!

എങ്ങാണ്ട് നൊച്ചിയെല പറിക്കാൻ കേറിയ കേറ്റത്തിനായിരിക്കും മലേന്ന് താഴോട്ട് വീണതാ. ചത്തു കെടന്നപ്പഴും വലതു കൈയേ കൊറച്ച് കാരയ്ക്ക! എടതു കൈയേ കൊറച്ച് നൊച്ചിയെല. ആൺപെൺ ഭേദമില്ലാതെ ഏവരും നടുങ്ങിപ്പോയി. ഇനി ആരുണ്ട് തേവരേ ഇപ്പെമ്പിള്ളാരുടെ പേറെടുക്കാനും ഏഴു കുളിപ്പിക്കാനും?

ക്രിക്കറ്റ്

അതിരാവിലെ ഉണർന്നുകിടക്കുമ്പോൾ എന്തോ, ഏറെക്കാലത്തിനുശേഷം ശ്രീകോവിലിനകത്തെ നനഞ്ഞ ഇരുട്ടും നെയ്ത്തിരികളുടെ പ്രണയ പ്രകാശവും ജമന്തിപ്പൂക്കളുടെ വേനൽമണവും പരന്നു പോകുന്ന നിശ്ശബ്ദതയുമെല്ലാം ഹേമതലയെ വല്ലാതെ പിടിച്ചുകുലുക്കാൻ തുടങ്ങി. സർവ്വമംഗള മംഗല്യേ ദേവി സർവ്വാർത്ഥ സാധികേ. ഉണർവ്വിനും ഉറക്കത്തിനുമിടയിൽ കിടന്ന് അവൾ ഉരുവിട്ടു.

"എനിക്കിന്നൊന്ന് അമ്പലത്തീപോണം." ചന്ദ്രമോഹന് ചായ പകരുമ്പോൾ അവൾ പറഞ്ഞു. "ഇന്ന് പ്രശാന്തിനെ ഒന്ന് വിളിക്കേം വേണം. അവന്റെ ശബ്ദം കേട്ടിട്ട് ഞാനൊന്ന് അമ്മയാവട്ടെ. ഇടയ്ക്ക് എനിക്ക് തോന്നുന്നു ഞാനൊരു മച്ചിയാണെന്ന്."

ചന്ദ്രമോഹൻ പ്രതികരിച്ചേയില്ല. ഒരു കൈയിൽ ചായക്കപ്പും മറുകൈയിൽ പത്രവുമായി അയാളൊന്ന് നിവർന്നിരുന്നു.

"ഹൊസ്നി മുബാറക്കിന്റെ കാര്യം കട്ടപ്പൊക."

അതിന് ഹേമലതയും പ്രതികരിച്ചില്ല. എങ്കിലും, അവൾക്ക് തോന്നി ഒരുമിച്ച് താമസിക്കുമ്പോൾ, പഴകി നേർക്കുമ്പോൾ, ഭാഷ വേണ്ടാതാവുന്നോ ഇല്ലാതാവുന്നോ?

ചന്ദ്രമോഹൻ പോയിക്കഴിഞ്ഞ് ഹേമലത തിടുക്കത്തിൽ കുളി കഴിച്ച് പുറത്തേക്ക് വന്നതേയുള്ളൂ. അപ്പോഴേക്കും ഗേറ്റ് കടന്ന് വന്നു പതിനാറ് പതിനേഴ് വയസ്സുള്ള ഒരു പയ്യൻ കുരുത്തു തുടങ്ങുന്ന നീലച്ച മീശ. സത്യത്തിൽ അപ്പോഴാണ് ആൺകുട്ടികളുടെ ചുണ്ടുകളുടെ ആകാരസൗഷ്ഠവം അറിയാനാവുന്നത്. ഡോർ ടു ഡോർ വില്പനക്കാരെക്കൊണ്ട് പൊറുതിമുട്ടിയ ഒരു വീട്ടമ്മയാണ് ഹേമലത. എത്ര സമയം വെറുതെ പോവും, ഒന്ന് വേഗമാവട്ടെ എന്ന മട്ടിൽ വാതിൽ തുറന്നുപിടിച്ച് അവൾ

24 ഒരു പെൺകുട്ടി മഴ നനയുന്നു

കെ ആർ മല്ലിക

അവനെയും നോക്കിനിന്നു.

"അമ്മേ, എനിക്കൊരു നേർച്ചക്കടമാ. പത്ത് വീട് തെണ്ടി മലയ്ക്ക് പോണം."

"നന്നായി" ഹേമലത ചിരിച്ചു. "അമ്പത്തഞ്ച് കഴിഞ്ഞ് എനിക്കുമൊന്ന് ചവിട്ടണം മല. അയ്യനയ്യപ്പ സ്വാമിയേ!" അവൾ കണ്ണുകളടച്ച് അയ്യപ്പനെ സ്മരിച്ചു. കണ്ണുകൾ തുറക്കുമ്പോൾ ആദ്യം വന്ന പയ്യനൊപ്പം ക്രിക്കറ്റ് ബാറ്റും ബോളും പിടിച്ച് അതേ പ്രായത്തിലെ രണ്ട് പിള്ളേർകൂടിയുണ്ട് മുറ്റത്ത്.

"എനിക്ക് കൂട്ടുവന്നതാ." പയ്യൻ വിശദീകരിച്ചു. "ക്ലാസ്മേറ്റ്സാ."

"അപ്പോ സ്കൂളിൽ പോക്കൊന്നുമില്ലേ?"

ഹേമലതയ്ക്ക് ഇത്തിരി ദേഷ്യം വന്നു.

"ഇപ്പോ, മന്ത്‌ലി ടെസ്റ്റാ അമ്മച്ചീ." മറ്റൊരുവൻ പറഞ്ഞു. "ഉച്ചയ്ക്ക് കേറിയാ മതി."

"ശരിശരി. രാവിലെ എന്തോ കഴിച്ചു? കാപ്പി കുടിച്ചോ?"

"ദോശ കഴിച്ചു."

ചെയ്ഞ്ചുണ്ടാവുമോ? പത്തുരൂപയെങ്കിലും കൊടുക്കണം എന്നൊക്കെ കണക്കുകൂട്ടി ഹേമലത തിരഞ്ഞതേയുള്ളൂ. പിന്നിൽ നിന്നവരിൽ ഒരുവൻ ഒരു സിക്സർ പറത്തുന്ന വൈദഗ്ദ്ധ്യത്തോടെ ക്രിക്കറ്റ് ബാറ്റ് ഓങ്ങി ഹേമലതയുടെ തലയ്ക്കു ഒരടി അടിച്ചു. സിക്സർ ഇത്ര ക്രൂരമാണോ എന്നോ മറ്റോ ചിന്തിച്ചുകൊണ്ട് ഹേമലത മുന്നോട്ടേക്ക് ആഞ്ഞു മറിഞ്ഞുവീണു. ആദ്യം വന്നവൻ - കണ്ണൻ - അവളെ മലർത്തിയിട്ടു.

"എന്ത് ചെയ്യാനാ?" കണ്ണൻ മോഹൻലാലിനെ അനുകരിച്ച് പറഞ്ഞു. "വെരി സോറി."

പേരിടാൻ കഴിയാത്ത ഒരു വേദന ഹേമലതയുടെ ചുണ്ടുകളും കണ്ണുകളും പറഞ്ഞു. മെല്ലെ മെല്ലെ അവൾ ഇരുളിലേക്ക് ആണ്ടുപോയി.

"നോക്കി നില്ക്കാതെ മാലയും വളയുമൊക്കെ ഊരെടാ." രണ്ടാമൻ -ചന്തു- തിരക്ക് കൂട്ടി.

"തള്ള ഒണരോ?" കണ്ണൻ സംശയിച്ചു.

"എവടെ? വാതിലടയെടാ."

ചന്തു മൂന്നാമനോട് - രോഹൻ- പറഞ്ഞു.

ഹേമലതയുടെ കഴുത്തിൽ താലികോർത്ത ഒറ്റ മാലയാണുണ്ടായിരുന്നത്. മൂന്നു പവൻ തൂക്കമുണ്ടാവും. ചന്ദ്രമോഹൻ കെട്ടിയ താലിമാല അറ്റുപോയപ്പോൾ അവൾ തന്നെ ചിട്ടിയും കുറിയും വഴി മാറ്റി വാങ്ങിയതാണ് അത്. പഴയ താര ഫാഷനിലെ ഇരട്ടവളകൾ- രണ്ടുപവൻ. വിവാഹ മോതിരം- അരപ്പവൻ. കമ്മൽ അഴിച്ചെടുക്കാൻ പ്രയാസമാണെന്ന് കണ്ട് അവർ ആ ശ്രമം ഉപേക്ഷിച്ചു.

"എടാ, അലമാര തപ്പണം. തന്തയ്ക്കും മോനും പണിയൊള്ളതാ."

ചന്തു പറഞ്ഞു.

“ഞാൻ മോളിീ കംപ്യൂട്ടറൊണ്ടോന്ന് നോക്കട്ട്. ശാലു പത്തരയ്ക്ക് ഓൺലൈനീ വരാമെന്ന് പറഞ്ഞതാ.”

രോഹൻ മുകളിലേക്കോടി.

“ടാ, ഞാൻ കീയൊക്കെ ഒന്ന് നോക്കട്ടെ. അടുക്കളേ വല്ലോം ഒണ്ടോന്ന് നോക്കണം. വെശക്ക്ന്ന്. ആ നേരത്തിന് നീയാ തള്ളേ ഒന്ന് റേപ്പ് ചെയ്യ്.”

“ചന്ത്വേ, ജോയിക്കുട്ടി സാറ് കഴിഞ്ഞാഴ്ചേം ക്ലാസീ പറഞ്ഞതാ ഇംഗ്ലീഷ് പറയല്ലന്ന്.” കണ്ണൻ പിണങ്ങി. “ബലാസങ്ങം. അങ്ങനെയാ പറയണ്ടെ.”

“ബലാസങ്ങമങ്കീ ബലാസങ്ങം. നിനക്കറിയോ?”

“നോക്കാം.”

“മച്ചു നിന്റെ മൊബൈല് തൊറന്ന് വച്ചോ. നമുക്ക് കൊണ്ടുപോയി മറ്റവനെ കാണിക്കാം. അലനെ. ഇല്ലേ അവൻ വിശ്വസിക്കൂല്ല കേട്ടാ.”

ചന്തു അകമുറിയിലേക്ക് പോയി. അതായിരുന്നു കിടക്കമുറി. ഹേമലത കുളി കഴിഞ്ഞിറങ്ങിയതിന്റെ ലക്സ് മണം അപ്പോഴും അവിടെ ചുറ്റിത്തിരിഞ്ഞു. ഓ അസിന്റെ സോപ്പ്. ചന്തു വിചാരിച്ചു. താക്കോൽ, തലയണയ്ക്കടിയിലുണ്ടായിരുന്നു. ശ്രദ്ധക്കുറവുള്ള ജീവിതം. ചന്തു ഓർത്തു. വലിപ്പുകളും പൂട്ടുകളും തുറക്കുകയാണ് പണി. അലമാരയിലെ ചപ്പു ചവറുമെല്ലാം വാരിയിട്ടിട്ടും ആകെ കിട്ടിയത് 7200 രൂപയാണ്. രണ്ടവന്മാർക്ക് പണിയുള്ള വീടാ. പറഞ്ഞിട്ടെന്താ? ചെറ്റ പൊലയാടിമോന്മാര്.

അടുക്കളയിലെ കാസറോളിൽ പഞ്ഞിപോലുള്ള ചൂടൻ ഇഡ്ഡലി. സാമ്പാർ, സവാള വഴറ്റി മിക്സിയിലടിച്ച് കടുക് താളിച്ച മുളക് ചമ്മന്തി. നാവിൽ വെള്ളമൂറി. ചായ ഉണ്ടാക്കണം.

മൂന്നുപേർക്ക് ചായ പകർന്ന് ചന്തു വീണ്ടും സ്വീകരണമുറിയിലേക്ക് വന്നു.

“മതിയെടാ എണീറ്റു വാ.”

കണ്ണൻ എഴുന്നേറ്റ് പാന്റ്സിന്റെ സിബ്ബിട്ടു. സോഫയിൽ ഊരിയെറിഞ്ഞ ഷർട്ട് തപ്പിയെടുത്തു. ചന്തു മുകളിലേക്കുള്ള കോളിങ്ബെൽ അമർത്തി.

“എടാ എറങ്ങിവാ. ആരേലും കാണുംമുമ്പ് വിടണം.”

രോഹൻ കുറെ സി ഡികളും ഒരു ഡിജിറ്റൽ എസ് എൽ ആർ ക്യാമറയുമായി ഇറങ്ങിവന്നു.

“അത് ബാഗിൽ വയ്ക്ക്.” ചന്തു നിർദ്ദേശിച്ചു. “ചായ കുടിച്ചിട്ട് വേഗന്ന് എറങ്ങണം. ഞാൻ ഗേറ്റീ പോയി ആരേലും ഒണ്ടോന്ന് നോക്കാം. നിങ്ങള് പൊറകെ വന്നാ മതി.”

ഹേമലത ഒന്നു ഞരങ്ങി.

“തള്ള ചത്തില്ലിയോടാ.” രോഹൻ ബാറ്റെടുത്തു.

“ഇന്നാ പിടിച്ചോ.”

അവൻ ബാറ്റോങ്ങി ഒരടി കൂടി കൊടുത്തു. “തള്ളേ! ബാളേ

ലാരുന്നെങ്കി സിക്സറാരുന്നെടാ മച്ചു. കൺഗ്രാജുലേഷൻസ്."

ഇരുവരും രോഹന്റെ കൈ പിടിച്ചു കുലുക്കി.

ഒഴിഞ്ഞ ചായക്കപ്പുകളുമായി ചന്തു അടുക്കളയിലേക്കോടി. തിരികെ വരുമ്പോൾ രണ്ടാമത്തെ അടിക്ക് പൊട്ടിയ ഹേമലതയുടെ തലയിൽ നിന്നൊഴുകിയ ചോര വിരൽവണ്ണം വച്ചു. അടുക്കളയിൽ നിന്ന് കരുതിയ മുളകു പൊടി അവൻ അവിടമാകെ വിതറി.

"ഫോളോ മീ."

ചന്തു പുറത്തേക്കോടുന്നതിനിടയിൽ വിളിച്ചു പറഞ്ഞു.

"ടാ, ചവിട്ടല്ലേ."

അവൻ മെല്ലെ വാതിലൊന്നു തുറന്നുനോക്കി. എല്ലാം പഴയപടി. വെയിൽ. കാറ്റ്. പൂക്കൾ. തൊട്ടപ്പുറത്തെ റോഡിലൂടെ വല്ലപ്പോഴും പാഞ്ഞു പോകുന്ന വാഹനങ്ങൾ. തള്ളവിരലുയർത്തി അവൻ പറഞ്ഞു.

"വാടാ."

അവർ മാർജ്ജാര പാദങ്ങളോടെ പടികളിറങ്ങി.

തെമ്മാടി

അവസാനമായി എടുത്തുയർത്തിയപ്പോൾ തെങ്ങിൻ തലപ്പുകൾ തുള്ളുന്നതുപോലെ തോന്നി സ്റ്റീഫന്. തലേന്നത്തെ കള്ള് തികട്ടി. ഛർദ്ദിക്കണമെന്ന് തോന്നി. മുടിഞ്ഞ തലവേദനയും. ആകാശത്തിന് കരുവാളിച്ച ഭാവമായിരുന്നു. പിന്നിലെ മരങ്ങളിൽ നിറയെ ഓർമ്മകളുടെ കറുപ്പ് പരന്ന് നിശ്ചലമായിരുന്നു. അതിനപ്പുറത്തെ വഴികൾ മാഞ്ഞു പോയതുപോലെ അവിശ്വസനീയമായി മറഞ്ഞുകിടന്നു. ഓർക്കാൻ ശ്രമിക്കുംതോറും വഴികൾ പിണഞ്ഞു. കെട്ടുകൾ വീണു. ഓരത്തെവിടെയോ ഒരു ഇടവഴിയും പള്ളീലച്ചനും മാത്രം തെളിഞ്ഞുവരുന്നു. അവസാനത്തെ കാരുണ്യം പോലെ സൂര്യകാന്തിപ്പൂക്കൾ തലയാട്ടുന്നു. സ്റ്റീഫൻ ചരിഞ്ഞു കിടന്നു. ഓർക്കാൻ ശ്രമിച്ചു. കറുത്ത് മിനുത്ത, വലിയ മുലകളുള്ള റിബേക്കയെ രണ്ടാം കെട്ട് കെട്ടിയതും, അവളുടെ കെട്ട്യോൻ സമ്പാദിച്ച പുരയിടത്തിൽ കപ്പനട്ടതും ചുക്കും തിപ്പലിയുമിട്ട് അവൾ തിളപ്പിച്ച മലങ്കാപ്പി കുടിച്ച് പനിച്ചു കിടന്നതും.

സംഘം മലകയറുകയായിരുന്നു. വഴിക്ക് കാട്ടുവള്ളിയുടെ മണം. ഇപ്പോൾ തിരിഞ്ഞു നോക്കിയാൽ സ്റ്റീഫന് 106-ാം നമ്പർ കള്ളുഷാപ്പ് കാണാം. മുകളിലേക്കുള്ള കയറ്റം പിമ്പിരി കയറിയതുപോലെയായിരുന്നു. ഒന്ന് തള്ളും. പിന്നിലേക്ക് അതേ ആക്കത്തിൽ മറിയും. ഒരു ഞാറ്റുപാട്ട് പാടാൻ തോന്നി സ്റ്റീഫന്. താളമിടാൻ പെലേൻ അയ്യപ്പിള്ളിയുണ്ട്, സംഘത്തിൽ. അടുത്ത ഞായറാഴ്ച ആദ്യ കുർബ്ബാന കഴിഞ്ഞ് ഒരു കുപ്പി പുലരിയുമായി കുന്ന് കയറണം. യാത്ര പോയിട്ടും മല കയറിയിട്ടും കുറച്ചായി. നട്ടവെയിലത്ത് നിന്നൊന്ന് കന്ന് പൂട്ടണം. ഇങ്ങനെ ഓർക്കവെ പെട്ടെന്ന് താഴേക്കു പോയി സ്റ്റീഫൻ. സംഘം സ്റ്റീഫനെ താഴെവച്ചതായിരുന്നു.

എന്നാ കനമാ.

അത് ഔസേപ്പാണെന്ന് തോന്നി സ്റ്റീഫന്. തൊട്ടാവാടിയും ആനച്ചുവടിയും കോരിമാറ്റി, കൈവെള്ളയിൽ തുപ്പൽ തിരുമ്മി പതം വരുത്തി, രണ്ടാൾ നിന്ന് മണ്ണ് മാന്തി. മൂച്ചെടുത്ത് വെട്ടുമ്പോൾ ശ്ശ് ശ്ശ്... തെമ്മാടിക്കുഴി. വെയിൽ നിന്ന് വിറയ്ക്കുന്നു. ആരോ രണ്ടുപേർ കുഴിയിലേക്ക് കയറിറക്കി ആഴം നോക്കി. പിന്നെല്ലാം ശടേന്ന് കഴിഞ്ഞു. പെട്ടിയിറക്കി. മണ്ണിട്ടു. പെട്ടിയിറങ്ങിയപ്പോൾ ഊഞ്ഞാലിലെന്നപോലെ സ്റ്റീഫൻ അമ്മാനം ഇമ്മാനം ആടി. ഇക്കിളി പുളഞ്ഞ ഒരു ചിരിയിൽ വരവീണു പൊട്ടി.

മലയിറങ്ങിയ സംഘം അണ്ണാക്കിലേക്ക് കമിഴ്ത്തിയ വാറ്റുകുപ്പികൾ പിന്നിലേക്ക് എറിഞ്ഞു. സ്റ്റീഫൻ ഒന്ന് പൊട്ടിച്ചിരിച്ചു. ചുറ്റും പന്തലിച്ചു നിന്ന കാട്ടുറോസകളുടെ തീക്ഷ്ണഗന്ധത്തിലേക്ക് ആ ചിരി താഴ്ന്നു പോയി. വെയിൽ കുന്നിറങ്ങി വരുന്നുണ്ടായിരുന്നു. ഒരു മരിപ്പ് ഗന്ധം. സ്റ്റീഫൻ ഓർത്തു.

ഗോപാലകൃഷ്ണന്റെ വീട്

ഏറെക്കാലമായി ഗോപാലകൃഷ്ണൻ എന്നെ അയാളുടെ വീട്ടിലേക്ക് ക്ഷണിക്കുന്നു. അങ്ങനെയൊരു സന്ദർശനത്തിന്റെ ചിത്രമൊന്നും എന്റെ മനസ്സിൽ നില്ക്കാറില്ല. ഞാനങ്ങനെ അതിന്റെ പിന്നാലെ നടക്കാറുമില്ല. വല്ല കല്യാണത്തിനോ മരണത്തിനോ ഒന്ന് പോയാലായി എന്നതാണ് അക്കാര്യത്തിലുള്ള എന്റെ മനസ്സിലിരുപ്പ്. പക്ഷേ, ഗോപാലകൃഷ്ണന്റെ വീട് എന്ന സങ്കല്പത്തിന് എന്നെ പ്രലോഭിപ്പിക്കാൻ കഴിഞ്ഞിരുന്നു. കാരണമുണ്ട്. അയാളുടെ ഭാര്യയുടെ പേര് ശാരദ എന്നാണ്. ശാരദ എന്ന നടി എന്നെ ഏറെ ഹർഷ പുളകിതയാക്കിയിട്ടുണ്ട്. അത്രയും സവിശേഷമായ ഒരു മുഖം പിന്നീടൊരിക്കലും എവിടെയും ഞാൻ കണ്ടിട്ടില്ല. പിന്നൊന്ന് അമ്മു എന്ന പേരുകാരിയായ ഗോപാലകൃഷ്ണന്റെ മകളാണ്. അവൾക്ക് പേരയ്ക്കയുടെ മണമുണ്ടാവും. കുഞ്ഞ് കുഞ്ഞ് കിളുന്നിലകൾ നിറയെ പിടിച്ചു നില്ക്കുന്ന ഒരു കുഞ്ഞുപേരമരം. എനിക്ക് നിശ്ചയമുണ്ട്. ഗോപാലകൃഷ്ണന്റെ വീട്ടുമുറ്റത്ത് ഒരു മാവുണ്ട്. മാമ്പഴക്കാലത്ത് ഗോപാലകൃഷ്ണൻ അതിന്റെ മണ്ടയിൽ കയറിയിരുന്ന് കാലുകൾ ആട്ടിയാട്ടി മാമ്പഴം കടിച്ചുതിന്നും. പറമ്പിന്റെ കോണിൽ കായ്ക്കാതിരിക്കാൻ എനിക്കാവതില്ലേ എന്ന മട്ടിൽ ചിനുചിനുങ്ങനെ കുട്ടിച്ചക്കകൾ തൂങ്ങിനില്ക്കുന്ന പ്ലാവ്. പറമ്പിന്റെ ഓരങ്ങളിൽ ഒടിച്ചുകുത്തിയുണ്ടാവും. ചെഞ്ചീരയുണ്ടാവും. ചുണ്ടയ്ക്കയുണ്ടാവും. തറയിൽ അമർന്നു കിടന്ന് ഇറുകെ ഇത്തിരിപ്പോന്ന നീലപ്പൂക്കളുണ്ടാവും. അങ്ങനെ ഒത്തിരിയൊത്തിരി നിറം. പച്ചപ്പ്.

ഒരു രണ്ടാം ശനിയാഴ്ച ഞാൻ ഗോപാലകൃഷ്ണന്റെ വീട്ടിലേക്ക് ഒരുമ്പെട്ടിറങ്ങി. പന്ത്രണ്ടു രൂപാ കൊടുത്ത് ഓട്ടോയ്ക്ക് ഞാൻ ബസ് സ്റ്റാന്റിലിറങ്ങി. അവിടെയപ്പോൾ ഒരു കാഞ്ഞിരംകുളം ബസ് പുറപ്പെടാൻ ഇരച്ചുകൊണ്ടു നിന്നു. കാഞ്ഞിരംകുളത്ത് നിറയെ ആത്തയ്ക്കയു

ണ്ടെന്ന് എനിക്കപ്പോൾ തോന്നി. നഗരം കിടന്ന് വിയർക്കുന്നു. ഗോപാല കൃഷ്ണന്റെ വീടെത്തുമ്പോഴേക്കും വെയിൽകൊണ്ട് വല്ലാതെ ചുവക്കും ഞാൻ.

ബസിറങ്ങിയപ്പോൾ എനിക്ക് മുന്നിൽ ഒരു പുരുഷൻ ഒത്തിരി ആടുകളെ തെളിച്ചു പോവുന്നുണ്ടായിരുന്നു. തരക് പറയുന്ന ചന്തയുണ്ടാവും തെക്ക് എങ്ങാണ്ട്. പുളിച്ചി മാങ്ങ മണം. വെയില്. മാനത്ത് ഇത്തിരി ചുവപ്പ്. അയല പെടുന്ന കാലമാണ്. മുൻപേ പോയ പുരുഷൻ പറഞ്ഞു.

"ഏയ് ആടേ ഴ്ട്റ്റ്റ്, ഴ്ട്റ്റ്റ്"

ഞാനതൊന്നു മനസ്സിൽ പറഞ്ഞുനോക്കി.

"ഏയ് ആടേ ഴ്ട്റ്റ്റ്, ഴ്ട്റ്റ്റ്"

ചിരിക്കാൻ മുട്ടിയിട്ട് ഞാൻ കറങ്ങിപ്പോയി. വഴിയരികിൽ നിന്ന് ഞാൻ വായും പൊത്തി ചിരിച്ചു. "ഏയ് ആടേ ഴ്ട്റ്റ്റ്, ഴ്ട്റ്റ്റ്."

വഴി പിരിയുന്നിടത്തുവച്ച് അയാൾ തെക്കോട്ടു പോയി. എന്റെ മണ്ഡപത്തുംകടവ് ഭഗവതിയല്ലേ, ഗോപാലകൃഷ്ണന്റെ വീടെവിടെയാ. ഞാൻ മൊബൈലെടുത്തു.

ഗോപാലകൃഷ്ണൻ മാവ് പൂക്കുംപോലെ പൊട്ടിച്ചിരിച്ചു. നട്ടുച്ചയ്ക്ക് മാവ് നിന്നു കത്തുന്ന ചേല്.

"ആടുകാരന്റെ പൊറകെ വിട്ടോ" ഗോപാലകൃഷ്ണൻ പറഞ്ഞു. "ഇത്തിരി മുന്നോട്ടു വരുമ്പോ വലത്തോട്ട് ഒരു തിരിവാ. ഞാനവിടൊണ്ട്. വീട് ആ തിരിവിൽ തന്നെ."

ഗോപാലകൃഷ്ണന്റെ വീടിന്റെ നിറമെന്തായിരിക്കും? ഞാനതൊന്നു വരച്ചുനോക്കി. പച്ച വീട്, മഞ്ഞ വീട്, നീല വീട്. അപ്പോൾ ഗോപാലകൃഷ്ണൻ ഇറങ്ങി നില്ക്കുന്നത് കാണായി. ഒരു നീല ടീഷർട്ടാണ് ഗോപാലകൃഷ്ണൻ ഇട്ടിരുന്നത്. തുറന്നിട്ട വെയിലത്ത്. ഗോപാലകൃഷ്ണൻ തിരിഞ്ഞു നിന്നൊന്ന് കൈ തൊട്ടാൽ ഗേറ്റിൽ തൊടും. ഗേറ്റ് തുറന്നപ്പോൾ ചുവപ്പും കറുപ്പും ടൈൽസ് പാകിയ മുറ്റം വെളിപ്പെട്ടു. അത് എവിടെയോ ഏങ്കോണിച്ച ഒരു മൗനത്തിൽ ചെന്നു തൊട്ടു. മുറ്റത്ത് തുളസിത്തറ. ഒരു വടക്കേ ഇന്ത്യൻ വധുവാണോ ശാരദ? ഒരു ലോട്ടയിൽ വെള്ളമെടുത്ത് ശാരദ എന്നും തുളസിത്തറ വലം വയ്ക്കുമോ? സിറ്റൗട്ടിന്റെ താഴ്‌വാരത്തേക്ക് ഒരു റാന്തൽ ഞാന്നു കിടന്നു. ഞാനതിൽ മെല്ലെയൊന്ന് തൊട്ടുനോക്കി.

"ശാരീ," ഗോപാലകൃഷ്ണൻ വിളിച്ചു.

മുടി സ്ട്രെയിറ്റൻ ചെയ്ത, ജീൻസും ടോപ്പും ധരിച്ച ഒരു സ്ത്രീ ഇറങ്ങിവന്നു.

"അമ്മൂ." ഗോപാലകൃഷ്ണൻ മകളെ വിളിച്ചു.

ഒരു ടെഡി ബിയറിനെ നെഞ്ചോടു ചേർത്തു കൊഴുത്ത ഒരു കുട്ടി ഓടി വന്നു.

അവർക്കിടയിലിരുന്ന് ഞാൻ ആഹാരം കഴിച്ചു. അതിഥിമുറിയിൽ മയങ്ങാൻ കിടന്ന ഞാൻ അവരെല്ലാരും ഉറങ്ങിക്കഴിഞ്ഞപ്പോൾ ഓടിപ്പോ

രികയായിരുന്നു. തിരിച്ചുപോരുമ്പോൾ ബസിലിരുന്ന് ഞാൻ കരഞ്ഞു. എനിക്കിനി ആരുമില്ല. എന്റമ്മോ. ഞാൻ നെഞ്ചത്തടിച്ചു. കരച്ചിലിനിട യിൽ ബസിന്റെ പിൻസീറ്റിനടിയിൽ കയറ്റിവച്ചിരുന്ന വാഴക്കുലകൾക്കി ടയിലേക്ക് ഞാൻ മറിഞ്ഞുവീണു. ചാലക്കമ്പോളത്തിലേക്കുള്ള യാത്ര യാണ്, എന്നൊക്കെ ഓർത്ത് ഞാനതിനിടയിൽ കിടന്ന് എപ്പോഴോ ഒരുറ ക്കത്തിലേക്ക് ഉരുണ്ടുരുണ്ടുപോയി.

പിന്നെ, കണ്ണ് തുറന്നപ്പോൾ നിറയെ പൂത്ത ഒരു പുന്നമരത്തിലാണ് ഞാൻ. ഒരു കുഞ്ഞു പുന്നയ്ക്കയായി. ആകാശം കണ്ട്.. താഴെ ആറ്റുക ടവിൽ ഇരുട്ടിന്റെ മറവിൽ മണൽ വാരുകയാണ് ഗോപാലകൃഷ്ണൻ. ഏയ് ഏയ് ആടേ ഴ്ട്റ്റ്റ്, ഴ്ട്റ്റ്റ്. ഞാൻ കൂവി.

കന്യാമീൻ

മാർഗ്ഗംകൂടിയ കത്രീനയുടെയും ഔതക്കുട്ടിയുടെയും മകൾ കർമ്മലീത്തക്കൊപ്പമാണ് എന്റെ വാസം. പുലക്കള്ളിയുടെ കറുത്ത നിറവും കട്ട ശരീരവുമാണ് കർമ്മലീത്തയ്ക്ക്. പക്ഷേ, നല്ല നിരയൊത്ത, വെൺമയാർന്ന പരസ്യപ്പല്ലുകൾ. സ്വപ്നം തിങ്ങിക്കൂടി വല്ലാതെ വിടർന്ന കണ്ണുകൾ. ഒഴിവ് കിട്ടുമ്പോഴെല്ലാം ലതാ മങ്കേഷ്കറുടെ പഴയ മെലഡികൾ പാടാനുള്ള സന്മനസ്സ്. (റിംചിം റിംചിം ബർസാ പാനി) ഈ വക കാര്യങ്ങളാൽ ഈ ജന്മം എനിക്ക് കർമ്മലീത്തയെ പിരിയാനാവില്ലെന്നാണ് കൂട്ടിയും കുറച്ചും ചിന്തിച്ചും ഞാൻ ഉറപ്പിച്ചിട്ടുള്ളത്. ചില നേരത്തൊക്കെ കർമ്മലീത്ത ഗൃഹാതുരത്വത്തിലേക്ക് പോവും. അപ്പോൾ ഷെവലിയർ തോമാക്കുട്ടിയുടെ പറമ്പിൽ കേറി അപ്പൻ റൊട്ടിക്കപ്പ മോട്ടിച്ചതും കാന്താരിയും വെളുത്തുള്ളിയും ഉടച്ച് സമ്മന്തിയുണ്ടാക്കിയതും ഉണക്കമീൻ ചുട്ടതും മകരമഞ്ഞിന്റെ വിഷാദം പരക്കുമ്പോൾ നിലാവ് കാണാൻ അമ്മച്ചി മുറിക്കകത്തെ വിളക്കൂതുന്നതുമെല്ലാം ഓർക്കും. അപ്പോഴൊക്കെ ഒരു വെന്തിങ്ങയും കഴുത്തിലിട്ട് ഞൊറിവാലുവെച്ച വെള്ളമുണ്ടുമുടുത്ത് ഞാൻ ചങ്ങനാശ്ശേരിക്കുന്നുകൾ ഓടിക്കയറും.

കർമ്മലീത്തയ്ക്കും എനിക്കും വെപ്പും കുടിയും കുറവാണ്. നേരം പുലരെ ഞങ്ങൾ ഇരുവരും അവരവരുടെ തൊഴിലിടങ്ങളിലേക്ക് വേർപിരിയും. തീനും കുടിയും അവിടെത്തന്നെ. വൈകിട്ട് മടങ്ങുമ്പോൾ പാഴ്സലും കൊണ്ടുപോരും. ഞായറാഴ്ചകളിലാണ് ഞങ്ങളുടെ പാചകം. അതിനായി അതിരാവിലെത്തന്നെ ഞങ്ങൾ തയ്യാറാവും. കർമ്മലീത്ത സോയാബീന്റെ ഫാനാണ്. അത് ഞങ്ങൾ ചാലയിലെ ഒരു കടയിൽ നിന്ന് വാങ്ങും. പിന്നെ മീൻ അന്വേഷിച്ചുള്ള നടപ്പാണ്. ഇണചേരാത്ത മീനിനെ ഭക്ഷിക്കുകയില്ലെന്ന വ്രതക്കാരിയാണ് കർമ്മലീത്ത. കന്യാമീനെന്നാണ് അവൾ അത്തരം മീനുകളെ വിശേഷിപ്പിക്കാറ്. കന്യാമീനു

കളെ തിന്നൽ വേദന മാത്രമല്ല, പാപവും കൂടിയാണെന്ന് കർമ്മലീത്ത വിശ്വസിക്കുന്നു. വലിയ മീനുകളെ കിടത്തിയിരിക്കുന്ന പനമ്പായകളിലെ ചോരയിൽ ചുരിദാർ മുട്ടാതെ കുനിഞ്ഞുനിന്ന് കർമ്മലീത്ത മീനിന്റെ വയർ തടവിനോക്കും. വയറ്റിൽ മുട്ടയുണ്ടെങ്കിൽ അത് ഇണചേരുന്ന മീനാണെന്ന് ഉറപ്പിക്കാമല്ലോ. പക്ഷേ, സംശയം തീരാത്തതുകൊണ്ട് കർമ്മലീത്തയ്ക്ക് ഒരിക്കലും മീൻ വാങ്ങാൻ കഴിയുന്നില്ലെന്നതാണ് വിഷയം. മീനിനെ നുറുക്കാൻ ഞങ്ങൾ മാർബിളിന്റെ ഒരു ബലിപീഠം അടുക്കളയിൽ കരുതിയിട്ടുണ്ട്. നല്ല മൂർച്ചയുള്ള ഒരു കത്തിയും. മഞ്ഞയും വെള്ളയും നിറത്തിലുള്ള മീൻമുട്ടകൾ കാണാൻ എനിക്ക് പെരുത്തിഷ്ടമാണ്. പക്ഷേ, ഇന്നേവരെ ഞങ്ങളുടെ അടുക്കളയിലേക്ക് ഒരു മീൻ കടന്നുവന്നിട്ടില്ല. കന്യാപീഠം-മാർബിൾ പീഠത്തിലൂടെ വിരലോടിച്ച് ഓരോ ഞായറാഴ്ചയും ഞാൻ വിഷാദിക്കും. മാർബിളിന്റെ തണുത്ത് മിനുസമേറിയ പ്രതലത്തിലൂടെ അങ്ങനെ വിരലുകൾ പായുമ്പോൾ സ്വയംഭോഗം ചെയ്യുമ്പോലെ ഞാൻ ഞെട്ടുന്നു. അത് കാണെ കർമ്മലീത്ത ഉച്ചത്തിൽ പൊട്ടിച്ചിരിക്കുന്നു.

"എന്നതാടീ ഹോമോ സെക്ഷ്വൽ പഹച്ചി."

ഛെ! കർമ്മലീത്ത കാണാതെ ഞാനെന്നെ നിലക്കണ്ണാടിയിൽ സവിസ്തരം കാണുന്നു.

ഉച്ചയൂണ് കഴിഞ്ഞ് തണുത്ത സിമന്റു തറയിൽ കിടക്കുമ്പോൾ കർമ്മലീത്ത പതിവായി എനിക്ക് വായിച്ചുതരുന്ന ഒരു പുസ്തകമുണ്ട്. ഗുൽ സനോബറെ എന്തു ചെയ്തു? കറുത്ത ചട്ടയും അറബി ലിപി മോഡലിൽ സ്വർണ്ണാക്ഷരങ്ങളും പതിച്ച ഒരു മുസ്ലീം പുസ്തകം. നാട്ടിൽ കർമ്മലീത്ത നിരക്ഷരയായ മുത്തുബീവി എന്ന മുസ്ലീം കൂട്ടുകാരിക്ക് പതിവായി വായിച്ചുകൊടുക്കാറുണ്ടായിരുന്ന അറബി കഥാപുസ്തകമാണ് *ഗുൽ.* ടി മുത്തുബീവി വിരൽത്തുമ്പുകളിൽ മൈലാഞ്ചിച്ചോരയുമായി അറബിക്കഥകളിലെ പർദ്ദകൾക്കിടയിൽ കുരുങ്ങിക്കിടക്കുന്ന ഒരു പദപ്രശ്നകഥയായാണ് കർമ്മലീത്തയുടെ വിവരണങ്ങളിലൂടെ എനിക്ക് മനസ്സിലായിട്ടുള്ളത്. പക്ഷേ, ദമ്പതിമാർക്കിടയിലെ ഇണചേരൽപോലെയാണ് കർമ്മലീത്തയ്ക്കും എനിക്കുമിടയിലെ ഗുൽകഥ. വേണമെങ്കിലും വേണ്ടെങ്കിലും അനുഷ്ഠിച്ചേ അടങ്ങൂ.

അങ്ങനെയിരിക്കെ ഇക്കഴിഞ്ഞ ഞായറാഴ്ച കർമ്മലീത്ത രണ്ടും കല്പിച്ച് വലിയ വയറുള്ള ഒരു മുഴുത്ത മീനിനെ വാങ്ങി. വല്ലാതെ മ്ലാനമായ ചുണ്ടുകളും നിറയെ വിഷാദം നീലിച്ചുകിടക്കുന്ന വലിയ കണ്ണുകളുമുള്ള ഒരു മീൻ. എല്ലാ മീൻകണ്ണുകളിലും വിഷാദമുണ്ട്. കടിച്ചിറക്കിയ വേദനയുടെ വിഷമുണ്ട്. ഇങ്ങനെയൊക്കെ ചിന്തിച്ച് ചിന്തിച്ച് പതിവുപോലെ ഞാൻ മൂഡ് ഓഫായി.

"ഇച്ചേയിക്ക് സെന്റിയടിച്ചു."

കർമ്മലീത്ത എന്നെ വാരി.

മീനുകളെ ഇപ്പോഴെനിക്ക് ഇരയായി കാണാനാവുന്നില്ല എന്ന ദാർശ

നിക വ്യഥയുടെ പ്രശ്നമുണ്ട്. മുഴുത്ത മീനുകൾ എന്നിൽ നവജാത ശിശുക്കളുടെ ഓർമ്മകൾ കൊണ്ടുവരുന്നുണ്ട്. മുഴുത്ത മീനുകളെ കണ്ടിട്ടു വരുന്ന ദിവസം സ്വപ്നത്തിൽ ഞാൻ മുഴുത്ത മീനുകളെ പെറുന്നു. ടി വിയിൽ മൃതദേഹങ്ങളുടെ ചിത്രങ്ങൾ കാണുമ്പോഴും ഞാൻ മുഴുത്ത മീനുകളെ ഓർക്കാറുണ്ട്. നവജാത ശിശുക്കളെയും മുഴുത്ത മീനുകളെയും ജഡങ്ങളെയും എനിക്ക് ഈയിടെയായി സഹിക്കാനാവുന്നില്ല.

മീൻപൊതി കർമ്മലീത്തയെ ഏല്പിച്ച് ഞാൻ ഓട്ടോയുടെ മൂലയ്ക്ക് പതുങ്ങി.

“കുടംപുളിയും വെളിച്ചെണ്ണയും ചേർത്ത് മീൻകറി ഉണ്ടാക്കാൻ ഞാനിന്നു നിന്നെ പഠിപ്പിക്കുന്നുണ്ട്.”

കർമ്മലീത്ത വല്ലാതെ ഊർജ്ജസ്വലയായി. വാസസ്ഥലത്ത് എത്തിയപാടെ ഷാളെടുത്ത് അരയിൽ മുറുക്കിക്കെട്ടി അവൾ മീൻ കൈകാര്യം ചെയ്യാൻ തയ്യാറെടുത്തു. തേക്കിലകൾ നീക്കി മീനിനെ പുറത്തേക്കെടുത്തപ്പോൾ എനിക്ക് ദേഹമാകെ കോച്ചി.

“ബലിപീഠത്തിന്റെ കന്യാകാത്വം ഇന്നത്തോടെ കഴിഞ്ഞു.”

കർമ്മലീത്ത വെട്ടുകത്തി എടുത്തു. മീനിന്റെ തല ബലിപീഠത്തിൽ കൃത്യമായ ആംഗിളിൽവെച്ച് അവൾ വെട്ടാൻ തയ്യാറായി.

“വൺ ടു ത്രീ.”

ഞാൻ കണ്ണുകൾ പൂട്ടി.

“ഈശോ. എവിടെ മുട്ട? എവിടെ കുഞ്ഞുങ്ങൾ?”

കർമ്മലീത്ത നിലവിളിച്ചു.

“അതൊരു കന്യാമീനാടീ.”

എനിക്ക് ചുറ്റും ആകാശം ഇടിഞ്ഞു.

പിന്നെ ഞാൻ കണ്ടത് തുടകളും കാല്പാദങ്ങളും ഒട്ടിച്ചേർന്ന് മത്സ്യകന്യകാവതാരമായ കർമ്മലീത്തയെയാണ്. കടും നീലനിറത്തിൽ, വലിയ വയറുള്ള, കൊഴുത്ത് മുഴുത്ത ഒരു മീൻ. ജലാശയത്തിന്റെ അടിത്തട്ടിൽനിന്ന് മുകളിലേക്ക് ഊളിയിട്ട് ഉയരവെ ജലഭാഷയിൽ അവൾ എന്നോട് ചോദിച്ചു: “ഗുൽ സനോബറെ എന്ത് ചെയ്തു?”

പ്രണയത്തിന്റെ വ്യാകരണം

യാത്രകളെ പണ്ടേ അവൾ നിരാകരിച്ചിരുന്നു. ഒരിടത്തുനിന്ന് മറ്റൊരിടത്തേക്ക് പോവുക, പുതിയ കുറെ ആളുകളെ കാണുക, പുതിയ സ്ഥലങ്ങൾ കാണുക. ഇതൊക്കെ തനിക്ക് ഉൾക്കൊള്ളാൻ കഴിയാത്ത കാര്യങ്ങളാണെന്ന് അവൾ വിശ്വസിച്ചു. എന്നും ആറുമണിയുടെ അലാറം കേട്ടുണർന്ന്. ഏഴുമണിയുടെ ചായയിലാരംഭിച്ച്, അടുക്കളപ്പണി കഴിഞ്ഞിറങ്ങിവരുമ്പോൾ അഴികൾക്കപ്പുറം വളർന്ന പകൽകണ്ട്, ക്ഷീണം വന്നുള്ള കിടപ്പുനേരത്ത് തകർന്ന പ്രണയത്തെ ഓർത്ത് സ്വയം വേദനിച്ച്, ഉച്ചകഴിഞ്ഞുള്ള ചായയുണ്ടാക്കി, വാടിയ രാത്രി നോക്കിയിരുന്ന് ജീവിതം അവസാനിപ്പിക്കാൻ അവൾ തയ്യാറായിരുന്നു. എല്ലാം അവളെ സന്തോഷിപ്പിച്ചതേയുള്ളൂ; തൃപ്തിയാക്കിയതേയുള്ളൂ. വിവാഹരാത്രിയിൽപ്പോലും പഴയ മച്ചുംനോക്കി മലർന്നു കിടക്കുമ്പോൾ അവൾ വിനയനോട് ചോദിച്ചതതാണ്.

"നമ്മൾ എത്രദിവസം ഇവിടെയുണ്ടാവും?"

"രണ്ടുദിവസം" വിനയൻ പറഞ്ഞു. "മൂന്നാമത്തെ ദിവസം നമുക്ക് ജോലിസ്ഥലത്തെത്തണം. അന്നാണ് പുതിയ ഓഫീസർ ചാർജ്ജെടുക്കുന്നത്. ഞാനവിടെ വേണം. എന്താ വിഷമം തോന്നുന്നോ?"

"എന്തിന്? എനിക്കിനി ഇവിടെ ആരാണുള്ളത്?"

എന്റെ സ്നേഹവും സ്ഥിരമാണ്. എന്നെ വേഗം കൊണ്ടുപോകൂ. ഈ പഴയ മച്ചുകളെയും മഞ്ഞിറ്റുന്ന ഇടവഴികളെയും പ്രണയിച്ചു തുടങ്ങുംമുൻപ്. ഇനിയൊരു തകർച്ചയെക്കൂടി അതിജീവിക്കാനെനിക്ക് കഴിയില്ല.

ഇതൊന്നും അവൾക്ക് പറയേണ്ടിവന്നില്ല. അല്ലാതെതന്നെ മൂന്നാമത് ദിവസംകമ്പനിവക ക്വാർട്ടേഴ്സിലേക്കവർ പോയി. അവിടെ നെറ്റുറപ്പിച്ച ജനാലകളുണ്ടായിരുന്നു. കൊതുകുവലയിട്ട കിടക്കകൾ. പഴയ ചില

38 ഒരു പെൺകുട്ടി മഴ നനയുന്നു

കെ ആർ മല്ലിക

തൊക്കെ ഓർമ്മിപ്പിക്കുന്ന മങ്ങിയ നിറത്തിലെ ഒരു കെട്ടിടം. നിറയെ പൂക്കളുണ്ടായിരുന്നു അവിടെ. പക്ഷേ, മറവുകളുണ്ടായില്ല. ഇടവഴികളുണ്ടായില്ല. നട്ടുച്ചകളുണ്ടായില്ല. ഒരുപക്ഷേ, അതൊന്നും അവൾ കാണാത്തതാണോ? അവിടെ അവൾ അവളുടേതായ ഒരു താളം ഉണ്ടാക്കിയെടുത്തു. ജനാലകൾ തുറക്കാതിരിക്കലും പുറത്തിറങ്ങാതിരിക്കലും അതിലുൾപ്പെട്ടെങ്കിലും.

അവിടെ അവളെ ആകെ അലോസരപ്പെടുത്തിയത് വാരാന്തങ്ങളിലെ കമ്പനിവക ഒത്തുചേരലുകളായിരുന്നു. വാരാന്തസിനിമ, അതൊരു ശിക്ഷപോലെയായിരുന്നു. രാവിലെ എട്ടുമണിക്ക് തീയറ്ററിലെത്തുക. ടിഫിനും ഉച്ചയൂണും പുറത്ത്. ആ സിനിമാ നേരങ്ങളെ അവളോടടുപ്പിച്ചത് സീതയുടെ പ്രണയമാണ്. വിശ്വവത്സലന്റെ സുന്ദരിയായ ഭാര്യ. പിൻസീറ്റിലിരുന്ന് സീത അവളുടെ പ്രണയത്തെക്കുറിച്ച് അടക്കം പറഞ്ഞുകൊണ്ടിരിക്കും. പ്രണയനേരങ്ങളുടെ ധാരാളിത്തം. തീയറ്ററിൽനിന്ന് പുറത്തെ നട്ടുച്ചയിലേക്കിറങ്ങി നില്ക്കുമ്പോൾ ചുറ്റും ഘനരഹിതമായ നിറങ്ങൾ പാറുന്നു. മുഖക്കുരുക്കൾ തിണർത്ത സീതയുടെ ചുവന്നമുഖം മായുന്നേയില്ല.

പിന്നീട് കുറേക്കാലം വഴിതെറ്റലിന്റേതായിരുന്നു. വാരാന്തങ്ങളിൽ സീതയൊന്നിച്ച് അരുൺ കഫേയിൽ, അട്ടക്കുളങ്ങരയിൽ ഡാരിമാമിയുടെ വീട്ടിലെ കോയമ്പത്തൂർ പട്ടുകളിൽ, കടൽത്തീരരാത്രികൾ. പൂർത്തിയാക്കാതെ വിട്ട പ്രണയത്തെ ഇരുവരും ചേർന്ന് അങ്ങനെയങ്ങനെ പൂരിപ്പിച്ച്, അഥവാ ഇരുവരിൽനിന്നും പിൻവാങ്ങാതെനിന്ന പ്രണയത്തിന്റെ ലഹരിസാന്നിദ്ധ്യം. സ്വപ്നംപോലെ അലട്ടിയ വലിയ വലിയ നഷ്ടങ്ങളുടെ മാരിവിൽ ശോഭ അടങ്ങാത്ത സൗഹൃദത്തിന്റെ വേലിയേറ്റമായി. എന്നിട്ടും ഇരുവരും പങ്കിടാതെ വിട്ട വേദനകളുടെ ആഴം. ദുരന്തത്തിന്റെ ആഴം. ഒരുപക്ഷേ, കഫേയിൽ മുഖത്തോടുമുഖം നോക്കിയിരുന്ന് കാപ്പി നുണയുമ്പോൾ കണ്ണുകൾ നിറഞ്ഞുപോയതിന്റെ പൊരുൾ അവരവരാകാൻ വിസമ്മതിക്കുന്ന, നടുക്കുന്ന തകർച്ചകളെ നിരാകരിക്കലായിരുന്നിരിക്കാം.

പിന്നീട്, നിസ്സാര കാര്യങ്ങൾക്ക് പിണങ്ങി, തമ്മിൽ കാണാതെ അകന്ന്, പക വളർത്തി... അത്തരം കൂടിക്കാഴ്ചകളുടെ ആഴങ്ങൾ പിന്നെ ഇരുവരെയും വിസ്മയിപ്പിച്ച്... പിന്നീട്, സ്വയം ചോദിച്ചു: 'മറ്റു ചില വേദനകൾക്ക് എന്തിനാണ് നമ്മൾ പരസ്പരം അകന്നത്.'

"നിനക്കെന്താണ് സംഭവിച്ചത്?"

രാത്രിയിൽ നെഞ്ചോടുചേർത്തുകിടത്തി വിനയൻ ചോദിച്ചു.

"ഞങ്ങൾ ഞങ്ങളുടെ പ്രണയം ആഘോഷിച്ചു. പ്രണയത്തിന്റെ സ്വാതന്ത്ര്യം."

"തനിച്ചോ?"

അവൾ ചിരിച്ചതേയുള്ളൂ. കാരണം, അതൊക്കെ പ്രണയത്തിന്റെ വ്യാകരണപ്പിശകാണെന്ന് അവൾക്കറിയാമായിരുന്നു. പ്രണയം ഒരു സാഹസമാണ്. അതിന് മുന്നോട്ടേ വഴികളുള്ളൂ. പിന്നിലേക്കില്ല.

ഇന്ന്, മകൾ സൺസിൽക്ക് ഷാമ്പൂ തേച്ച് പറത്തിയ മുടി പൂച്ചക്കുട്ടിയെപ്പോലെ ലാളിച്ചുകൊണ്ട് അവളോട് ചോദിച്ചു.

"അമ്മയ്ക്ക്, ബോറാവില്ലേ ഇങ്ങനെ ഒരേ വൃത്തത്തിൽ, ഒരേ താളത്തിൽ, ഒരേ നിറത്തിൽ."

വർഷങ്ങൾക്കുശേഷം അവൾ പൊട്ടിച്ചിരിച്ചു.

"പുതുതായി എന്താണുണ്ടാവുന്നത്?"

"എന്താണുണ്ടാവുന്നതെന്നോ?" മകൾ വിസ്മയിച്ചു. "ജീവിതം ഒരുപാട് ഫാസ്റ്റായിപ്പോയി."

"അമ്മയെന്തിനാണ് അതൊക്കെയറിയുന്നത്?" അവൾ ചോദിച്ചു. "അമ്മ ചായയുണ്ടാക്കാനും ചോറുണ്ടാക്കാനും അറിഞ്ഞാൽപോരേ?"

"അച്ഛാ, അമ്മയൊരു തനി ഫാസിസ്റ്റാണ്. പുതിയതിനെയെല്ലാം നിരാകരിച്ച്, വാതിലുകൾ അമർത്തിയടച്ച്."

പുഴുങ്ങിയ കടലയും തേങ്ങാപ്പൂളും വായിലേക്ക് ചെലുത്തി വിനയൻ തിരിഞ്ഞുനോക്കി.

"ഇത്തവണ നമുക്കൊരു വെക്കേഷൻ ടൂർ വേണം. വീട്, നാട്, കൂട്ടുകാർ, വയലും ദേവീക്ഷേത്രവുമൊന്നും ഇന്ന് നിന്നിലില്ലേ?"

"മറ്റെന്താണുള്ളത്? ഒരു വലിയ കയറ്റം കയറിയാണ് ഞങ്ങൾ അമ്പലത്തിലേക്ക് പോയിരുന്നത്. പിന്നെ ആ കയറ്റത്തിൽ മുപ്പത്താറാം നമ്പർ കള്ളുഷാപ്പ് വന്നു. ഞങ്ങൾക്ക് ആ വഴി മറക്കേണ്ടിവന്നു. ഒരുപാട് മറവികളാണല്ലോ ജീവിതം, ഇല്ലേ?"

ഇത്തവണയും അവൾ മാത്രമാണ് ചിരിച്ചത്.

ഒട്ടുകഴിഞ്ഞ് മകൾ പറഞ്ഞു.

"എനിക്ക് അച്ഛനും അമ്മയും പഠിച്ച സ്കൂളും കോളേജുമൊക്കെ കാണണം. അച്ഛൻ നീന്തിയ കുളം. അമ്മ വളർന്ന വീട്."

"ഒക്കെ ഉണ്ടോ അവിടെ?" അവൾ ചോദിച്ചു.

"ഞങ്ങളിവിടെ വരുമ്പോൾ ദാ, ഇവിടൊക്കെ വയലായിരുന്നു. കണ്ണെത്തുംവരെ തെങ്ങിൻതോപ്പായിരുന്നു. രണ്ടു ജീവിതങ്ങളുടെ ഉടമകളായിരിക്കുക എന്ന ദുര്യോഗം ഞങ്ങൾക്കുണ്ട് മോളേ. നിന്റെ അച്ഛനും എനിക്കും."

വിനയൻ മിണ്ടിയില്ല. മെല്ലെ ഇരുളിലേക്ക് കണ്ണോടിച്ച്, വെറുതെ ചിന്തിച്ച്. രാത്രിയിൽ ചപ്പാത്തി വിളമ്പുമ്പോൾ അവൾ പറഞ്ഞു:

"യാത്ര മാറ്റിവെക്കണമെന്നില്ല. പോയി വരൂ. പക്ഷേ, എന്നെ ഒഴിവാക്കണം. എന്റേതായ ഒന്നുമില്ലാത്ത ഒരിടത്തേക്ക് ഞാനെന്തിന് വരണം?"

മകൾ മിണ്ടാതെ തലകുനിച്ചിരുന്നു. അച്ഛനും.

അവൾ തുടർന്നു:

“അമ്മയുടെ സ്നേഹങ്ങളെല്ലാം സ്ഥിരമാണ്. ഈ നെറ്റടിച്ച ജനാലകൾ. കൊതുകുവിരിയിട്ട കിടക്കകൾ. നിറം മങ്ങിയ ഈ വീട്. നിന്റെ അച്ഛൻ. നീ. ഒരമ്മയ്ക്ക് ഇതൊക്കെ മതി.”

ഒരുപാട് ഇഷ്ടത്തോടെ അവൾ പിന്നെയും ചൂണ്ടിക്കാട്ടി. അടഞ്ഞ ജനാലകൾ. വെച്ചിടത്ത് തന്നെയിരിക്കുന്ന വസ്തുക്കൾ. ഒരേ നിറത്തിൽ നിലനിർത്തിയ കർട്ടനുകളുടെ പാതിവ്രത്യശുദ്ധി.

നൂൽപ്പാലം

രാവിലെ ഓഫീസിലേക്കിറങ്ങുമ്പോൾ വൈകിട്ട് അനിലിനെ ഒന്നു കാണണമെന്ന് കരുതിയിരുന്നു. അവന്റെ ഭാര്യ മരിച്ച വിവരം എസ് എം എസായി മൊബൈലിൽ കിടന്നു വിറച്ചപ്പോൾ ഭദ്രയെ വിളിക്കാൻ തോന്നി. തിടുക്കത്തിൽ പടികൾ ഓടിയിറങ്ങുമ്പോൾ കാലിടറി. എതിരെ വന്ന രഘുവിന്റെ തോളത്തിടിച്ചു. അവന്റെ കൈയിലെ ട്രേയിലിരുന്ന കാപ്പി ചിതറി. ഭദ്ര പറയുന്നതാണ് ശരി. താനെത്ര വേഗം തുളുമ്പിപ്പോകുന്നു. കണ്ണാടിജാലകത്തിന്റെ കർട്ടൻ തെറുത്തുവച്ച്, ചൂടായിത്തുടങ്ങുന്ന ചില്ലിൽ മുഖം ചേർത്ത്, രമേശൻ ഭദ്രയെ വിളിച്ചു. ഒടുവിൽ അവളുടെ ശബ്ദം കേട്ടുതുടങ്ങിയപ്പോൾ രമേശന് മൂർച്ഛ അനുഭവപ്പെട്ടു. അയാൾക്ക് അവരുടെ കിടപ്പുമുറി ഓർമ്മ വന്നു. അതിന്റെ തണുപ്പും രഹസ്യങ്ങളും ഭദ്രയുടെ കുറുകലുകളും. ചില്ലിൽ മുഖം ചേർത്തുവച്ച് രമേശൻ ചിരിച്ചു. ജീവിതം എത്ര സുന്ദരമാണ്!

അനിലിന്റെ മുഖത്ത് കാർമേഘങ്ങളുണ്ടായിരുന്നു. ഭാര്യ മരിക്കുമ്പോൾ ഭർത്താവിനുമുണ്ട് വൈധവ്യം. അവന്റെ ദുഃഖത്തിന്റെ ആഴങ്ങളിലേക്ക് കടക്കാൻ തനിക്കാവില്ലെന്ന് രമേശനു തോന്നി. അവന് എന്തൊക്കെ ഓർക്കാനുണ്ടാവും. ഏറെ മൗനത്തിനുശേഷം ഇറങ്ങുമ്പോൾ അനിൽ വാതിൽപ്പടിവരെ വന്നു. കരച്ചിലിന്റെ ഇടർച്ചയോടെ താങ്ക്സ് പറഞ്ഞു. മരണത്തിലേക്ക് കടന്നുചെല്ലാൻ തനിക്കാവില്ലെന്ന് രമേശന് വീണ്ടും തോന്നി. ബസ് കാത്തുനില്ക്കുമ്പോഴും അതിന്റെ മ്ലാനതയിലായിരുന്നു. ആ നേരത്താണ് അബുവിന്റെ ആദ്യത്തെ വിളി വന്നത്. സഹമുറിയന്മാരിൽ ഒരുവനാണ്. അവനെക്കുറിച്ച് എങ്ങനെ പറഞ്ഞു തുടങ്ങണമെന്നറിയില്ല. കായലരികത്ത് വലയെറിഞ്ഞ് വള കിലുക്കിയ സുന്ദരിയുടെ ആരാധകൻ. ചന്ദ്രികാ സോപ്പിന്റെയും കാരാവടയുടെയും ആരാധകൻ. വോഡ്ക്കയുടെയും ഉണക്കമീനിന്റെയും ആരാധകൻ.

"ങ്ങക്കൊര് സർപ്രൈസുണ്ടപ്പാ." അവൻ പറഞ്ഞു. "നേരം കളയാതെ വേം പോന്നോളി."

അവന്റെ കൂട്ടുകാരിലാരോ വന്നിരിക്കും. എങ്കിലിന്ന് ശിവരാത്രിയാണ്. പാട്ടും കച്ചേരിയും കൊട്ടും താളവും. രാത്രി ചോരുന്നതറിയില്ല. അതിപ്രഭാതങ്ങളിലേക്കു നോക്കി ഉഷസ്സേ, നീയെന്നെ വിളിക്കുകില്ലെങ്കിൽ പാടുക! അതൊരു അനുഭവമാണ്. ഒറ്റയാൻ ജീവിതത്തിന്റെ ഇത്തരം പിടിച്ചടക്കലുകൾ ഏറെ ഇഷ്ടപ്പെടുന്ന ഒരുവനാണ് രമേശൻ. കല്ലുകടി വരുന്നത് ഒറ്റക്കാര്യത്തിലാണ്. രാത്രി ഭക്ഷണത്തിന്റെ പാഴ്സൽ! അതിലെ തവിട്ടുനിറമുള്ള എണ്ണമയം കാണുമ്പോൾ അസഭ്യമായതെന്തോ തന്നിൽ നടക്കുന്നതുപോലെ രമേശനു തോന്നും. കുറേക്കൂടി വ്യക്തമായി പറഞ്ഞാൽ അതിലൊരു അസാന്മാർഗ്ഗികതയുണ്ട്. വേശ്യാത്വം. ഏതോ സിനിമയുടെ തികട്ടലാണെന്നാണ് അബു പറയുക. ആവാം. പക്ഷേ, രമേശന് അത്രമാത്രം വയ്യ.

താമസസ്ഥലത്ത് എത്തുന്നതിനകം അബു ഒരുപാട് തവണ വിളിച്ചു. അവന്റെ സമനില നഷ്ടപ്പെട്ടപോലുള്ള വിളി രമേശനെ ഒരിക്കൽ അരിശം കൊള്ളിക്കുകപോലുമുണ്ടായി. എന്തു മാങ്ങാത്തൊലിയാണ്. ചെന്നുകയറുമ്പോൾ മുറ്റത്ത് സൈമന്റെയും ബെന്നിയുടെയും ബൈക്കുകളുണ്ട്. ഭേദപ്പെട്ട കുടിയന്മാരാണ് ഇരുവരും. പോരെങ്കിൽ അകത്ത് മസാല മണക്കുന്നുണ്ട്. വറവുമണമുണ്ട്. ചില പാട്ടുകളും. ഈ പൂക്കാമരത്തില്.....

"ങ്ങളെന്ത് മനുഷനപ്പാ."

അബ്ദു സ്റ്റീൽതവിയുമായി അടുക്കളയിൽനിന്നോടി വന്നു.

"വിളിച്ച് വിളിച്ച് മനുഷേന്റെ തൊണ്ട കാറണ്."

സൈമനും ബെന്നിയും മൂന്നിലോ നാലിലോ എത്തിയെന്നു തോന്നുന്നു. ഐസ് ബക്കറ്റുണ്ട് ഡൈനിങ് ടേബിളിന്റെ പുറത്ത്. എണ്ണ കിനിയുന്ന അച്ചാറിന്റെ വിനാഗിരി മണം.

ഷേക് ഹാൻഡ് കഴിഞ്ഞപ്പോൾ രമേശൻ പറഞ്ഞു:

"നടക്കട്ടെ. ഞാനൊന്നു മേൽകഴുകി ദാ വന്നു."

മുറിയിലേക്കു കയറി ഷർട്ടഴിച്ചപ്പോൾ ഒരു വേനൽച്ചൂടത്രയും ഒരുമിച്ചുപൊട്ടിയപോലെ ശരീരത്തിൽനിന്ന് ചൂട് പൊന്തി. രമേശൻ ഒരു സിഗററ്റ് കത്തിച്ചു.

കടിച്ചുപറിക്കുന്ന ഒരു മന്ദഹാസവുമായി അബു കയറിവന്നു.

"ങ്ങക്കൊര് അൽബുതം കാണണാ?"

"എന്ത് അൽബുദം?"

"ഒക്കേണ്ട് ചങ്ങായി. വരീ."

രമേശൻ സിഗററ്റ് പുറത്തേക്കെറിഞ്ഞു. തെക്കേയറ്റത്തെ അടച്ചിട്ട മുറി അബു നാടകീയമായി തുറന്നു. തൂക്കാതെയും വാരാതെയും അവിടമാകെ അടുത്ത പറമ്പിലെ പൂവരശിൻ പൂക്കൾ ഉണങ്ങിക്കിടക്കുകയാണ്. രമേശന്റെ വിരലറ്റം പിടിച്ച് അബു ഓടി.

"നോക്കപ്പാ."

അരണ്ട വെളിച്ചത്തിൽ തുണിസ്റ്റാന്റിൽ ഒരു ബുർഖ കണ്ടു. വെളുത്ത കൈത്തണ്ടയിൽ ചുവന്ന ഭൂപടം വരഞ്ഞപോലെ മൈലാഞ്ചി ച്ചോപ്പ്. ഒരു പതിനാലാം രാവ് ഉള്ളിലെങ്ങോ ഉടഞ്ഞുവീണു.

“ന്റെ കെട്ട്യോളാന്നാ പൊറത്ത് പറഞ്ഞീക്ക്ണ്. ഓള് ഉമ്മച്ചിയൊ ന്നുല്ല ട്ടാ. അസ്സല് നായരുട്ടി. പാവപ്പെട്ടോരാ. പടിക്കാൻ പാങ്ങില്ലാഞ്ഞിറ്റ് എറങ്ങീതാ.”

രമേശൻ പിടഞ്ഞോടി.

“ടാ നായിന്റെ മോനേ കോളേജ്കുട്ട്യാടാ.”

അബു പിന്നിലെങ്ങോ നിന്ന് പറഞ്ഞു.

നിലാവ് പരന്ന വഴിയിലൂടെ രമേശൻ ഓടി. വേലികൾ എടുത്തു ചാടിക്കൊണ്ട്.

ഖരം

ഇമൽഡയുടെ പ്രണയം എപ്പോഴും കഷണം കഷണങ്ങളായാണ് സാക്ഷാൽക്കരിക്കപ്പെടുക. അഥവാ സൈക്കഡെലിക് കാഴ്ചകളായിരുന്നു ഇമൽഡയ്ക്ക് പ്രണയം. ഗിൽബർട്ടിന്റെ രോമം നിറഞ്ഞ കൈത്തണ്ട. പ്രണയഭാവമുള്ള വിരലുകൾ. ഗിൽബർട്ടിൽ പ്രണയിക്കാൻ പിന്നെയും എന്തൊക്കെ ബാക്കിയായിരുന്നു. പ്രത്യേകിച്ച് കണ്ണുകൾ. അതയാൾ സ്വയം പലപ്പോഴും ഇമൽഡയോട് ആവശ്യപ്പെടാറുമുണ്ട്. പക്ഷേ, മറ്റു പല സ്ത്രീകളും കാമിച്ച അയാളുടെ കണ്ണുകളെ അവൾ പ്രതികാരത്തോടെ ഉപേക്ഷിച്ചു. അയാളുടെ കണ്ണുകളിൽ ഒരിക്കലും ഇമൽഡയ്ക്ക് പ്രണയം കണ്ടെത്താനായില്ല. മറിച്ച്, ഗിൽബർട്ടിന്റെ രോമം നിറഞ്ഞ പുരുഷകൈത്തണ്ട തലോടുമ്പോൾ അവളുടെ മനസ്സിലുണ്ടാവുക മിനി സ്ക്രീനിൽ കണ്ട റെഡ് ഇന്ത്യൻ മുഖവും ചുളിവുകൾ വീണ കൺതടങ്ങളുമായിരുന്നു. റെഡ് ഇന്ത്യനെ എങ്ങനെയാണ് മലയാളീകരിക്കുക? ചെന്നിന്ത്യനെന്നോ? ചുവപ്പിന്ത്യനെന്നും? ഗിൽബർട്ടിന്റെ കൈത്തണ്ടയിലൂടെ ഇമൽഡ റെഡ് ഇന്ത്യനിലേക്ക് ഒരു പാത തുറന്നിട്ടു. റെഡ് ഇന്ത്യനിൽ ഇമൽഡയ്ക്ക് ആകെക്കൂടി വെറുക്കാൻ തോന്നിയത് അയാളുടെ മഞ്ഞപ്പല്ലുകൾ മാത്രമാണ്. അത് തീർച്ചയായും കാല്പനികമായിരുന്നില്ല. പക്ഷേ, അയാളുടെ ചിരിയിലെയും നോക്കിലെയും വാത്സല്യം ഇമൽഡയ്ക്ക് പ്രണയത്തിന്റെ സാന്ദ്രമായ വേദനപോലായിരുന്നു വേദന. ഇമൽഡ മന്ദഹസിച്ചു.

ഇമൽഡയുടെ സങ്കല്പങ്ങൾ എപ്പോഴും അങ്ങനൊക്കെയാണ്. വീടിനെക്കുറിച്ചല്ല അവൾ പറയുക. വീടിന്റെയും ഗേറ്റിന്റെയും പത്തടി ദൂരത്തിൽ നട്ടുവളർത്തേണ്ട ഒരുവേനൽമരത്തെക്കുറിച്ചാവും. നിറയെ ചുവന്ന പൂക്കൾ. അതങ്ങനെ കണ്ണുകളെ വേദനിപ്പിക്കണം. പ്രണയം പൂക്കളിലു

ടാണ് വരിക. ഒരുപക്ഷേ, സംഗീതവും, ഇല്ലേ? ഗിൽബർട്ട് വിഷാദത്തോടെ തലകുലുക്കി. പിന്നെയവൾ സംസാരിച്ചത് അതിരുകളിൽ നട്ടുപിടിപ്പിക്കേണ്ട ചെടികളെക്കുറിച്ചാണ്. മെലിഞ്ഞ ഉടലും ഉയർന്ന് ചില്ലറ ചില്ലകളും വീശുന്ന മൗനിയായ ചില മരങ്ങളുണ്ട്. ഇളം വയലറ്റുപൂക്കളാണ് അതിലുണ്ടാവുക. നമ്മുടെ അതിരുകളിൽ നിറയെ മൗനത്തിന്റെ വയലറ്റു പൂക്കളാണുണ്ടാവുക. വയലറ്റുപൂക്കൾകൊണ്ട് നമുക്കൊരു വേലി കെട്ടാം.

അവളുടെ ശബ്ദം വല്ലാതെ വീണുപോയി അത് പറയുമ്പോൾ. കണ്ണീരിന്റെ തിളക്കത്തോടെ അവൾ ഗിൽബർട്ടിനോടായി പറഞ്ഞു.

“മരങ്ങൾക്കിടയിൽ കാറ്റ് മാത്രമേയുള്ളൂ. മറ്റൊന്നുമുണ്ടാവില്ല.”

ഗിൽബർട്ട് അവളെ നെഞ്ചോടുചേർത്ത് മിണ്ടാതെയിരുന്നു.

“മുമ്പ് ഞാൻ വളരെ മൗനിയായ ഒരു പെൺകുട്ടിയായിരുന്നു. ഒരു പ്രണയത്തിന്റെ വ്യാപ്തിയും നഷ്ടവും എനിക്കറിയുമായിരുന്നില്ല.”

ഗിൽബർട്ട് അവളുടെ മുടിയിഴകളിൽ തലോടി.

“ഗിൽബർട്ട്, അതുകൊണ്ട് എനിക്കൊരു ആന്റി ഹീറോയും പ്രണയകഥകളുമില്ല. അതൊരു തെറ്റാണോ?”

ഗിൽബർട്ട് മെല്ലെയൊന്ന് പിടഞ്ഞു. മതി, മതിയെന്നയാൾ നിശ്ശബ്ദനായി പറയുന്നത് ഇമൽഡ കേട്ടു. പക്ഷേ, നിന്റെ പ്രണയങ്ങളോട് പകരം വീട്ടാതിരിക്കാൻ എനിക്കാവില്ല. ഇമൽഡ പറഞ്ഞു.

“ഇനി ഞാൻ വരുമ്പോൾ എനിക്കൊരുപാട് ആന്റി ഹീറോകളുണ്ടാവും. പ്രണയകഥകളുണ്ടാവും. വല്ലാതെ വേദനിപ്പിച്ചുകൊണ്ടാണ് ഞാൻ നിന്നിൽ സ്ഥാനം നേടുക. അപരന്മാരുടെ മുറിവുകൾ, പ്രണയത്തകർച്ചകൾ.”

ഗിൽബർട്ടിൽ ഒരു നടുക്കമുണ്ടായി.

“ഞാൻ സുധാവാര്യരെ വിളിക്കാൻ പോവുകയാണ്.”

അയാൾ പറഞ്ഞു.

“എന്നെ തളയ്ക്കാൻ?”

“അതെ.”

അയാളുടെ ഒച്ചയിടറി.

“നീ അതിരുകളില്ലാതാണൊഴുകുന്നത്. അതെനിക്ക് വേദനയാണ്.”

ഇമൽഡ ചിരിച്ചു. വയറുവേദനിക്കും വരെ.

“നിനക്കെന്നെ നഷ്ടപ്പെടുമെന്ന ഭയമല്ലേ? എന്റെ പ്രണയത്തെ തടുത്തുനിർത്താനും അതിന്റെ മറുപടി തരാനും നീ സന്നദ്ധനാവാത്തിടത്തോളം, ഗിൽബർട്ട്സ നിനക്കത് നഷ്പ്പെട്ടുകൊണ്ടിരിക്കും.”

സുധാവാര്യരെ കാണുമ്പോൾ അവരുടെ വെളുത്ത കവിളുകൾ ചൂണ്ടുവിരൽകൊണ്ട് തൊട്ടുതൊട്ടിരിക്കാൻ തോന്നും ഇമൽഡയ്ക്ക്. മറ്റൊന്നിനുമുള്ള ഒരു മറുപടിയായിരുന്നില്ല സുധാവാര്യർ. സുധാവാര്യരുടെ ഫ്ളാറ്റിന്റെ ജനാലകളിലൂടെ നോക്കിയിരുന്നാൽ കാണാവുന്ന സായാഹ്നത്തിന്റെ മരങ്ങൾ അവളെ ഒരിക്കലും സാന്ത്വനപ്പെടുത്തിയിട്ടില്ല.

"നമ്മൾ കൊല്ലത്താണ് വീട് വാങ്ങുക." ഗിൽബർട്ട് പറഞ്ഞു.

"രമേശൻ സാറിനെയാണ് നിനക്കവിടെ സുഹൃത്തായി കിട്ടുക."

"അയാളെന്നെ പ്രണയിക്കാൻ വന്നാലോ?"

ഇമൽഡ ചോദിച്ചു.

"ഏയ്, ഒരിക്കലുമില്ല."

"ഞാനങ്ങോട്ടുകേറി പ്രണയിക്കില്ലേ?"

"നിനക്കൊപ്പം ഞാനുള്ളപ്പോഴോ? സാറിന്റെ ഭാര്യ നിനക്കൊപ്പം നിലാവത്ത് നടക്കാനും മരങ്ങൾക്കിടയിലെ കാറ്റിനെ അറിയാനും വരും. അവരൊരു പഴയ എഴുത്തുകാരിയാണ്."

"പക്ഷേ, എനിക്ക് വേണ്ടുന്ന മറുപടികൾ സുധാവാര്യരും ഒരു പഴയ എഴുത്തുകാരിയുമല്ലല്ലോ."

ഇമൽഡയുടെ ഒച്ച താഴ്ന്നിരുന്നു. ഗിൽബർട്ടിന്റെ മുഖത്ത് ഇരുൾ വീണു. എന്താണ് പറയുക? വേദനയുടെ കയങ്ങളെന്നോ? ഒരു വീടിനെ ച്ചൊല്ലിയുള്ള തർക്കം ഇരുവർക്കുമിടയിൽ എന്നും നിലനിന്നിരുന്നു. ഒരു വീട് ഗിൽബർട്ടിൽ ഊന്നലോടെ വളർന്നിരുന്നു. എല്ലാം അയാളിൽ ഒരു തരം സ്ഥായിഭാവത്തിലാണ് വളർന്നുവരാറ്.

ഇമൽഡ അവിടെയും മൂടില്ലാത്താളിയായി. അതുകൊണ്ടവൾ വീടെന്നത് ഗിൽബർട്ട് സ്നേഹിക്കാത്ത പട്ടണത്തിലാവണമെന്ന ശാഠ്യം പുലർത്തിക്കൊണ്ടിരുന്നു.

"കൊല്ലം അലസമായ ഒരു നഗരമാണ്." ഗിൽബർട്ട് പറയും. "നല്ല ഹോസ്പിറ്റലില്ല ഹോളിഡേ മൂഡില്ല. വരണ്ട ഒരു തമിഴ് പട്ടണത്തിന്റെ വേവും മണവും ഒച്ചയില്ലായ്മയും."

"കൊല്ലത്തെ വെയിൽ എനിക്കറിയാം" ഇമൽഡ തർക്കിച്ചു. "ആ വെയിലിലിരുന്നാണ് ഞാൻ സുരക്ഷിതത്വം അറിയുക. പ്രണയം അറിയുക. കൊല്ലത്തെ മഴ കണ്ടാണ് ഞാൻ വായിക്കുക. ഇവിടത്തെ മഴയെയും വെയിലിനെയും എനിക്കറിയില്ല."

"പക്ഷേ, അതൊന്നും നിന്നെ അറിയില്ലല്ലോ." പതാക നാട്ടുംമട്ടിൽ ഗിൽബർട്ട് പറഞ്ഞു.

"എനിക്കറിയാമല്ലോ." ഇമൽഡയുടെ ശബ്ദമടച്ചു. "എന്റെ അറിവുകളാണ് എന്റേത്." ഒട്ടുകഴിഞ്ഞ് ഇമൽഡ തുടർന്നു. "ഞാനിപ്പോഴും തങ്കശ്ശേരി കടപ്പുറം കണ്ടിട്ടില്ല. അവിടത്തെ ചീനവലകൾ. നിറങ്ങൾ കലങ്ങിപ്പോവുന്ന അസ്തമയം."

ഗിൽബർട്ട് മെല്ലെ അവളുടെ മൂർദ്ധാവിൽ ഉമ്മവെച്ചു.

"എനിക്കറിയാം."

അയാൾ മന്ത്രിച്ചു.

"എന്റെ വിരൽത്തുമ്പുപോലും ആരും പ്രണയിച്ചിട്ടില്ല. അനാഥമാണ് എന്റെ കണ്ണിമകൾ. എന്റെ കാൽവിരലുകൾപോലും അനുഭവങ്ങളിൽ നിന്ന് വേർതിരിക്കപ്പെട്ടവയാണ്."

ഇമൽഡ ഉദ്വോഗത്തോടെ ഗിൽബർട്ടിലേക്ക് തിരിഞ്ഞു. ഇതൊക്കെ

ആരാണ് ഏറ്റെടുക്കുക?

അവർക്കിടയിൽ എന്നും നിലനിന്ന ആ വേദന ഒരിക്കൽക്കൂടി ഇമൽഡയ്ക്ക് ഉന്നയിക്കേണ്ടിവരുമ്പോൾ ഗിൽബർട്ട് കൂടുതൽ കൂടുതൽ പഴകുകയും ഇമൽഡ കൂടുതൽ കൂടുതൽ പുതുതാവുകയും ചെയ്യുന്നു. പ്രണയമറിയാത്ത അവളുടെ ചെവികൾ, ചുണ്ടുകൾ, കഴുത്ത്. പാപം ചെയ്ത നിന്റെ ചെവികൾ, ചുണ്ടുകൾ, കഴുത്ത്.

നമ്മുടെ എല്ലാ സ്വകാര്യ നിമിഷങ്ങളിലും നീ ചൊല്ലാറുള്ള നിന്റെ കാമുകിയുടെ കവിത ഇപ്പോൾ കേൾക്കുന്നില്ലല്ലോ.

ഇമൽഡ മന്ദഹസിക്കുന്നുണ്ടായിരുന്നു. മെലിഞ്ഞുയർന്ന് ചില്ലറ ശാഖകളുയർത്തി. ഇളം വയലറ്റുപൂക്കളായി. പൂക്കളുടെ മൗനമായി.

പ്രണയത്തിന്റെ ആ ഖരാവസ്ഥ ആദ്യമായാണല്ലോ ഗിൽബർട്ട് തിരിച്ചറിഞ്ഞത്. അതുകൊണ്ടയാൾക്ക് ഇമൽഡയുടെ ഏത് മാനസികാവസ്ഥയ്ക്കും മുന്നിലെന്നപോലെ അപ്പോഴും തെല്ലുനേരം സ്തബ്ധനാവാനും വേദനിക്കാനും പിന്നെയും അവളിൽ തന്റെ ഇടം അന്വേഷിച്ച് അസ്വസ്ഥനാവാനും മാത്രമേ കഴിയുമായിരുന്നുള്ളൂ.

ഖരാവസ്ഥയിൽ പ്രണയം പാപം മാത്രമാകുന്നു.

ഇമൽഡ പൊട്ടിച്ചിരിച്ചു.

ബിഗ്ബസാർ

പച്ചസാരിയുടുത്ത് ബസ്സ്റ്റാന്റിൽ നില്ക്കുകയായിരുന്ന ഒരു സ്ത്രീയുടെ സാരി ഒരു പുരുഷൻ അഴിച്ചു. അവർ പാഞ്ചാലിയല്ലല്ലോ. അതിനാൽ സാരി വേഗം തീർന്നു. റിഡക്ഷനിൽ വാങ്ങിയ സാരിയായിരുന്നതിനാൽ അഞ്ച് മീറ്ററേ ഉണ്ടായിരുന്നുള്ളൂ. വിനായകന്റേതുപോലെ മടക്കുകൾ വീണ തന്റെ ശരീരം അങ്ങനെ നാട്ടുകാർ എഡിറ്റിങ്ങില്ലാതെ കാണുന്നത് വിചാരിച്ച് അവർക്ക് നാണംവന്നു. ആ നേരത്താണ് ബസ് വന്നത്. ഒറിഗാമി സൂത്രംപോലെ മടക്കുകളുള്ള സ്ത്രീയെ ഉപേക്ഷിച്ച് എല്ലാവരും ഉന്തിയും തള്ളിയും ബസിലോട്ടു കയറി. ബിഗ്ബസാർ കാണാൻ പോകുന്നപോക്കാണ്. ദേശം മൊത്തമുണ്ട്. അവിടെ ചെന്നാൽ എസ്കലേറ്ററിൽ കയറാം. ഐസ്ക്രീം കഴിക്കാം. കെ എസ് ആർ ടി സി നഷ്ടത്തിലാണെന്നല്ലേ മന്ത്രി പറയുന്നത്. ഒരു നേരമെങ്കിൽ ഒരുനേരം വണ്ടി ലാഭത്തിൽ ഒന്നോടട്ടെ.

യാത്ര നല്ല രസമായിരുന്നു. തിരിവെടുക്കുമ്പോൾ എല്ലാവരുംകൂടി ഇടത്തോട്ടുപോവും. നെഞ്ചിന്റെ ആളൽ ഒതുങ്ങുംമുമ്പേ പൊട്ടിച്ചിരിക്കം. മരച്ചില്ലകൾ അകത്തോട്ടുവരും. നല്ല മാങ്ങാമണം. പണ്ട് സ്കൂളിൽനിന്ന് കുളത്തുപ്പുഴ മലയിലേക്ക് എസ്കർഷൻ പോയത് ഓർത്തു ശ്രീദേവി ടീച്ചർ. അന്നാകെ മനസ്സിൽ നിറയെ നിറങ്ങളാണ്. എന്തിനോടും പ്രണയാനുഭൂതി. കുളത്തുപ്പുഴ മല ചവുട്ടിയപ്പോൾ ചേലേക്കോട്ടേത്ത് കുഞ്ഞിരാമൻ സഖാവിനെ ഓർത്തു. ടീച്ചർ തരളിതയായി.

"ടീച്ചറ് എറങ്ങുന്നില്യേ" എന്ന് കരീനാ എബ്രഹാം ചോദിച്ചതിൽപ്പിന്നെയാണ് ടീച്ചർക്ക് പരിസരബോധം വന്നത്. ബിഗ്ബസാറിന്റെ മുന്നിൽ പൂരത്തിന്റെ തിരക്ക്. മണ്ണ് നുള്ളിയിട്ടാൽ താഴെ വീഴില്ല. "അകത്തേക്ക് വരൂ." ഒരു സ്ത്രീശബ്ദം ലൗഡ്സ്പീക്കറിലൂടെ പഞ്ചസാര മുക്കിയുണ്ടാ

ക്കിയ കൊഞ്ചലോടെ ക്ഷണിച്ചു. നേരെ എസ്കലേറ്റർ. ടീച്ചർ ഓടിപ്പോയി. എസ്കലേറ്ററിൽ നിന്നു. ഊഞ്ഞാൽപ്പടിയിലിരുന്ന് ആയം തള്ളുംപോലെ അടിവയറ്റിൽ തണുപ്പിന്റെ ഒരാളൽ. മിനുങ്ങുന്ന തറയിൽ കാൽ വച്ചപ്പോൾ കുളിരുന്നതുപോലെ തോന്നി. സ്വർണ്ണനിറത്തിലെ സാൻഡൽ സോപ്പ് അടുക്കിയതിനുമുന്നിൽ വർണ്ണക്കുടകൾ നിവർത്തു മലർത്തിവച്ച് കടുംനിറങ്ങളിലെ അടിവസ്ത്രങ്ങൾ നിറച്ചിരിക്കുന്നു. എന്തോരം നിറം! മേഘനീലം. കിളിപ്പച്ച, കരയാമ്പൂനിറം, കരീന ഒരു കുട അടിവസ്ത്രവുമായി താഴേക്കിറങ്ങി. ബില്ലിടുന്ന സ്ഥലത്തെത്തിയപ്പോൾ അതിന് ഓഫറും വീണു. "എന്റമ്മച്ചീ!" അമ്പതുരൂപയ്ക്ക് പത്തമ്പത് ബ്രേസിയറും പാന്റീസും. ചെറുക്കനും വേണം കുറെ. കരീന പറഞ്ഞു. "ട്രെയിനേലൊക്കെ കേറി പോണതല്ലേ. സ്ക്വാഡ് വരുമ്പോ വെള്ളത്തേലോട്ട് ചാടാനൊള്ളതാ. അവന്റെ ഷഡ്ഡീടെ നെറം കണ്ടിട്ട് ടി വിക്കാരന്മാര് ഓടണം."

കരീന എസ്കലേറ്ററിനു മുന്നിലേക്ക് ഓടി.

ശ്രീദേവിടീച്ചറും പെറുക്കിയെടുത്തു കുറെ. അപ്പോൾ വീട്ടിലൊക്കെ ആൾക്കാര് വന്നു കൊലപാതകം നടത്തുന്ന കാലമല്ലേ? തലയ്ക്ക് അടി കൊണ്ട് ചത്തുകിടക്കുമ്പോൾ ഇത്രയും കളർ സെൻസില്ലാത്ത ഒരു ടീച്ചർ എന്ന് കാഴ്ചക്കാർക്ക് തോന്നരുത്. തിരികെ ഇറങ്ങിവരുമ്പോൾ തൊട്ടപ്പുറത്ത് ബീഡി, സിഗരറ്റ്, നാരങ്ങാവെള്ളം വിറ്റിരുന്നവർ വാതില്ക്കൽ മുല്ലമാല വില്ക്കാൻ ഇരിക്കുന്നത് കണ്ടു.

"കട പൂട്ടിയോ?"

ടീച്ചർ ചോദിച്ചു.

"ഇതാ ലാഭം. പൂ തെകയുന്നില്ല. എല്ലാവർക്കും വേണം പൂ. ഞാനെവിടെ പോവാനാ."

"കൊറച്ച് വരുത്തിക്കൂടെ?"

"തോവാളേ പറഞ്ഞിട്ടൊണ്ട്."

മുല്ലമാലക്കെട്ടും കൊണ്ട് ഇറങ്ങിവരുമ്പോൾ ഒരു ജാഥപോവുകയാണ്. പഠിപ്പിച്ച പിള്ളേരൊക്കെയുണ്ട്.

"ടീച്ചറേ കൂടുന്നോ?"

ഒരുവൻ ചോദിച്ചു

"ഏത് പാർട്ടീടതാ?"

"ബഹുജന സമരാ ടീച്ചറേ."

"എന്താ കാര്യം?"

"അതൊന്നുമറിയില്ല. സെക്രട്ടറിയറ്റീ ചെല്ലുമ്പോ പൊലീസിനിട്ട് വീക്കണം. അവന്മാര് ഇങ്ങോട്ടും തരും. അത് ഭാഗ്യംപോലിരിക്കും. ടി വിക്കാരൊക്കെ കാണുമേ."

"ഓ ഞാനില്ല."

ബസും കാറുകളും റോഡിൽ സ്തംഭിച്ചുകിടക്കുകയാണ്. ബസ് സ്തംഭിച്ചത് ടീച്ചറിന് ഇഷ്ടമായില്ല. കാറുകൾ സ്തംഭിച്ചതുകണ്ട് ടീച്ചർ

പൊട്ടിച്ചിരിച്ചു. ചന്തിപൊങ്ങിയ ഒരു സാൻട്രോയുടെ പരന്ന മുലയ്ക്കിട്ട് ടീച്ചറൊരു വീക്ക്വീക്കി. പിള്ളേർ കൂവി. കാറുകാരെല്ലാം തലവലിച്ചു. ഗ്ലാസ് ഉയർത്തി. അവർക്ക് തെറി പറയാനറിയില്ലായിരിക്കും. സന്മാർഗ്ഗ ജീവികൾ. പോരെങ്കിൽ പഠിച്ചതെല്ലാം ഇംഗ്ലീഷും.

വളവിൽ സെക്കൻഡ് ഹാൻഡ് പുസ്തകം വില്ക്കുന്നിടത്ത് ടീച്ചർ കുത്തിയിരുന്ന് പരതി. വത്സലയുടെ *നെല്ലാണ്* ടീച്ചറിന് വേണ്ടത്.

"നെല്ലൊക്കെ ഇപ്പ നഷ്ടാ."

വില്പനക്കാരൻ പറഞ്ഞു.

"രണ്ടാംവെതയ്ക്കൊള്ള ഫാക്ടംഫോസൊന്നും കിട്ടാനില്ല."

ടീച്ചർ തലകുലുക്കി.

"ഞാൻ ഏലായൊക്കെ നെകത്തി റബ്ബറ് വെച്ചു."

"കഷ്ടായിപ്പോയി." ടീച്ചറിന് സങ്കടം വന്നു. "വീടായാ കൊറച്ച് നെല്ലും വെതേം ഒക്കെ വേണം."

"കെ ആർ മീരേടേം രേഖേടേം ഒക്കെ പുസ്തകമൊണ്ട്. വേണോ?"

ഏറെയും നിരന്ന കണക്ക് പുസ്തകങ്ങൾ നോക്കി ടീച്ചർ ചില ഇക്വേഷൻസ് ഓർക്കാൻ നോക്കി. അപ്പോൾ വടക്കുന്ന് ഒരു ഓട്ടോ ഓടി വന്നു.

"ഓട്ടോ അങ്ങട് പൂവില്യാ. മൂടോടെ സമരാ അബടെ." ഓട്ടോക്കാരൻ വടക്കൻ ചുവയിൽ പറഞ്ഞു. "മണക്കാട് വഴിയാച്ചാ ഞാൻ വിടാം."

ആ വഴി ടീച്ചർക്കിഷ്ടമാണ്. ചെന്തമിഴ് കലങ്ങൾ നിരത്തിവച്ച ഒരു പട്ടിണിവഴി. നിരത്തിനാകെ തമിഴ് മണമാണ്. ചെട്ടിച്ചി, ചേമന്തി, ജമന്തി, വഴിയോരത്തിരുന്ന് വിസർജ്ജിക്കുന്ന തമിഴ് കുട്ടികൾ. പാത തീരുന്നിടത്ത് വെല്ലച്ചായ വില്ക്കുന്ന ഒരു തമിഴന്റെ കടയുണ്ട്. അയാൾ ഉത്തപുരത്തെ ഒതു തോട്ടിയാവാനാണ് സാദ്ധ്യത. അത്ര ലക്ഷണമൊത്ത അടിമബോധം.

"വെല്ലച്ചായ കൊടുക്കുന്നിടത്ത് നിർത്തിക്കോ." ടീച്ചർ പറഞ്ഞു.

"എനിക്കൊരു വെല്ലച്ചായ കുടിക്കണം."

"എനക്കും." ഓട്ടോക്കാരൻ പറഞ്ഞു.

"നിങ്ങള് നായനാര്ട് നാട്ടുകാരനാ?"

"കല്യാശ്ശേരി സ്കൂളിലല്ലേന്നും നമ്മള് പടിച്ച്."

വെല്ലച്ചായക്കടയുടെ തിണ്ണയ്ക്ക് പനങ്കരിക്കിന്റെ വലിയ കെട്ടുകൾ കിടക്കുന്നുണ്ടായിരുന്നു പനങ്കാപ്പിയിൽ പാൽ പകരുമ്പോഴുള്ള കറുപ്പ് കലർന്ന തെളിമ ടീച്ചറിന് ഇഷ്ടമായിരുന്നു. ശർക്കര വേവുന്നതിന്റെ മണമറിഞ്ഞ് നീലച്ചിറകുള്ള ഈച്ചകൾ കെട്ടുകളിൽ വന്നിരുന്ന് കുറുകി.

"എനിക്ക് ഇവിടെയിരുന്ന് മരിച്ചാമതി." ടീച്ചർ ചിരിച്ചു. "നല്ല മയപ്പെട്ട മരണം. ശർക്കരേടെ മണോം പനന്തേങ്ങേടെ ലഹരീം. കർക്കടകത്തീ അട വേവിക്കുന്നമാതിരിയുണ്ടാവും."

മല്ലാക്ഷീമണിമാരിൽ എന്നൊരു പഴയ സിനിമാപ്പാട്ടും പാടി ടീച്ചർ ഓട്ടോയിൽ കയറി. അതിന്റെ രചന ഒ എൻ വിയല്ലേ എന്നൊരു സംശയവും വന്നു. സ്കൂൾ വിട്ടതിൽപ്പിന്നെ ഒന്നിലും ശ്രദ്ധയില്ലാതായി.

പണ്ടൊക്കെ പാട്ടിന്റെ ബാക്ക് ഗ്രൗണ്ട് മ്യൂസിക് കേട്ടാൽ പറയും രചന, സംഗീതം.

ഓട്ടോ ജങ്ഷന്റെ വളവിലെത്തിയപ്പോൾ ടീച്ചർ തല പുറത്തേക്കിട്ടു. പച്ചസാരിയുടുത്ത സ്ത്രീയുടെ പൊടി പോലുമില്ല. അങ്ങനെയൊന്നു സംഭവിച്ച ലക്ഷണവുമില്ല. എനിക്ക് വോട്ടുതരൂ എന്ന് പറയുന്ന ഒരു റിയാലിറ്റിഷോ പെൺകുട്ടിയുടെ മുട്ടൻപടം മാത്രമുണ്ട് ബസ്സ്റ്റാന്റിൽ. പച്ച സാരിക്കാരി വീട്ടിൽപോയി ഐ പി എല്ലിന്റെ ക്രിക്കറ്റ് കാണുകയായിരിക്കും. മൊബൈലിലെ ചോദ്യോത്തരപരിപാടിയിൽ പങ്കെടുത്ത് സമ്മാനവും അടിക്കാം.

ഇറങ്ങുമ്പോൾ ഓട്ടോക്കാരൻ തിരക്ക് കൂട്ടി.

“വേഗം എറങ്ങിക്കോളീ. പന്ത്രണ്ടരയ്ക്ക് ചന്ദ്രശേഖരൻനായർ സ്റ്റേഡിയത്തേലിട്ട് ഒരുത്തനെ വെട്ടീം കുത്തീം കൊല്ലണ ലൈവുണ്ട്. 100 ന്റെ ടിക്കറ്റാ എടുത്തേക്കുന്നെ.”

ഗേറ്റിന്റെ കുറ്റിയെടുക്കുമ്പോൾ വടക്കതിലെ മാലതി ഓടി വരുന്നതുകണ്ടു.

“ടീച്ചറേ പോരുന്നോ, ശിവന്റമ്പലത്തീ ആനേ കൊണ്ടന്നിരിക്കുന്നു. ടീ വിക്കാരൊക്കെയുണ്ട്. ഭാഗ്യമൊണ്ടേൽ ആന നമുക്കും തരും ഓരോ ചവിട്ട്.”

“എനിക്ക് വേറെ ഇത്തിരി പണിയുണ്ട് മാലതി നടന്നോ.”

മാലതിക്ക് ക്ലൂ കൊടുക്കാതെ ടീച്ചർ വേഗം അകത്തേക്ക് നടന്നു. പറമ്പിൽനിന്ന് പ്ലാവിലപെറുക്കി കുറച്ച് വെള്ളം ചൂടാക്കി നന്നായൊന്ന് കുളിച്ചു. നീലനിറത്തിലെ ഒരു സാരിയാണ് ടീച്ചർ തെരഞ്ഞെടുത്തത്. താമരയിലയിൽ പൊതിഞ്ഞുവച്ചിരുന്ന മുല്ലപ്പൂ എടുത്തു ചൂടി. നെക്ലെസും വളകളും അണിഞ്ഞു. പൊട്ടുകുത്തി. മൊബൈലെടുത്ത് കൈയിൽ പിടിച്ചു. കുതിയുയർന്ന ചെരിപ്പിട്ടു. ടി വിക്ക് അഭിമുഖമായിരുന്ന് ചാനൽ തുറന്നു. മുന്നിലെ ചാരുകസേര ഒരു തടസ്സമാവുമോ എന്നു തോന്നിയപ്പോൾ നിരക്കി പുറത്തിട്ടു വെട്ടുകൊള്ളുമ്പോൾ മുന്നിലേക്ക് കമിഴ്ന്നു വീഴാം. മരണപ്പിടച്ചിലിൽ ചെറുതായൊന്നു മലരാം. നീല ബ്രേസിയറിന്റെ നാല് സ്ട്രാപ്പും പുറത്തു കാണണം. ടീച്ചറ് ആള് കൊള്ളാമല്ലോ സാനിയാ മിർസയാ അകത്ത് എന്ന് തോന്നണം. മതി. ഇടയ്ക്ക് മൂത്രശങ്ക തോന്നാതിരുന്നാൽ മതി. പ്രമേഹമുണ്ട്. ഇത്തിരീശ്ശെ.

സേതുലക്ഷ്മിക്ക്

സേതുലക്ഷ്മിയുടെ വീട്ടിലേക്കുള്ള എന്റെ യാത്രാതീരുമാനം അത്രയൊന്നും യാദൃച്ഛികമായിരുന്നില്ല. എത്രയോ നാളായി ഞാനങ്ങനെയൊരു യാത്രയ്ക്ക് പദ്ധതിയിട്ടുകൊണ്ടിരിക്കുന്നു. സേതുലക്ഷ്മിയെയും അവളുടെ അച്ഛനമ്മമാരെയും സന്ദർശിച്ച് സൗഹൃദവും സ്നേഹവും പങ്കിടുക. സന്ധ്യക്ക് സേതുലക്ഷ്മിയുടെ പുഴയോരത്ത് കൂടി തെല്ല് ഉലാത്തുക. അല്പം അന്തർദ്ദേശീയ പ്രശ്നങ്ങൾ ചർച്ച ചെയ്യുക. രാത്രിയിൽ ഏതെങ്കിലും ക്ലാസിക്കൽ സംഗീതത്തിന്റെ മൂളൽ കേട്ടു കിടന്നുറങ്ങുക. നേരം വെളുക്കുമ്പോൾ കാണാൻ കിട്ടാത്ത ഒരു രാസ്വപ്നം പോലെ ഒരു രാത്രിമഴ ഉണ്ടാവുക. കൂട്ടത്തിൽ, സേതുലക്ഷ്മിയുടെ ചേട്ടനെയും ഒന്ന് കാണുക (ഞാൻ അയാളെ പ്രേമിക്കുന്നുണ്ടോ?) കുറച്ചൊക്കെ വർണ്ണഭ്രമമുള്ള, ചടുലമായി സംസാരിക്കുകയും പെരുമാറുകയും ചെയ്യുന്ന, ഒരു കമ്പ്യൂട്ടർ എഞ്ചിനീയറായിരിക്കണം അയാൾ. അയാൾ സ്കൂട്ടർ പറത്തുകയും ഉറക്കെ ചിരിക്കുകയും ചെയ്യും.

സേതുലക്ഷ്മിയുടെ വീട്ടിൽനിന്ന് മടങ്ങും വഴിയാണ് ഞാൻ അരവിന്ദനെ കാണുക. എന്റെ വരവിനെക്കുറിച്ച് അരവിന്ദ് ഒന്നും അറിയുന്നുണ്ടാവില്ല. പൊടുന്നനെ വലിയ ഒരു വിസ്മയം പോലെ. ഞങ്ങൾക്കിടയിൽ ഇപ്പോൾ പഴയ ഒരു പ്രേമത്തിന്റെ തെല്ലുമധുരം മാത്രമേയുള്ളൂ. എങ്കിലും മധുരം കണ്ണിൽ കണ്ണിൽ നോക്കി ചിരിക്കാനും ഒറ്റയ്ക്കുറങ്ങുമ്പോൾ വലിഞ്ഞു മുറുകുന്ന ഒരു കമ്പിപോലെ തെല്ല് വേദന പകരാനും. മതി. ജീവിതം എനിക്ക് ഇത്രയൊക്കെ തന്നാൽ മതി.

മോന്റെ പരീക്ഷക്കാലം കഴിഞ്ഞു വീണ്ടും രണ്ടാഴ്ചക്കാലം മോളുടെ പരീക്ഷയ്ക്ക് വേണ്ടി ഞാൻ കാത്തിരിക്കുകയാണ്. ഇനിയിപ്പോൾ എന്നാണ് അവളുടെ പ്രാക്ടിക്കൽ പരീക്ഷ വരിക? ഇതിനിടെ എന്തിനാ

ണാവോ അവളുടെ സുവോളജി ടീച്ചർ കാരണം കൂടാതെ മരിക്കുന്നതും കോളേജ് ഡേ നീളുന്നതും.

സേതുലക്ഷ്മീ, ഇത്തവണ ഞാൻ വരും. മാറ്റിവെച്ച ഒരവധിക്കാല യാത്രയുമായി ഭർത്താവ് വരികയാണിപ്പോൾ. മധുവിധു കാലത്ത് ഞങ്ങളെ ക്ഷണിച്ച ചില ദൂരദേശ സുഹൃത്തുക്കളെ ഞെട്ടിച്ചുകൊണ്ട്, *തിരുക്കുറളി*ന്റെ മലയാള വിവർത്തനം, അടിപൊളിപ്പാട്ടുകളുടെ കുറച്ചു കാസറ്റുകൾ. ഫസ്റ്റ് എയിഡുകൾ, കമ്പിളി വസ്ത്രങ്ങൾ, നേർത്ത പരുത്തി സാരികൾ, നമ്മൾ പോവുകയാണോ?

ഞാൻ സംശയിക്കുന്നു.

പോവുകയല്ലേ?

അല്പം നൊമ്പരമുണ്ടായി എന്നിൽ, എന്തിനോ. സേതുലക്ഷ്മിക്ക് വാങ്ങിയ ദില്ലി കോട്ടൻ സാരികളെല്ലാം ഞാൻ തിരികെ അടുക്കി. അരവിന്ദന് നല്കാൻ മനസ്സിൽ തെല്ലു പ്രേമം ബാക്കിയാണ് ഇപ്പോഴും. ഞാൻ മന്ദഹസിച്ചു.

വെള്ള ചുരിദാറണിഞ്ഞ മകൾ, റഫ് ആന്റ് ടഫിൽ മകൻ. ഇളം മഞ്ഞ വരകളിൽ കൂടുതൽ ചുറുചുറുക്കോടെ, കൂടുതൽ ചെറുപ്പമായ ഭർത്താവ്.

വണ്ടി ഇപ്പോൾ നീങ്ങുമോ? സേതുലക്ഷ്മീ, ഞാൻ വിളിക്കാം.

പിൻനിലാവ്

നാളെയാണ് നാലുവർഷം ഞാൻ പ്രണയിച്ച രാഗിണിയുടെ വിവാഹം. പൊടിയുന്ന നെഞ്ചോടെ വീടിനടുത്തെ സ്റ്റോപ്പിൽനിന്ന് ഞാൻ ബസിൽ കയറി. സ്റ്റീരിയോയിലെ ശോകഗാനം കേട്ട് പൊട്ടിക്കരഞ്ഞു. അവസാനത്തെ ബസ് സ്റ്റോപ്പിലിറങ്ങി അങ്ങേയറ്റത്തെ ചാരായ ഷാപ്പിൽ നിന്ന് ചാക്കണ മസാലയിട്ട് വരട്ടിയതും രണ്ടുകവർ ചാരായവും കഴിച്ചു. ഇറങ്ങിയപ്പോഴാകട്ടെ വല്ലാതെ വൈകുകയും ചെയ്തു. ഇല്ലായിരുന്നെങ്കിൽ ഓല തിയറ്ററിലെ ഫസ്റ്റ് ഷോയ്ക്ക് കയറാമായിരുന്നു. ഇനിയെന്താണ് പദ്ധതി? ഒന്നും മനസ്സിലാവാതെ ഞാനവിടെ നിന്നു; അവസാന ബസ് വരുംവരെ. അതിൽ കയറി വീടിനടുത്തിറങ്ങി. ഇരുളിൽ കയ്യാല ചാരിനിന്ന് ഛർദ്ദിച്ചു; ഓർമ്മകളത്രയും. നെഞ്ച് തകർന്നപ്പോൾ നിലയ്ക്കാത്ത കണ്ണീര് പോലെ ത്ലാ മേഘം തിമിർത്തു. പെയ്തു. ആകെ കഴുകി ഞാൻ വീടിന്റെ പര്യമ്പുറത്ത് ചെന്നുവീണു. തല പൊട്ടിത്തെറിക്കുന്നു. അങ്ങനെയങ്ങനെ ഉറങ്ങിപ്പോയി. ഉണർന്നപ്പോൾ സൂര്യനുദിച്ചു കഴിഞ്ഞു. ഇന്ന് രാഗിണിയുടെ വിവാഹമാണ്. ഞാൻ നാലുവർഷം പ്രണയിച്ച രാഗിണി.

ഞാൻ കുളിച്ചു ശുദ്ധിവരുത്തി. ചോദ്യങ്ങൾ ആവർത്തിക്കുന്ന അമ്മയുടെ കൺമുന്നിലൂടെ അമ്പലത്തിലേക്ക് നടന്നു. അമ്മയ്ക്കറിയില്ല. ഒരു പ്രണയത്തകർച്ചയുടെ ചങ്ക് തകർക്കുന്ന വേദന. നിറയെ മുല്ലയും പിച്ചിയും ചൂടി, തവിട്ടു കരയൻ നേര്യതുടുത്തു വന്ന രാഗിണി എന്നെ ഗൗനിച്ചതേയില്ല. എന്നിട്ടും ഞാൻ ആദ്യാവസാനക്കാരനായി കരക്കാരെ ഊട്ടി. വിളക്കിത്തല നായന്മാരുടെ പന്തിക്ക് സദ്യക്കിരുന്നു. പന്തിഭോജനം എന്ന് അടിക്കുറിപ്പെഴുതി.

ഊണു കഴിഞ്ഞിറങ്ങിയപ്പോഴേക്കും അവസാന കാറും വളവു

തിരിഞ്ഞു. കയറ്റത്തിൽ നിന്ന് ഞാൻ തിക്കിമുട്ടലോടെ താഴേക്ക് നോക്കി. എനിക്ക് എന്തൊക്കെ ഓർക്കാനുണ്ട്!

മങ്കുഴിയിലെ ശിവദാസൻ വന്നു കൈ പിടിച്ചു.

"ടേയ്, സെക്കൻഡ് ഗ്രേഡ് അസിസ്റ്റന്റിന്റെ അപേക്ഷ ക്ഷണിച്ചിട്ടുണ്ട്. എംപ്ലോയ്മെന്റ് ന്യൂസിലുണ്ട്."

"സുകുമാരൻ നായർടെ കടേ കിട്ടില്ലേ ഫോം?"

ഞാൻ ചോദിച്ചു.

"പോസ്റ്റാഫീസിതന്നെ പോണം ചങ്ങാതി. നമുക്കാ ബ്രില്യൻസുകാരെ ഒന്ന് കാണാം. ചെലപ്പോ കോച്ചിങ്ങുണ്ടാവും."

രാജമല്ലികൾ വാടിവീണ പ്രണയ വഴികളിലൂടെ, പപ്പടം ഉണക്കാൻ വെച്ച പണ്ടാരത്തെരുവിലൂടെ, ഓർമ്മകൾ കെട്ടഴിഞ്ഞു ചിതറിയ വൈകുന്നേരത്ത് ഞങ്ങൾ നടന്നു. വളവെത്തവെ ഏറിയ നെഞ്ചിടിപ്പോടെ ഞാൻ തിരിഞ്ഞു നിന്നു.

ആരാണെന്നെ വിളിച്ചത്?

നിഴലുകളാടുന്നു. വെയിൽ നിരക്കുന്നു.

വളവുകൾ തിരിഞ്ഞെത്തുന്നതേയില്ലല്ലോ, ആരും; ഒന്നും.

ബൗദ്ധികം

ഞാൻ കൃത്യമായോർക്കുന്നു. എനിക്ക് ഭ്രാന്ത് പിടിച്ചത് ഒരു വെള്ളിയാഴ്ച രാത്രിയാണ്. ഞാനപ്പോൾ എച്ച് ബി ഒ യിൽ ഒരു മദ്ധ്യകാല ഇംഗ്ലീഷ് സിനിമ കാണുകയായിരുന്നു. എട്ടോ പത്തോ കാറുകൾ നിറം കുറഞ്ഞ ഒരു വീഥിയിലൂടെ വരികയായിരുന്നു. ഒറ്റ നോട്ടത്തിൽ എനിക്കവ കടലാമകളെപ്പോലെ തോന്നിച്ചു. കടലാമക്കൂട്ടങ്ങൾ മെല്ലെ കാലുകളിളക്കി പാഞ്ഞുവരുന്നു. മറ്റൊരു നോട്ടത്തിൽ കണ്ണുകാണാത്ത കുഴിയാനകൾ നിരന്നുവരും പോലെ. ജന്തുജന്യമായ മനുഷ്യക്കാഴ്ച പോലിരുന്നു അത്. പക്ഷേ, വീഥിക്കിരുപുറവും മനുഷ്യർക്കു വേണ്ടിയുള്ള മരങ്ങൾ ജീവിച്ചുനിന്നു. ഇലകളിളക്കി, വെയിൽ ചിതറി. കടലാമകളുടെ ഒരു വരണ്ട ലോകത്ത് മനുഷ്യനെ പ്രതീക്ഷിക്കുന്ന വൈരുദ്ധ്യം കലർന്ന മരങ്ങൾ. അസഹിഷ്ണുതയോടെ ഞാൻ ടി വി സ്ക്രീനിലേക്ക് ഫോൺ വലിച്ചെറിഞ്ഞു. പ്രത്യക്ഷത്തിൽ എന്റെ മേൽ രണ്ടുകുറ്റങ്ങൾ ചാർത്തപ്പെട്ടു.

1. ഫോൺ കേടാക്കൽ
2. ടി വി നശിപ്പിക്കൽ

ഓണക്കാലത്ത് ഇൻസ്റ്റാൾമെന്റിൽ വാങ്ങിയ, കറുപ്പും നീലയും നിറത്തിൽ ഡൈ ചെയ്തെടുത്ത ഒരു ഷീറ്റായിരുന്നു കിടക്കയിൽ. സംയുക്താവർമ്മയെയും ബിജുമേനോനെയും ഞാനപ്പോൾ ഓർത്തിരുന്നു. അതവരുടെ രണ്ടാമത്തെയോ മൂന്നാമത്തെയോ രാത്രിയായിരുന്നു. അങ്ങനെയങ്ങനെയങ്ങ് ഉറങ്ങിപ്പോവുകയും ചെയ്തു. പുലരുമ്പോഴേക്കും എനിക്ക് ഭ്രാന്തായിക്കഴിഞ്ഞിരുന്നല്ലോ.

ഭ്രാന്തിലേക്കുള്ള ആ യാത്രപോലെ അത്രയും സുഖകരമായ ഡ്രൈവ് ഞാനെന്റെ ജീവിതത്തിൽ അനുഭവിച്ചിട്ടില്ല. തണൽമരങ്ങൾ.

അല്പം ഇരുട്ട് തങ്ങിനില്ക്കുന്ന പ്രഭാതം. പൂത്തെരുവിൽ വണ്ടിനിർത്തിച്ച് ഒരു പിടി മുല്ലപ്പൂ വാങ്ങി ഞാൻ മുടിയിൽ തിരുകി. വിവാഹശേഷം, ആദ്യം. എന്തൊക്കെയോ ഓർമ്മയിൽ ഞാൻ കരഞ്ഞു. മൂലയ്ക്ക് ഒതുങ്ങിയിരുന്ന ഒരു സിസ്റ്റർ എന്റെ തോളത്ത് തട്ടി. “ഗോഡ് ബ്ലസ് യൂ.”

ഡോക്ടർ സുനിൽകുമാറിന്റെ മുന്നിലേക്ക് പതിനാറാം നമ്പർ രോഗിയായി ഞാൻ ചെന്നുനിന്നു. ഒരു ഫോർമാറ്റ് പൂരിപ്പിച്ചുകൊണ്ട് അദ്ദേഹം ചില ചോദ്യങ്ങൾ ചോദിച്ചു. തികച്ചും പരമ്പരാഗതം. വിദ്യാഭ്യാസം, വിവാഹം, കുട്ടികൾ. വളരെ സൂക്ഷിച്ചു മാത്രം സംസാരിക്കുന്ന പ്രണയം തീരെയില്ലാത്ത, ഒരു മിടുക്കൻ ഡോക്ടറാണ് സുനിൽകുമാറെന്ന് ഞാൻ മനസ്സിലാക്കി. എനിക്ക് മേജർ മെന്റൽ ഡിസീസാണെന്ന് വിധിച്ച സുനിൽകുമാർ എന്നെ നിർദ്ദാക്ഷിണ്യം ഐക്യുവിന് വിട്ടു. ഐക്യുവിന് വിധേയമാക്കപ്പെട്ട ഞാൻ 90 ശതമാനം നേടി ഭർത്താവിനെമാത്രമല്ല, ഭർത്താവിനെയും നാട്ടുകാരെയും ഒരുപോലെ ഞെട്ടിച്ചു. എം എ മൂന്നാം ക്ലാസുകാരിയായ എന്നെ ഭർത്താവ് വിശ്വാസം വരാത്തമട്ടിൽ അടിമുടി നോക്കി. ഞാൻ പൊട്ടിച്ചിരിച്ചു. ഭ്രാന്തികൾക്ക് പൊട്ടിച്ചിരിക്കാം. ബുദ്ധിയുള്ളവർക്ക് ചിരിക്കാമോ? അവർ മിണ്ടാറില്ലല്ലോ. പിന്നെങ്ങനാ ചിരിക്യാ?

എന്റെ കണ്ണുകളിലേക്കുള്ള എല്ലാ വഴികളുമടച്ച്, 90 ശതമാനം ബുദ്ധിയുള്ള എന്നെ ഭ്രാന്താശുപത്രിയിൽ താമസിപ്പിക്കാനാവില്ലെന്ന് ഡോക്ടർ സുനിൽകുമാർ കട്ടായം പിടിച്ചു. രണ്ടുകുട്ടികളെ പോറ്റാനും വീട് വൃത്തിയായി സൂക്ഷിക്കാനും 90 ശതമാനം ബുദ്ധിയുടെ ആവശ്യമില്ലെന്ന് ഭർത്താവും പറഞ്ഞതോടെ ഞാൻ വീടിനും പുറത്തായി. ബുദ്ധി 90 ശതമാനമാണെങ്കിലും ഞാനൊരു സ്ത്രീയാണല്ലോ. അതുകൊണ്ടുതന്നെ അടച്ചുപൂട്ടില്ലാത്തിടത്ത് എനിക്ക് കഴിയാനുമാവില്ല.

ഒടപ്രന്നോൻ, നാശം എന്ന് അമറിക്കൊണ്ട് എന്റെ പിടലിക്ക് പിടിച്ചു. അവന്റെ പേരിലെഴുതിയ കുടുംബവീടിന്റെ ഒരു മുറിയിലേക്ക് എന്നെ തള്ളി. ഞാൻ രണ്ടുതവണ പെറ്റുകിടന്ന മുറി. ആ മുറിയിൽ കിടന്നാണ് ഞാൻ പേറിനെ വെറുത്തുപോയത്. ഒരുപാട് ഓർമ്മകളുണ്ട് എനിക്കിവിടെ. ഞാൻ ജനിച്ചുവളർന്ന വീട്. അതിരിലെ എരുക്കുമരങ്ങൾ. തീത്തുള്ളിപ്പൂക്കൾ.

പുറത്തുനിന്ന് പൂട്ടിയ ഓവുമുറിയുടെ വാതിലിൽ ഇടിച്ചു ഞാൻ പത്രത്തിനുവേണ്ടി വഴക്കുണ്ടാക്കി. ഒടപ്രന്നോൻ എന്റെ മുടി ചുറ്റിപ്പിടിച്ച് മതിലിൽ ഇടിച്ചു. കുടിച്ചിട്ടും അല്ലാതെയും വന്ന് എന്റെ മുതുകിന് ഇടിച്ചു. വയറ്റത്ത് തൊഴിച്ചു. “കെട്ടിത്തൂങ്ങരുതോടീ?”

കിതച്ചുകൊണ്ടവൻ ചോദിച്ചു. എന്റെ ശരീരത്തെ എനിക്ക് പേടിയാവുന്നു. ഞാനതിനെ വെറുക്കുന്നു. എനിക്ക് ഞാനാവേണ്ട. മൂലയ്ക്ക് കുത്തിയിരുന്ന് ഞാൻ ഏങ്ങലടിച്ചു.

പിറ്റേദിവസം ഓവുമുറിയുടെ വാതിൽ മെല്ലെ തുറന്നു. നേരിയ വിടവിലൂടെ അകത്തേക്കിറ്റിയ വെയിൽത്തുള്ളികളിലേക്ക് ഞാൻ ആർത്തി

യോടെ നോക്കി. അതിരാവിലെ മരങ്ങൾ കൈവീശി. നോക്കെത്താദൂരത്തേക്ക് പരന്ന കരിമ്പിൻകാറ്റ് ഞാൻ ശ്വസിച്ചു. പഴുത്ത കരിമ്പിൻകാടുകളെ മറച്ചുകൊണ്ട് ഒരാൾ മുറിയിലേക്ക് കടന്നുവന്നു. ഇരുളിൽ എനിക്കാളെ മനസ്സിലായില്ല. വാതിൽ ഒന്നുകൂടി മലർക്കെ തുറന്നു കിട്ടിയപ്പോൾ എനിക്കാളെ പിടികിട്ടി. ബാർബർ പെരച്ചൻ. പെരച്ചൻ എന്റെയൊരു ദൂരക്കാഴ്ചയാണ്. വേലിപ്പുറത്തുകൂടി കടന്നുപോകുന്ന പെരച്ചന്മാരെയൊന്നും കാണിക്കാതെയാണ് അമ്മ എന്നെ വളർത്തിയത്. എനിക്കൊപ്പം എന്റെ കന്യകാത്വത്തെയും ഊട്ടിവളർത്തേണ്ടിവന്നു അമ്മയ്ക്ക്. ഒടുവിൽ ചായ്പുമുറിയിൽവെച്ച് ഒന്നാം രാവിൽ എന്റെ കന്യകാത്വം തകർക്കപ്പെടുമ്പോൾ അമ്മ ജീവിച്ചിരുന്നതുമില്ല. എന്തിനെന്നറിയാതെ ഞാനന്ന് ഒരുപാടു കരഞ്ഞു.

പെരച്ചന്റെ കറുത്തവിരലുകളിലേക്ക് ഞാൻ അത്ഭുതത്തോടെ നോക്കി. ഒരു പുരുഷന്റെ വിരലുകൾ ഇങ്ങനെയാണോ? പത്തുപതിനഞ്ചുകൊല്ലം ഒരു പുരുഷനോടൊപ്പം ജീവിച്ചിട്ടും ഞാൻ പുരുഷനെ കണ്ടതേയില്ലെന്നോ? ഒടപ്രന്നോൻ മുറിയിലേക്ക് കയറി വന്നു.

"നിന്റെ മുടി മുറിക്കാനാ പെരച്ചൻ വന്നേക്കുന്നെ. ഇനി അതുകൊണ്ട് വലിയ കാര്യമൊന്നുമില്ലല്ലോ." കറ്റാർവാഴയും കൈതോന്നിയുമൊക്കെ കാച്ചി അമ്മ വളർത്തിയെടുത്ത മുടിയാണ് എന്റേത്...

"അമ്മേ."

എന്റെ നെഞ്ച് കലങ്ങി.

"അമ്മേ."

ഒടപ്രന്നോൻ എന്റെ ഇരുകൈകളും അമർത്തി വെച്ചു.

"വെട്ടെടോ."

"ഓ."

പെരച്ചൻ ഞെട്ടിക്കൊണ്ട് കത്രിക വലിച്ചെടുത്തു

"അമ്മേ."

കർക്കിടകക്കാറ്റുപോലെ എന്റെ ശബ്ദം ഇഴകൾ പൊട്ടി പറന്നു. തീണ്ടാപ്പാടകലെ നിന്നുകൊണ്ട്, ബഹുമാനത്തോടെ പെരച്ചൻ എന്റെ നീളൻ മുടി വാരിയെടുത്തു. ഭർത്താവിനുവേണ്ടി രാത്രി മുല്ലകൾ വിടർത്തിയ മുടി. കാമകാലത്ത് പാമ്പുകണക്കെ അഴിഞ്ഞുലഞ്ഞു പടർന്ന മുടി. ജീവിതത്തിലാദ്യമായി ഞാൻ ഭർത്താവിന്റെ പേര് വിളിച്ചു.

"രഘൂ.."

"രഘൂ.."

"രഘൂ..."

കറുകറേന്ന് മുടി മുറിഞ്ഞു താഴെ വീണു. പെട്ടെന്ന് ചുവന്ന മഷി എന്റെ മേൽ പടർന്നതുപോലെ എനിക്കു തോന്നി. ഞാൻ വെട്ടിമാറ്റപ്പെട്ടിരിക്കുന്നു. കാലത്തിൽനിന്നും, കാമത്തിൽനിന്നും ഒരേപോലെ. പിന്നെയും ഛേദിക്കാൻ ബാക്കിയായ മൂക്കോടും മുലകളോടും കൂടി.

ജലം/ഞാറ

ഐസക് ഈയിടെയായി രാത്രിയിലെത്താൻ ഏറെ വൈകുന്നുണ്ട്. ഒരു ചിത്രകാരനെ സംബന്ധിച്ച് അതത്ര വലിയ പ്രശ്നമൊന്നുമല്ല. അത്തരക്കാരുടെ മനസ്സ് ഒരു സാധാരണ മനസ്സായിരിക്കില്ല. ഒരു ജീവിതം അങ്ങനെയൊക്കെ അടുക്കിലും ചിട്ടയിലുമൊക്കെയങ്ങ് ജീവിച്ചു തീർക്കാൻ പറ്റുമോ? എന്നിട്ടും വേവലാതിയിൽനിന്ന് രക്ഷപ്പെടാൻ സീതാലക്ഷ്മിക്കാവുന്നില്ലല്ലോ. രാവിലെ അവൾ ആപ്പീസിലേക്കിറങ്ങുമ്പോൾ അയാൾ ഉണർന്നിരിക്കില്ല. വൈകിട്ട് അവൾ തിരിച്ചുവരുമ്പോഴേക്കും അയാൾ വരച്ചുവരച്ചു തളർന്നിരിക്കും. പുതിയ നിറങ്ങൾ, പുതിയ രൂപങ്ങൾ, പുതിയ സമസ്യകൾ. മുറിനിറയെ ബീഡിക്കുറ്റികൾ, കട്ടൻചായ ഊറ്റിയ ഗ്ലാസുകൾ. ഇത്തരം അലോസരങ്ങൾമൂലം താൻ ഐസക്കിനെ വളരെ വേഗം വെറുത്തുപോകുമോ എന്ന് സീതാലക്ഷ്മിക്ക് ആശങ്ക തോന്നി. അങ്ങനെ സംഭവിക്കാൻ പാടില്ലല്ലോ. കാരണം, എല്ലാവരെയും എല്ലാറ്റിനെയും ധിക്കരിച്ച് സീതാലക്ഷ്മി ജീവിതത്തിൽ നേടിയത് ഒന്നേയുള്ളൂ. ഐസക്. അതിലവൾ ഖേദിക്കുന്നുമില്ല. അതുകൊണ്ടുതന്നെ ഐസക്കിനെ ജീവിതത്തിലുടനീളം സീതാലക്ഷ്മി നിലനിർത്തിയേ മതിയാവൂ.

വൈകിട്ടാണ് അയാൾ പുറത്തേക്കിറങ്ങുക. അപ്പോൾ നഗരത്തിന്റെ വെറി കാണേണ്ടിവരുന്നില്ലെന്നാണ് അയാൾ പറയാറ്. ഒരു തളർച്ചയുടെ മയക്കത്തിലാവും നഗരമപ്പോൾ. കുത്തിത്തറയ്ക്കുന്ന പ്രകാശത്തിലൂടെ നടക്കുമ്പോൾ സ്വയം ചില നാടകീയതകൾക്ക് വശംവദരാകും. രാത്രികാലത്ത് അത്തരം നാട്യങ്ങളുടെ ആവശ്യമില്ല.

പക്ഷേ, അവൾ ഉറങ്ങിക്കഴിഞ്ഞിട്ടാവും അയാൾ മടങ്ങിവരിക. ഇത്രയും നേരം പുറംലോകത്ത് ഒരു മനുഷ്യൻ എന്താണ് ചെയ്യുന്നത്?

അതും രാത്രി സമയം. രണ്ടുജീവിതത്തിനുടമകളായ രണ്ടുപേർ. രണ്ട് വിഭിന്ന നിറങ്ങൾ. ജീവിതത്തിന്റെ രണ്ടറ്റത്ത്.

"ഒരു ബുദ്ധിജീവിയെ തീറ്റിപ്പോറ്റാൻ വല്യ പാടാ ഇല്ലേ?"

ഉച്ചയ്ക്ക് ഊണിനിരിക്കുമ്പോഴോ വൈകിട്ട് ഒരുമിച്ച് മടങ്ങുമ്പോഴോ നദീറ ചോദിക്കും.

"ബുദ്ധിജീവികളുടെ മനസ്സ് വേറെയാ." സീതാലക്ഷ്മി തോല്ക്കാൻ തയ്യാറല്ലല്ലോ.

"നിന്റെ ശമ്പളമില്ലേൽ പട്ടിണികിടന്നു ചത്തുപോകുമല്ലോ ഈ ബുദ്ധിജീവി."

നദീറ പരിഹസിച്ചു.

"നദീറേ, നിനക്ക് പ്രണയത്തെക്കുറിച്ച് ഒരു ചുക്കുമറിയില്ല."

നദീറ പൊട്ടിച്ചിരിച്ചു.

"ഓ! അപ്പോ ഇക്കണ്ടതൊക്കെ പ്രണയാ, ഇല്ലേ?"

സീതാലക്ഷ്മിക്ക് ലേശം ചാഞ്ചല്യം തോന്നി. തനിക്ക് തെറ്റ് പറ്റിയോ? അല്ലെങ്കിൽ എന്താണ് ഒരു ജീവിതത്തിന്റെ ചിട്ടവട്ടം? സുരക്ഷ?

അങ്ങനെയൊക്കെയാണ് അവൾ സ്വയം നിലനിർത്തിയത്. പക്ഷേ, സത്യത്തിൽ ഐസക് ഒരു നിറം മാത്രമായിരുന്നു. വാക്കുകളില്ലാത്ത, പൊരുളുകളില്ലാത്ത പുകച്ചുരുൾപോലെ. മൂടൽമഞ്ഞുപോലെ... വേലിപ്പൂക്കൾപോലെ.

ഒരു നട്ടപ്പാതിരയ്ക്കാണയാൾ ആ ചുവന്ന സാരി ചുറ്റിയ സ്ത്രീയുമായി വീട്ടിലേക്ക് വന്നത്. വേശ്യയാണോ? സീതാലക്ഷ്മിയിൽ പൊടുന്നനെ ഒരിടിവാൾ മിന്നി.

"സീതാലക്ഷ്മീ, ഈ കണ്ണുകൾ കാണൂ." ഐസക് അപ്പോൾ മഞ്ഞനിറമിറ്റുന്ന ബ്രഷ് ഏന്തിയിരുന്നു. സീതാലക്ഷ്മി പകച്ചു. അസ്തമയ കിരണങ്ങൾ ചിതറുന്ന പൂച്ചക്കണ്ണുകൾ. ഒരു ചിരിയുടെ വര വീണ ചുണ്ടിൻകോണുകൾ. തെല്ല് അളകങ്ങൾ. പരന്ന ഒരു പ്ലെയിൻമുഖം. ഒരു ചിത്രകാരന് മാത്രമേ ഒരു സ്ത്രീയിൽ ഇത്തരം കാഴ്ചകൾ വിസ്തരിച്ച് കാണാനാവൂ. അങ്ങനെയങ്ങനെ അവൾ ഉറങ്ങിപ്പോയി. ഉണരുമ്പോൾ ചുവന്ന സാരി ചുറ്റിയ സ്ത്രീയുണ്ടായിരുന്നില്ല. ഐസക് വെറും നിലത്ത് കിടന്നുറങ്ങിപ്പോയിരുന്നു. ക്യാൻവാസിൽ അസ്തമയകിരണങ്ങൾ ചിതറുന്ന രണ്ടു കണ്ണുകൾ!

മാരിറ്റോ അവന്യൂവിൽ ആ കൂറ്റൻ കട്ടൗട്ട് ഉയർന്നപ്പോൾ സീതാലക്ഷ്മി ഗർവ്വോടെ നദീറയ്ക്ക് കാട്ടിക്കൊടുത്തു. "നോക്കൂ. എന്റെ വളർത്തുമൃഗം കണ്ടെത്തിയ ചുവന്ന സാരിക്കാരി."

"ഇന്ന് നന്നായിട്ടുണ്ടല്ലോടോ."

നദീറ അഭിനന്ദിച്ചു.

ഒരു ചിത്രം നല്കിയ മാനസിക സംതൃപ്തിയിൽ പിന്നെ ഐസക് നിരന്തരം ഒട്ടു നാളത്തേക്ക് പൂർണ്ണമായ ഉറക്കത്തിലായിരുന്നു. ഒരു നിറം

എന്നിൽ ഫെയ്ഡ് ഔട്ടായി എന്നാണയാൾ അതേപ്പറ്റി പിന്നീട് പറഞ്ഞത്. ഇനിയും നിറങ്ങൾ വിടരാൻ, ഉണരാൻ, സമയമെടുക്കും. എങ്ങനെ, എപ്പോഴെന്ന് പറയുക വയ്യ.

സീതാലക്ഷ്മിക്ക് ഐസക്കിനോട് കലഹിക്കാൻ പോലുമായില്ല. എന്തൊക്കെയാണ് ഒരു സാധാരണ ജീവിതത്തിന്റെ പരാധീനതകളെന്ന് സീതാലക്ഷ്മി ഓർത്തുപോയി. ഫോട്ടോഗ്രാഫിയിൽ ഐസക്കിന് കമ്പം തീരെയില്ലായിരുന്നു. ഫെയ്ഡ് ഔട്ട് കളറിൽ, ഫിഷ് ഐ മോഡലിൽ അവളെടുത്ത ചില സമീപക്കാഴ്ച/ദൂരക്കാഴ്ചച്ചിത്രങ്ങൾ കണ്ടപ്പോൾ അയാളൊന്ന് മന്ദഹസിക്കുകയേ ചെയ്തുള്ളൂ. നത്തിങ് സ്പെഷ്യൽ എന്ന് മന്ത്രിക്കുകയും ചെയ്തുവെന്ന് സീതാലക്ഷ്മിക്ക് തോന്നി. എഴുത്തിന്റെയും ചിത്രത്തിന്റെയും ഇടയിലുള്ള വിള്ളലുകളെ എങ്ങനെ നിറയ്ക്കാമെന്നതിനെക്കുറിച്ചാണ് അവൾ ചിന്തിച്ചത്. ഒരു ചിത്രത്തിന് അക്ഷരത്തോളം എത്താനാവുന്നെങ്കിൽ അക്ഷരങ്ങൾക്ക് മറിച്ചുമാവാം. പക്ഷേ, ഒരു സ്റ്റിൽ/ചിത്രം ഒരു സങ്കല്പത്തിന്റെ ഉടയൽ മാത്രമല്ല, ഏകതാനതയെന്ന വൈകല്യം കൂടിയാണ്. എന്തുകൊണ്ടല്ല?

“ബട്ട്, ഇറ്റ് സ്പീക്ക്സ് വൈഡ്‌ലി.” ഐസക് ബീഡിക്ക് തീ കൊളുത്തി. “അക്ഷരങ്ങളുടെ ദൂരം എത്രയോ പരിമിതം. ആശയത്തിന്റെ ദൂരപരിധിയിലേക്ക് വരാനുള്ള ശക്തി അക്ഷരങ്ങൾക്കില്ല. പക്ഷേ, നിറങ്ങൾ ആസുരമാണ്. ഭാഷ എപ്പോഴും അപര്യാപ്തമാണ്. പക്ഷേ, ആസുരമായ നിറത്തിന് ഒരാളെ കൊല്ലാൻ പോലുമാവും.

കാഴ്ചയുടെ പൊരുളിലേക്ക് അവൾ ഇരുകണ്ണുകളും തുറന്നുപിടിച്ചു. മിടിക്കുന്ന മനസ്സോടെ. അങ്ങനെയൊക്കെയായിരുന്നു. അവർക്കിടയിലെ ആശയഭിന്നത.

എവിടെയും ഒറ്റയ്ക്കാണവൾ കയറിച്ചെന്നത്. സാഹിതീ സമ്മേളനങ്ങൾ, ചർച്ചകൾ, കല്യാണം, മരണം, എല്ലാം തനിച്ചാണ് നേരിട്ടത്. വേദന, തകർച്ച, ഒറ്റപ്പെടൽ, ഐസക്കിന്റെ ജീവിതത്തിലേക്ക് നിഴലിടുന്ന താൻ ഒരു തികഞ്ഞ അശ്ലീലമാണെന്നുപോലും അവൾ വിശ്വസിച്ചു. വരയ്ക്കാത്തപ്പോൾ അയാൾ ചിത്രങ്ങൾ കാണാനും ചിത്രകലയെക്കുറിച്ച് കൂടുതൽ പഠിക്കാനും ശ്രമിച്ചിരുന്നു. അയാൾക്ക് നിറങ്ങളെക്കുറിച്ചുമാത്രമേ അറിയൂ. അതേക്കുറിച്ചേ അയാൾ സംസാരിക്കുക പതിവുള്ളൂ. മറ്റൊരു തൊഴിലും അയാൾക്കറിയില്ല. കൊല്ലാൻ മാത്രമറിയുന്ന കത്തി പോലെ. ആ അറിവ് സീതാലക്ഷ്മിക്ക് മൂർച്ചയുള്ള ഒരു ചിരിയായിരുന്നു. അതുകൊണ്ട് അവളത് നദീറയോടു പോലും പറഞ്ഞില്ല.

ഐസക്കിന്റെ വൈകിവരൽ വെളുക്കുവോളം നീളാൻ തുടങ്ങി. ഭിക്ഷക്കാരനെപ്പോലെ അയാൾ തണുത്തു വിറച്ചു വേച്ചുവേച്ചു നടന്നു വന്നപ്പോൾ അയാളെ വെറുക്കുന്നതിനേക്കാൾ അവൾ അവളെ വെറുത്തു. കടൽത്തീരത്തിന്റെ പായൽ പറ്റിപ്പിടിച്ച ഉടുമുണ്ടിൽ പരിക്ഷീണമായിരുന്നു അയാളുടെ രൂപം. പക്ഷേ, ഒരിക്കലും മദ്യപിച്ചിരുന്നില്ല. അതാ

യിരുന്നു അയാളുടെ പരാജയവും. സ്വബോധത്തിന്റെ തരിശുകളിൽ നില വിട്ടു തകർന്ന ഒരു സ്വത്വത്തിന്റെ ഉടമ. വെറും ചില്ലുകളാണോ അയാൾ?

ഇപ്പോഴവൾക്ക് വാതിൽ പുറത്തുനിന്ന് പൂട്ടി ആപ്പീസിലേക്ക് പോകേണ്ടിവരുന്നു. ഇനി ഇടയില്ലാത്തവിധം ജീവിതം സീതാലക്ഷ്മിയിൽ തിങ്ങി ഞെരുങ്ങുന്നു. ഒരു സാധാരണ ജീവിതത്തിൽ ഒരു ബുദ്ധിജീവിയുടെ നിർവ്വചനം എന്താണ്?

“വെളിച്ചം തട്ടാത്ത നന്നങ്ങാടികളാ ഈ ബുദ്ധിജീവികള്..”

നദീറ പരിഹസിച്ചു.

“പാകം ചെയ്യാനും കൊള്ളില്ല. തിന്നാനും കൊള്ളില്ല. പക്ഷേ, ദോഷം പറയരുതല്ലോ. വല്ലപ്പോഴും എടുത്ത് പ്രദർശിപ്പിക്കാം കേട്ടോ. അതും ഉത്സവങ്ങൾക്ക്” സീതാലക്ഷ്മി അപ്പോൾ ഓർത്തത് നാട്ടിൻപുറത്തെ അമ്പലത്തിന്റെ ഊട്ടുപുരയിൽ മെഴുകാതെ കൂട്ടിയിട്ട കിണ്ടികൾക്കും ചെമ്പുപാത്രങ്ങൾക്കുമിടയിൽ കണ്ണു തുറിച്ചിരിക്കുന്ന കുതിരത്തലകളാണ്. വൈക്കോൽ കയറ്റി പെരുപ്പിച്ച അതിന്റെ ഉടൽ വണ്ടിച്ചക്രങ്ങളിൽ ഒരുപക്ഷേ, ആനക്കൊട്ടിലിലാവും. അതല്ല, അമ്പലമതിലിനുപുറത്ത് പൂവരശിൻ ചോട്ടിലാവും. ഉടലിലല്ല കഥ. തലയിലാണ്. തല.

അയാളുടെ വൈകൽ. ദിവസങ്ങളിലേക്ക് വളർന്നപ്പോൾ പകൽ മുഴുവൻ അയാളെ അന്വേഷിച്ചുനടക്കൽകൂടി വേണ്ടിവന്നു അവൾക്ക്. അതായിരുന്നു സീതാലക്ഷ്മിയുടെ മികച്ച പരീക്ഷണ കാലയളവ്. പ്രഭാതങ്ങളിൽ ഓട്ടോറിക്ഷയിൽ കടൽത്തീരത്ത് ചെന്നിറങ്ങുമ്പോൾ എവിടെയാണ് അയാളെ കണ്ടുകിട്ടുക എന്ന കുഴച്ചിലോടെ അവൾ കരയിലെ അനേകം വള്ളങ്ങൾക്കിടയിൽ പകച്ചുനില്ക്കുക പതിവായിരുന്നു. അങ്ങനെയൊരു തിരച്ചിൽഘട്ടത്തിലാണ് ചുവന്ന സാരിയുടുത്ത സ്ത്രീയുടെ ജഡം വള്ളപ്പടിയിൽ മലർന്നുകിടന്നത്. അവളുടെ കഴുത്തൊടിഞ്ഞുപോയിരുന്നു. അപ്പോഴും കണ്ണുകൾ തുറന്നിരിക്കണമെന്ന് നിർബ്ബന്ധമുള്ള ആരോ അവളെ പിടലിയൊടിച്ചുകൊന്നതുപോലെ. സീതാലക്ഷ്മിയുടെ ഉള്ളിലേക്ക് എന്തോ ഒന്ന് പിടഞ്ഞുകയറി. ചുവന്ന സാരിയുടുത്ത സ്ത്രീയുടെ പരിസരത്ത് അവൾ തിരഞ്ഞത് ഒരു ബ്രഷാണ്. ഒരിറ്റുനിറം. പക്ഷേ, നിരാശപ്പെടുത്തുംവിധം വിജനമായിരുന്നു പരിസരം.

“ബുദ്ധിയുള്ളവനാ”. ആൾക്കൂട്ടത്തിലൊരുവൻ അഭിപ്രായപ്പെട്ടു. ആരും അന്വേഷിച്ചു വരാനിടയില്ലാത്ത ഒരു സ്ത്രീ. ഒരു തെളിവുമൊട്ടില്ലാതാനും. പതച്ച കടൽപോലാണ് സീതാലക്ഷ്മി മടങ്ങിയെത്തിയത്. അപ്പോൾ ഐസക് നിറങ്ങളുടെ ഭ്രാന്തമായ ഉണർവ്വിൽ ഒരു സിതാറിൽ തട്ടിയാലെന്നവണ്ണം എല്ലാ തന്ത്രുക്കളും ഉണർന്നുമുറ്റി വിശന്ന ഒരു മൃഗത്തെപ്പോലെയുണ്ടായിരുന്നു. ചിത്രം വരയ്ക്കുന്നതിനിടയിൽ അയാൾ മൂളിപ്പാട്ട് പാടുന്നത് സീതാലക്ഷ്മി ആദ്യമായാണ് കേട്ടത്. ക്യാൻവാസിലുടനീളം സംശയത്തിന്റെ നിഴൽ വീണു പരന്നിരുന്നു. ഭീതിയുടെ കറുപ്പ്.

തളർന്ന ഒരു ചിരിയോടെ അയാൾ അരികിലേക്ക് വന്നപ്പോൾ സീതാലക്ഷ്മി ആദ്യമായി ഐസക്കിനെ ഭയന്നു. ഒരു അലറൽ അവളുടെ മന

സ്സിന്റെ ചില്ലുകളിൽ തട്ടി ഉടഞ്ഞുചിതറി. വജ്രസൂചി പോലെയായിരുന്നു ഐസക്കിന്റെ സ്പർശം. സീതാലക്ഷ്മിയിൽ അത് നൂറുനൂറ് പ്രകമ്പനങ്ങളുണ്ടാക്കി. താഴ്ന്ന ശബ്ദത്തിൽ അയാൾ ഇത്രമാത്രമാണ് പറഞ്ഞത്.

"ഒരു കട്ടൻ ചായ ഉണ്ടാക്കാമോ?"

ഐസക്കിന്റെ ചിത്രങ്ങളിൽ നിന്ന് ചുവപ്പ് അപ്രത്യക്ഷമായി. മറ്റ് തീക്ഷ്ണമായ നിറങ്ങളുടെ സമ്മേളനങ്ങളിലും ചുവപ്പിന്റെ അദൃശ്യത എന്ന പേരിൽ അയാൾ വരച്ച ഒരു സീരീസ് ചിത്രങ്ങളിലും അസ്തമയ വർണ്ണങ്ങളുടെ ഒറ്റപ്പെടലും കൂടിച്ചേരലും ആവർത്തിക്കുകമാത്രമാണുണ്ടായത്. ഒരുപക്ഷേ, എല്ലാം തികഞ്ഞ നിറങ്ങളുടെ പ്രകടനം അത്തരം ക്യാൻവാസുകൾ കൂടുതൽ ആവശ്യപ്പെടുംമട്ടിൽ അപര്യാപ്തത ജനിപ്പിക്കുകയും ചെയ്തു. ചുവപ്പിന്റെ മരണം എന്ന ചിത്രത്തിനുശേഷം ഐസക്കിൽ പ്രകടമായ മാറ്റങ്ങൾ കണ്ടുതുടങ്ങി.

എനിക്ക് രക്ഷപ്പെടണം. ഐസക് മന്ത്രിച്ചു. നിറങ്ങളിൽ നിന്ന്. സ്ത്രീകളിൽനിന്ന്. നിറങ്ങളിലൂടെ സഞ്ചരിച്ച് മറ്റൊരു നിറമാവുകയാണോ അയാൾ? ഗംഗാനദി ഹൃദയത്തിന്റെ ആഴങ്ങളിൽ വന്നുമുട്ടുമ്പോൾ പിടഞ്ഞുണരുന്ന ചില സ്മരണകളുടെ വേദനയിലെന്നവണ്ണം അയാൾ ചിലപ്പോൾ നായയെപ്പോലെ കിതച്ചുകൊണ്ട്, നുരയും പതയുമൊഴുക്കിക്കൊണ്ട്, പേ പിടിച്ചപോലെ നിറങ്ങളോടിക്കും. ജലം എന്നാണയാൾ ആ ചിത്രത്തിന് പേരിട്ടത്. പഞ്ചഭൂതങ്ങളിലൊന്നായ ജലം. ഐസക് ഒരു ആമയെപ്പോലെ അതിന്റെ ആഴങ്ങളിലേക്ക് താഴ്ന്നുപോകുന്നത് സീതാലക്ഷ്മി കണ്ടു.

റെയിൽവേ സ്റ്റേഷനിൽനിന്ന് ആപ്പീസിലേക്കുള്ള പത്തു മിനിറ്റ് നടപ്പുവേളകൾക്കിടയിൽ എവിടെയും പ്രത്യക്ഷപ്പെടുന്ന ഒരു രൂപമായാണ് സീതാലക്ഷ്മി ഐസക്കിനെ കണ്ടുതുടങ്ങുന്നത്. ശ്രീചക്രം വരഞ്ഞിട്ട ഒരു അമ്പലനടയ്ക്കും ബൈക്കുകൾ നിരന്നുകിടന്നു വെയിൽ കായുന്ന ഒരു ഇന്റർനെറ്റ് കഫേയ്ക്കുമിടയിൽ ഞെരുങ്ങിനിന്ന ഒരൊറ്റ മുറിയിലിരുന്ന് അയാൾ നിരന്തരം ബോർഡുകളും ബാനറുകളും എഴുതുകയായിരുന്നു അന്ന്. ചുവപ്പും നീലയും കലർന്ന ഒരിടവേളയായിരുന്നു അയാളുടെ വരകളുടെ പശ്ചാത്തലം. ഫോണ്ടുകൾ മാറിമാറിവരികയും നിറങ്ങൾ മാറാതിരിക്കുകയും. ഒരു വലിയ പരിമിതി. ചിലപ്പോൾ നഗരത്തിന്റെ കൊടുംവെയിലേറ്റ് ആകാശത്തേക്കുയർത്തിയ ഒരു ചാരിൽ ചാഞ്ഞുകിടന്നുകൊണ്ട് അയാൾ ആകാശത്ത് ചില ചിത്രങ്ങൾ വരയ്ക്കുന്ന പോലെയുണ്ടായിരുന്നു. പിന്നെപ്പിന്നെ അയാളുടെ മുഖത്തിന്റെ മുറുക്കം വിടുകയും കവിളുകളിൽ സൂചിക്കുത്തുകൾ വീണ് കരുവാളിക്കുകയും തകരുകയും അലിയുകയും ചെയ്യുന്ന ഒരു ശില്പമാതൃകയായിത്തീരുകയും ചെയ്തുകൊണ്ടിരിക്കുന്നതായി അവൾക്ക് തോന്നി. അയാളുടെ വിരലുകൾക്ക് കാശിത്തുമ്പയുടെ മണമായിരുന്നു. ചുണ്ടുകൾക്ക് പായൽ കലർന്ന ആറ്റുവെള്ളത്തിന്റെയും. സാന്ദർഭികവും കായികവുമാവണം

ജീവിതം.

ഖാദി സ്റ്റോറിൽനിന്ന് റിബേറ്റിന് വാങ്ങിയ മൂന്നോ നാലോ ജുബ്ബകളും തടിച്ചുകുറുകിയ സ്കെച്ച്പെന്നുകളും ചെറുതും വലുതുമായ ബ്രഷുകളും മണ്ണെണ്ണയും പെയിന്റും മണക്കുന്ന കളർടിന്നുകളും അയാളുമായി ഒരു വൈകുന്നേരത്ത് ജീവിതം തുടങ്ങുമ്പോൾ സീതാലക്ഷ്മിയിൽ ചില ഉച്ചനിറങ്ങൾ നിറംവറ്റാതെ ജ്വലിച്ചുനിന്നു.

"വലിയ വിഡ്ഢിത്തമാണ്."

നദീറ മുന്നറിയിപ്പു നല്കി.

"നിയമപരമായി ഒന്നിലും എവിടെയും അവകാശം നല്കാത്തവിധം അനാഥത്വം നല്കുന്ന ഒരു ജീവിതമായിരിക്കുമത്."

"എന്തിനാണ് നിയമങ്ങൾ?" സീതാലക്ഷ്മി അക്ഷോഭ്യയായി. "നിയമപരമായി ജീവിക്കാനും കുട്ടികളെ പ്രസവിക്കാനും ഞാൻ തയ്യാറല്ല. എനിക്ക് എന്റേതായ ജീവിതം എന്റേതായ രീതിയിൽ ജീവിക്കണം. അതിനുള്ള സ്വാതന്ത്ര്യമുണ്ടോ നിന്റെ നിയമത്തിൽ?"

"സീതേ, നീ കരുതുംമട്ടിൽ ജീവിതമത്ര ലഘുവും സരളവുമൊന്നുമല്ല. അത് അതിന്റെ വഴിക്കേ പോവൂ."

"ജീവിതം അതിന്റെ വഴിക്ക് പോട്ടേ സുഹൃത്തേ. താങ്കൾ അതിനെയങ്ങ് വിട്."

"എനിക്ക് നിന്നോട് സഹതാപമുണ്ട്."

"ഞാനെന്റെ ജീവിതം ജീവിക്കുന്നത് മനസ്സുകൊണ്ടാണ്. ബുദ്ധികൊണ്ടല്ല. മനസ്സിലായോ?"

അതെ മനസ്സുകൊണ്ട്. മനസ്സുകൊണ്ട്...

ഐസക്കിനെ അന്വേഷിച്ച് ചിലരൊക്കെ വീട്ടിലേക്ക് വരുന്നുണ്ടെന്നും പകൽനേരങ്ങളിൽ വീടാകെ അവരുടെ അരങ്ങായി മാറുന്നുണ്ടെന്നും സീതാലക്ഷ്മിക്ക് മനസ്സിലായത് കാപ്സിക്കം കഷണങ്ങളും സാലഡ് വെള്ളരിത്തുണ്ടുകളുമൊക്കെ അടുക്കളച്ചുറ്റിൽ അക്രമാസക്തമാംവിധം ചിതറിക്കിടക്കുന്നത് കണ്ടാണ്. മെഴുക്കുപിടിച്ച പാത്രങ്ങൾ അവൾക്കായി അവർ മാറ്റിവെച്ചിരുന്നില്ല. ഒപ്പം അവർ പങ്കുവെക്കുന്ന ആഹാരത്തിന്റെ നിറമോ, മണമോ, രുചിയോ ഒന്നും. അവൾ ഉറങ്ങുകയും ഉണരുകയും നിയന്ത്രിക്കുകയും ചെയ്യുന്ന ഒരു വീട്ടിൽ അവളറിയാതെ, അവളെ മാനിക്കാതെ രഹസ്യമായി, മറ്റൊരു സമാന്തര ജീവിതം.

ആദ്യമായി ഐസക്കിനെ നിരാകരിച്ചുകൊണ്ട് സീതാലക്ഷ്മി രണ്ടു ദിവസത്തെ ലീവെടുത്തു.

ഐസക് ആദ്യമായി പൊട്ടിച്ചിരിച്ചു.

"ഊം...?"

ആ ചോദ്യത്തിലെ മുഴക്കം അപ്രതിരോദ്ധ്യമാംവിധം സീതാലക്ഷ്മിയെ ചുഴറ്റി.

"ഞാനൊരു കലാകാരനാണ്. എനിക്ക് ഉണർവ്വ് വേണം. പുതിയ

നിറങ്ങളുടെ ഊർജ്ജസ്വലത വേണം. ആവർത്തിക്കുന്ന ഒന്നിനെയും എനിക്ക് സഹിക്കാനാവില്ല. എനിക്ക് ആസക്തി നിറങ്ങളോടാണ്... നിറങ്ങൾ.”

സീതാലക്ഷ്മി നൊടിയിടയിൽ കുടയും ബാഗുമെടുത്ത് പുറത്തേക്കിറങ്ങി. പകൽമുഴുവൻ അവൾ ആ ബസ്സ്റ്റാന്റിന്റെ മൂത്രം മണക്കുന്ന മുറിയിലിരുന്നു. ജീവിതത്തിലാദ്യമായി അവൾ നിറങ്ങളുടെ ആസുരതയെക്കുറിച്ചു ഗാഢമായി ആലോചിച്ചു. ഐസക്കിനെ മനസ്സിലാക്കാൻ അവൾ ബാദ്ധ്യസ്ഥയാണ്. അല്ല ഐസക്കിനെ അവൾ മനസ്സിലാക്കുന്നു. നിറങ്ങളുടെ ആ മനസ്സിനെ. ജീവിതത്തിന്റെ പരിമിതികളെയും പെരുമാറ്റച്ചട്ടങ്ങളെയും.

അന്തിവെളിച്ചം അലിയുന്ന കടൽത്തീരത്തിരുന്ന് അവൾ അസ്തമയം കണ്ടു. മനസ്സിൽ പിടി തരാതെ തെന്നി മറയുന്ന ആ നിറം എന്താണ്? ആരാണ്? ഐസക്കാണോ?

ആ ചോദ്യത്തിന്റെ തുടക്കത്തിൽനിന്നുകൊണ്ട് അവൾ ‘ജലം’ എന്ന ചിത്രത്തിന്റെ വക്കിലൂടെ വിരലുകളോടിച്ചു. അത്ഭുതം! അവളുടെ വിരലുകളിൽ നീലനിറം പുരണ്ടു. രാവ് കെട്ടഴിഞ്ഞ് ഗ്ളും ശബ്ദത്തോടെ അതിൽ ആഴ്ന്നുകലങ്ങി.

ജലത്തിന് ചോട്ടിൽ കഴുത്തൊടിഞ്ഞുകിടന്ന സ്ത്രീയുടെ പൊക്കിൾച്ചുഴിയിൽ ഒരു ചുംബനത്തിന്റെ നക്ഷത്രപ്പാടിനൊപ്പം ആരോ ഇങ്ങനെ എഴുതിയിരുന്നു: ഞാറപ്പൂ...

ഡോക്ടർ

ഒരു ഡോക്ടർ നിങ്ങളെപ്പോലെ പുകവലിക്കുകയോ ഉച്ചത്തിൽ തുമ്മുകയോ നടുറോഡിൽ കാറിത്തുപ്പുകയോ ഇല്ല. അദ്ദേഹം നിങ്ങളെപ്പോലെ ഓടയിൽ മുണ്ടു പൊന്തിച്ചു നിന്ന് മൂത്രമൊഴിക്കില്ല. അശ്ലീലപരസ്യം നോക്കില്ല. സിനിമ കാണില്ല. ഒരിടവഴിയിലും അദ്ദേഹത്തെ നിങ്ങൾ കണ്ടെത്തില്ല. നിങ്ങളെപ്പോലെ ഉച്ചത്തിൽ അടിപൊളിപ്പാട്ടുകൾ പാടിച്ചു ആഭാസമായി തുടകളിളക്കി അദ്ദേഹം സ്വന്തം ആസ്വാദ്യതയുടെ നിലവാരം തുറന്ന പുസ്തകമാക്കില്ല. ഉച്ചത്തിൽ പറയില്ല. ഉറക്കെ ചുമയ്ക്കില്ല. വിസർജ്ജിക്കില്ല, അച്ഛാ അമ്മാ വിളിക്കില്ല: ഭോഗിക്കില്ല.

അദ്ദേഹം മാന്യമായി ഇളംനിറത്തിലെ കർട്ടനുകൾ കൊണ്ടടച്ച, വില കൂടിയ പെയിന്റടിച്ച, എ സി നേരിയതായി മുരളുന്ന, നേർത്ത നാരിലകൾ വീശിനില്ക്കുന്ന അകമുറിയിൽ ചെറിയ ഇരുമ്പുകമ്പികൾ കോർത്ത കുഞ്ഞുലെറ്റർപാഡുമായി നിശ്ശബ്ദനായിരിക്കും.

ഇടയ്ക്കിടെ തന്റെ നേർത്ത് ചുവന്ന് ആരോഗ്യമുള്ള വിരലുകൾ കൊണ്ട് നിങ്ങളുടെ നാഡി പിടിക്കുകയും കൺപോളകൾ വിടർത്തി നോക്കുകയും പതുക്കെ സംസാരിക്കുകയും മറുഭാഷയിൽ വില കൂടിയ മരുന്നുകളുടെ പേരുകളെഴുതി പേടിപ്പിക്കുകയും ഫുൾഷേവായിരിക്കുകയും ചെറിയ ഗ്ലാസുള്ള കണ്ണട ധരിക്കുകയും ചെയ്യും. നിറം കുറഞ്ഞ മുറികൈയൻ ഷർട്ടുകളും കറുത്ത പാന്റുകളും മാത്രം ധരിച്ച് തന്റേതായ ഒരു കളർസ്കീം സൃഷ്ടിക്കുകയും ചെയ്യും. വെള്ളിചിതറുന്ന പല്ലുകൾ പിശുക്കിക്കാണിച്ച് ആജ്ഞകൾ മാത്രം പുറപ്പെടുവിച്ചുകൊണ്ടിരിക്കും. പിന്നീടൊരിക്കലും നിങ്ങളെ തിരിച്ചറിയാൻ വിസമ്മതിക്കുന്ന ഒരു രോഗത്തിന്റെ പേരിൽ മാത്രം കണ്ടുമുട്ടുന്ന ഒരു താല്ക്കാലികഭ്രമം മാത്രമാണ് ഒരു ഡോക്ടർ.

അദ്ദേഹം ഓഹരിക്കമ്പോളത്തെക്കുറിച്ച് സംസാരിക്കാത്ത, സ്ത്രീ പീഡനത്തെക്കുറിച്ചോ, പുതിയ പ്രവണതകളെക്കുറിച്ചോ ഒന്നും മിണ്ടാത്ത ഒരു ചരിത്രാതീതയഷ്മാവാണ്. അടഞ്ഞമുറികളുള്ള കടങ്കഥ.

ഭൂമി കുലുങ്ങുമ്പോഴും അദ്ദേഹം നിങ്ങളുടെ നാഡി പിടിച്ചുകൊണ്ടിരിക്കും. ബഹുനിലക്കെട്ടിടങ്ങൾ തകരുമ്പോഴും അദ്ദേഹം ജെനോമുകളെക്കുറിച്ച് പ്രഭാഷണം നടത്തിക്കൊണ്ടിരിക്കും. പ്രളയജലം കയറിക്കൊണ്ടിരിക്കുമ്പോഴും പരീക്ഷണശാലയിലെ മങ്ങിക്കത്തുന്ന വിളക്കുകൾക്കിടയിൽ ഒരു പരീക്ഷണവിജയത്തിനായി അടയിരിക്കും.

ഏറ്റവുമൊടുവിൽ, ജനതകളും ബന്ധങ്ങളും പ്രണയങ്ങളും ഒഴുകിപ്പോവുമ്പോഴും അരയാലിലയിൽ കാൽവിരൽത്തുമ്പ് കടിച്ചുകിടക്കുമത്രേ ഇവൻ. ഈ ഡോക്ടർ!

പച്ച

ശിവൻപിള്ളയുടെ ഒളിച്ചോട്ടത്തിന് ലോഹിതദാസിന്റെ *ഭരതം* എന്ന സിനിമയുടെ ചില രംഗങ്ങളുമായി സാദൃശ്യമുള്ളതായി തോന്നാം. അത് തികച്ചും യാദൃച്ഛികമാണ്. തുടർന്നു വായിക്കുക.

കുംഭത്തിലെ വേനൽമഴയ്ക്കു ശേഷം കുപ്പയിലും മാണിക്യം എന്ന ചൊല്ലോർത്ത് ശിവൻപിള്ള ചായ്പിൽനിന്ന് കരിക്കും കാളക്കയറുമെടുത്ത് തിണ്ണയ്ക്കുവച്ചു. ഞാൻ കെട്ട്യേ പെണ്ണേ, ഞാൻ കെട്ട്യേ പെണ്ണേ, കപ്പലിലേ പോയ്‌വരട്ടേ എന്ന് പാടി ഇളവെയിൽപോലൊരു ചിരി പകുതിയിൽ നിർത്തി. നീ പോയാലെന്നാ, നീ വന്നാലെന്നാ, നീ കപ്പൽ മുങ്ങി ചത്താലെന്നാ എന്ന് അത് പാടി മുഴുമിപ്പിച്ചു. ആകാശത്ത് ബാക്കി നിന്ന കാർമേഘങ്ങളിലേക്കു നോക്കി, 'ഈ മഴ പൂക്കാൻ തുടങ്ങിയ റബ്ബറിന് കേടാ,' എന്ന് ആത്മഗതം കൊണ്ടു. പിന്നീട് ശിവൻപിള്ള മുറ്റത്തിറങ്ങി. അങ്ങ് മലയിൽനിന്ന് തേനീച്ചകൾ വരുന്നുണ്ടോ, എന്ന് നിരീക്ഷിക്കാനായിരുന്നു അത്. കുന്നിൻമുകളിൽ മാർത്തോമക്കാരുടെ ഒരുപള്ളി മാത്രമാണ് കണ്ടത്. തന്തേല്ലാ കഴുവേറി മോമ്മാര് എങ്ങനെടാ കുന്നിന്റെ മണ്ടേക്കേറി പള്ളി പണിതത് എന്നൊരു തുപ്പ് തുപ്പി.

തോർത്തും വിരിച്ച് തിണ്ണയിൽ കിടന്നപ്പോൾ, എന്തോ, ശിവൻപിള്ള നുള്ളിയോട്ട് അടകുടി കിടന്നതും, കാടുപെറ്റ് സ്ഥലം കൈയേറിയതും ചടക്കുറുവ വിതച്ചതും, വാട്ടിക്കൊത്തിയരിയുടെ ഒരുപിടി ചോറുണ്ണാൻ വല്ലാതെ ദണ്ഡിച്ചതും ഒക്കെ ഓർക്കുകയായിരുന്നു. ഫ്ളാഷ് ബാക്ക് അവിടെ അവസാനിച്ചു.

പുല്ലുമേയാൻ വിട്ടിരുന്ന പശുവിനെയും പിടിച്ച് ടിയാൻ ആറ്റിലേക്കിറങ്ങുന്നത് കണ്ടവരുണ്ട്. കാരണം, അവിടെയും മൃഗങ്ങളും ആണും പെണ്ണുമെല്ലാം ഒരുമിച്ചാണ് കുളിക്കാറ്. പശുവിനെ വെള്ളത്തിലിറക്കി

ശിവൻപിള്ള കോണകം അഴിച്ചു. അതാണ് വെള്ളത്തിൽ പൊങ്ങിക്കിടന്ന ഏകതെളിവ്. പശുവിനെ കരയിലെ ഒരു പിണർമരത്തിൽ കെട്ടിയിട്ടുണ്ട്. ചെരുപ്പൂരി അലക്കുകല്ലിൽ വച്ചിട്ടുണ്ട്. ഒരു സ്ലേറ്റ് പെൻസിൽ കളഞ്ഞുപോകുംപോലെ അങ്ങനെ കമലമ്മപ്പുള്ളയ്ക്ക് ശിവൻപിള്ളയെ കളഞ്ഞുപോയി, ഉടുതുണിയോടെ.

ശിവൻപിള്ള വെള്ളത്തേൽ ചാകുമെന്ന് വിചാരിക്കുന്നത് അധികപ്പറ്റായിരിക്കും. അന്നാട്ടിലെ പിള്ളേരെയത്രയും വാഴപ്പിണ്ടി പിടിച്ചുകിടന്ന് നീന്ത് പഠിപ്പിച്ചതത്രയും ശിവൻപിള്ളയാ. ആദ്യം കമലമ്മപ്പുള്ളയ്ക്ക് ചിരിയാണ് വന്നത്. ഓട്ടക്കാലണപോലെ പര്യമ്പുറത്തും മുറ്റത്തും അനക്കമില്ലാതെ നടന്ന ഒരു മനുഷ്യനേ! അങ്ങേരെ കാണാനില്ലെന്ന് പറയുന്നതിൽ എന്തോ ഒരിത്. തൊട്ടും തൊടാതെയും പാത്തും പതുങ്ങിയുമൊക്കെ കമലമ്മപ്പുള്ള ഒന്ന് തിരിഞ്ഞുനോക്കി. വെറ്റിലക്കാരി പെമ്പിളയോടൊപ്പം എങ്ങാനും ഒളിച്ചോടിയോ എന്നൊരു സംശയവും വരാതിരുന്നില്ല. ചിലപ്പോൾ ആരോടും പറയാതെ അങ്ങേര് കാട് കയറാറുണ്ട്. കാട്ടുവെള്ളത്തേ വീഴുന്ന കാട്ടമാങ്ങേം തിന്ന് വല്ല ഉങ്ങിലോ വേങ്ങയിലോ പൊത്തിപ്പിടിച്ച് കേറി, ശ്ശീന്ന് താഴോട്ടുരുണ്ട്, ചന്തിയേലേ തോലും പോയിങ്ങുവരും. കമലമ്മപ്പുള്ള നൊച്ചിയുടെ ഒരു കമ്പൊടിച്ച് പരണത്ത് വച്ചു. ഇങ്ങു വന്നേരെ.

നാലാം ദിവസം അക്കരെ കല്യാണത്തിന് സദ്യ ഒരുക്കാനിറങ്ങിയ ഗോപ്പുള്ളേച്ചൻ അതുവഴി വന്നു. “കമലമ്മപ്പുള്ളേ എടയ്ക്കെങ്ങാനും പിള്ളേച്ചൻ ഫോണെങ്ങാനും വിളിച്ചോ, ചക്കയപ്പം ഒണ്ടാക്കിവെച്ചിട്ടൊണ്ടെന്ന് പറഞ്ഞോണം. ടി വിയൊക്കെ കാണുന്ന പുള്ളിയല്യോ ഒളിച്ചോടാനും പാത്തിരിക്കാനുമൊള്ള വഴിയൊക്കെ കണ്ടിട്ടുണ്ടേ! എടി സരോയിനിയേ ഇച്ചിരെ പോലയിങ്ങ് തന്നേ.”

“ഇയ്യോടീ, പിള്ളേച്ചനെ ബസ്സ്റ്റാന്റേ കണ്ടല്ലോ. പുള്ളി ഒളിച്ചോടുവാന്ന് തോന്നീല്ല, കേട്ടോ.”

മീൻകാരി റോസമ്മയുടെ മകൻ, സ്ഥലത്തെ ജിം, ഇഗ്നേഷ്യസ് കോരൂള പറഞ്ഞു.

“ഇനീം പഴയ ജോലി സ്ഥലത്തെങ്ങാനും പോയിട്ടൊണ്ടോ?”

സരോയിനി ചോദിച്ചു.

“ഓ! എന്നാത്തിനാ?”

ശിവൻപിള്ള പണ്ട് ചായയടിക്കാൻ അസമിൽ പോയ കഥ വല്ലതും ഗോപ്പുള്ളേച്ചൻ പറഞ്ഞുകളയുമോ എന്നോർത്ത് സരോയിനിക്ക് നാണം വന്നു. സരോജിനി സ്ഥലത്തെ യു പി സ്കൂൾ അദ്ധ്യാപികയാണെങ്കിലും ജാതിപ്പെരുമവച്ച് ഗോപ്പുള്ളേച്ചൻ അവളെ എടീ, പോടീന്നൊക്കെയേ വിളിക്കൂ. അതിന്റെയൊരു വല്ലാഴിക സരോജിനിക്ക് ഉണ്ടെന്നുവച്ചോ.

രണ്ടു ദിവസം കഴിഞ്ഞപ്പോഴാണ് റെയിൽപ്പാളത്തിൽ ആരോ മരിച്ചുകിടക്കുന്ന വിവരം അറിഞ്ഞത്. ദേശം മൊത്തം അങ്ങോട്ടോടി.

“ഗോപ്പുള്ളേച്ചാ ആ തുണിയൊന്ന് പൊക്കിനോക്കിക്കേ. പുള്ളി

കോണകം വലിച്ചെറിഞ്ഞേച്ചല്ലേ പോയേക്കുന്നേ?"

കോരൂള പറഞ്ഞു.

"ഒന്നുപോടാ കൊച്ചനെ. എനിക്കെങ്ങും മേലാ. അത് പിള്ളേച്ചനല്ല."

എങ്കിലും ഗോപ്പുള്ളേച്ചൻ നിരാശനായിരുന്നു.

"ഓ! അത് പിള്ളേച്ചനൊന്നുമല്ലെന്നേ. ഷഡ്ഡിയിട്ട ഒരുത്തൻ"

"ടി വി മാത്രമൊന്നുമല്ല. സിനിമേം ഇട്ടം പോലെ കാണുന്നോനാ പിള്ളേച്ചൻ. ഇനീം പർദ്ദയെങ്ങാനും ഇട്ടോണ്ട് വല്ലെടോം ജീവിക്കുന്നോ ആവോ!"

കോരൂള പറഞ്ഞു.

"പോടാ."

ഗോപ്പുള്ളേച്ചൻ കൈയോങ്ങി. കമലമ്മപ്പുള്ളേടെ മുന്നിൽവച്ച് എങ്ങനെ ചിരിക്കും?

അങ്ങനെയങ്ങനെ ശിവൻപിള്ള മെല്ലെമെല്ലെ മാഞ്ഞു പോകവെ, ഒരു രാത്രിയിൽ ഫോൺ നിർത്താതെ ബെല്ലടിക്കാൻ തുടങ്ങി.

"ഹലോ."

കമലമ്മപ്പുള്ള.

മറുവശം നിശ്ശബ്ദത.

"ഹലോ."

മിണ്ടാട്ടമില്ല.

"ഏത് പോഴനാടാ മനുഷേനേ ബുദ്ധിമുട്ടിക്കുന്നെ?"

"കമലപ്പുള്ളേ"

ശിവൻപിള്ള വിളിച്ചു

"നീ ഓർക്കുന്നില്ല്യോടീ കൊമ്പേക്കാണീം ആയിരം കാണീം. ദർഭേം കാട്ടുഞെറുങ്ങണോം വെട്ടി നമ്മളവിടെ കൊളവാലീം കുറ്റിച്ചെറയാടീം വെതച്ചില്ല്യോടി. ചോരപ്പയണോം വെള്ളപ്പയണോം പൂത്തോടി കാട്ടില്? ആ മൊട്ടല് മരത്തിന്റെ ചോട്ടീ മൊട്ടലാമകള് വന്നോടി?"

"നിങ്ങക്കെന്നാ മനുഷേനെ? മൊട്ടലാമ!"

"ഞൊങ്ങണം പുല്ലിന് കാതുകുത്ത്.

അവിടന്നും കിട്ടി ഉരിയരി."

ശിവൻപിള്ള പാടി.

"ഞൊങ്ങണം മുല്ല്! നേരം വെളുക്കുമ്പോ ഇവിടെ എത്തിക്കോണം."

"പോടീ മച്ചീ. കാട്ടുറുമ്പിന് കാതുകുത്ത്..."

ശിവൻപിള്ള മാഞ്ഞേപോയി.

ദൈവത്തിന്റെ സ്വന്തം നാട്

ഏതോ ഒരു കലാപബാധിത പ്രദേശത്ത് ചിന്നിച്ചിതറിക്കിടന്ന ശവശരീരങ്ങൾക്കിടയിൽ മുഖം പൊത്തിയിരിക്കുന്ന, പത്തോ പന്ത്രണ്ടോ വയസ്സ് പ്രായമുള്ള നഗ്നനായ ഒരാൺകുട്ടിയുടെ ചിത്രമായിരുന്നു അത്. കറുത്ത നിറത്തിലെ ശവശരീരങ്ങൾക്കിടയിൽ വെളുത്തു തുടുത്ത അവന്റെ ശരീരത്തിന്റെ വളവുകളും തിരിവുകളും കാമത്തിന്റെ ഭാഷയിലേ എനിക്ക് വായിച്ചെടുക്കാൻ കഴിഞ്ഞുള്ളൂ.

സുഹൃത്ത് വിപിന്റെ മുറിയിൽ യുദ്ധം അവസാനിക്കുന്നത് ആഘോഷിക്കാൻ കൂടിയതായിരുന്നു ഞങ്ങൾ നാൽവർ. അരവിന്ദ് എന്ന പൊതുമരാമത്ത് വകുപ്പ് ഗുമസ്തൻ, പത്രസ്ഥാപനത്തിൽനിന്ന് പഞ്ചായത്ത് എക്സ്റ്റൻഷൻ ആപ്പീസിലേക്ക് കൂറുമാറിയ വിപിൻ. അമ്മയുടെ മരണത്തിന് നാട്ടിലെത്തിയ ഗർഷോം പ്രഭാകരൻ, കോളേജ് അദ്ധ്യാപകനും കവിയുമായ ഞാൻ. ഞങ്ങൾക്കു മുന്നിൽ ഗർഷോം ഉദാരമായി വിളമ്പിയ സ്കോച്ച്, തെല്ലു സംഗീതം (പങ്കജ് ഉദാസ്, ചിട്ടി ആയി ഹേ) പക്ഷേ, പങ്കജിനെ ആസ്വദിച്ചത് ഗർഷോം മാത്രമായിരുന്നു ഞങ്ങൾ മൂവർക്കും പശ്ചാത്തലത്തിലെ സംഗീതം ഒരുഹോട്ടൽ ശീലത്തിനപ്പുറത്തേക്കു വളർത്താനായിട്ടില്ലെന്നത് നേര്. പരിചയപ്പെട്ട പ്രവാസികൾക്കെല്ലാം ഇത്തരം ചില ആസ്വാദനശീലങ്ങൾ ഉണ്ടായിരുന്നതായി ഞാനോർക്കുന്നു. ഒരാശ്വാസം പോലെയോ ഓർമ്മ പോലെയോ അവരതൊക്കെ സൂക്ഷിക്കുന്നു. അല്ലെങ്കിൽ, പ്രിയപ്പെട്ടതോ നഷ്ടപ്പെട്ടതോ ആയ ചിലതിനു പകരമായി. ജീവിതത്തിന്റെ ഈ ഇരുണ്ട ശിലാഖണ്ഡങ്ങൾക്ക് പകരം വെക്കാൻ മറ്റൊന്നില്ലെന്ന് തോന്നുന്നത് കൊണ്ടാവാം ഞങ്ങൾക്കാർക്കും ഇത്തരം ഓമനത്തങ്ങൾ പതിവില്ലാത്തത്.

അരവിന്ദനിന്ന് ഓവറാണ്. അവൻ വല്ലാതെ മുക്രയിടുകയും അമ

റുകയും ചെയ്യുന്നുണ്ട്. ഞാൻ ആ ചിത്രത്തിൽ വല്ലാതെ മുഴുകിയിരുന്നു. വിപിൻ കുറെ നേരമായി ഹംസധ്വനിയുടെയും മോഹനത്തിന്റെയും ആരോഹണാവരോഹണത്തിലൂടെ അലഞ്ഞുകൊണ്ടിരിക്കുകയാണ്. പ്രഭാകരനോടവൻ സാധിംചെനെയുടെ രാഗം ചോദിക്കുന്നുണ്ട്. അവനിൽ എപ്പോഴും ബാക്കി നില്ക്കുന്ന മഴപോലെ തെല്ല് സംഗീതം ബാക്കിയാണ്. മെഹന്തിയെ മുതൽ പ്രണയത്തെ വരെ ആരോഹണാവരോഹണങ്ങളിലൂടെയാണവൻ തിരിച്ചറിയാറ്.

ഇതാ, ഉധാസിന്റെ വരികൾകേട്ട് ഗർഷോം കരയുകയാണ്. പ്രവിശ്യകളും ഉപഭൂഖണ്ഡങ്ങളും അലട്ടാനില്ലാത്ത, വേരുകളില്ലാത്ത, പ്രവാസിയുടെ ദുഃഖത്തിന്റെ ആഴം ഒരുപക്ഷേ, എനിക്ക് അറിയാൻ കഴിയുന്നുണ്ടാവില്ല. എന്റെ ദുഃഖങ്ങളെല്ലാം വഴുവഴുപ്പുള്ളതാണ്. അതുകൊണ്ടാണല്ലോ ചിതറിയ ശവശരീരങ്ങൾക്കിടയിൽ മുഖം പൊത്തിയിരിക്കുന്നു ആ പയ്യന്റെ ചിത്രം ഞാൻ അരവിന്ദന്റെ ചുവന്ന കണ്ണുകൾക്ക് മുന്നിലേക്ക് നീക്കിവെച്ചത്. ഓവറായിക്കഴിഞ്ഞാൽ അരവിന്ദ് ആള് പരമബോറാണ്. അവനിപ്പോൾ ആ ചിത്രം നോക്കി രണ്ടു പുലയാട്ട് പറയണമെന്ന് ഞാൻ അതിയായി ആശിക്കുന്നു. അരവിന്ദന്റെ പുലയാട്ടുകളാണ് മദ്ധ്യവർഗ്ഗ ബുദ്ധിജീവിയായ എന്റെ വ്യഭിചാരങ്ങൾ.

ചില്ലു ഗ്ലാസ് താഴെ വച്ച് അരവിന്ദ് അലറിയലറി ചിരിച്ചു.

“വെള്ളരിക്കാത്തുണ്ട് പോലുണ്ടല്ലോടാ ഇവന്റെ ചുക്കുമണി.”

നാരങ്ങാമുറിച്ച പേനാക്കത്തിയെടുത്തവൻ പയ്യന്റെ നഗ്നമേനിയാകമാനം ക്രൂരമായി വരഞ്ഞു. കത്തി പയ്യന്റെ കുരുന്നു ലിംഗത്തിൽ കുത്തിയിറക്കിയശേഷം അവൻ ആസക്തിയോടെ ഒരു ലാർജിന് ചിയേഴ്സ് വിളിച്ചു.

വിപിനിപ്പോൾ രണ്ട് സ്മോളിന്റെ വേദനകൾക്കുശേഷം ഹംസധ്വനിയുടെ ആരോഹണാവരോഹണത്തിലെത്തിയിരുന്നു. സനിപഗരിസ. നിപഗരിസ.

പായലിന്റെ തണുപ്പ് പറ്റിപ്പിടിച്ചുകിടക്കുന്ന തകർന്ന നഗരത്തിലെ ഒരുപാട് രക്തസാക്ഷി മണ്ഡപങ്ങൾ ചൂണ്ടി, കലാപങ്ങൾ കീറിമുറിച്ചിട്ട ഒരുപാട് അതിരുകൾ ചൂണ്ടി, പട്ടാളക്കാർ വ്യഭിചരിച്ചെറിഞ്ഞ സ്ത്രീകളുടെ നഗ്നമായ മുലകളിൽ തട്ടി തകർന്നുവീഴുന്ന ചിരികൾക്കിടയിൽ നിന്നുകൊണ്ട് സ്വന്തം നഗ്നത പ്രദർശിപ്പിച്ച് അരവിന്ദ് കൂവി.

“ദൈവത്തിന്റെ സ്വന്തം നാട് പൂഹോയ്.” അതിന് സമാന്തരമായി വിപിന്റെ അവരോഹണം.

സനിപഗരിസ. സനിപഗരിസ.

പുഴ

"**പൊ**യേനെ ഒയ്ക്കണം."

അത് അമ്മുവാണ്. സോദ്ദേശകഥകളുടെ സ്റ്റോക്ക് തീർന്ന ഒരു രാത്രിയിൽ ഞാനവൾക്ക് ഒരു പുഴയുടെ കഥ പറഞ്ഞു കൊടുത്തിരുന്നു. അതിനുശേഷം അവൾ സ്വന്തമായി ഒരു പുഴ നിർമ്മിക്കാനും ഒഴുക്കാനുമുള്ള ചുറ്റുവട്ടം തുടങ്ങി. സ്വകാര്യവല്ക്കരണം എന്ന് തമാശയോടെ ഓർത്തു ഞാൻ. "അച്ഛാ പേരമരത്തിന്റെ മോളീക്കൂടീം പൊയ ഒയുകും." എന്ന് എക്സ്ക്ലൂസീവ് വാർത്ത അമ്മു അറിയിക്കുമ്പോൾ ഞാൻ ഭാഗ്യക്കുറി നറുക്കെടുപ്പിന്റെ ഒരു ബഹളത്തിലായിരുന്നു. "അച്ഛാ, അച്ഛാ" എന്നവൾ തട്ടിയും മുട്ടിയും എന്നെ ഉണർത്താനുള്ള ശ്രമം തുടർന്നപ്പോൾ, എന്റെ 'അമ്മച്ചിവീട്ടി മൂർത്തി', പൊറാമച്ചിയെ പെറീച്ചപോലെ, രാത്രി മുഴുവൻ പത്മം ഉറക്കമിളച്ചിരുന്ന് പിടിച്ചുവെച്ച വെള്ളം മുഴുവൻ അവൾ പുഴ ഒഴുക്കിയോ എന്ന് നടുങ്ങി ഞാൻ. ഉരുണ്ടു പിരണ്ടെഴുന്നേറ്റ് ചെന്നപ്പോൾ, എന്റെ തിരുവാറന്മുളയപ്പാ പേരമരത്തിന്റെ മുകളിലൂടെ ചിരട്ടയിൽ വെള്ളം മുക്കി ഒഴിച്ചു കളിച്ചിട്ട് ക്ഷീണിച്ചിരിപ്പാണ് അമ്മു. ബാക്കി വെള്ളത്തിൽ ചെളി, കരിക്കട്ട, രുക്കുവക്കന്റെ പൂച്ചയ്ക്ക് ചോറു വിളമ്പുന്ന ഞണുങ്ങിയ അലുമിനീയം പാത്രം, ആരോ വലിച്ചെറിഞ്ഞ ഒരു ശുകൽബെൽറ്റ്, അഴുകി അലുത്ത രണ്ടു കളിവള്ളങ്ങൾ, ദോഷം പറയരുതല്ലോ, പതിനെട്ടാമത്തെ തവണ ഞാനവൾക്ക് വാങ്ങിക്കൊടുത്ത അക്രിലിക് നിറങ്ങളത്രയും ഒഴുകിപ്പരന്ന് ഒരു വിചിത്രാകാശവും.

ഞാൻ തവിടുപൊടിയായി. പത്മം അടുക്കളയിൽ തിരക്കിട്ട പണിയിലാണ്. പുറത്തേക്കിറങ്ങിവന്നാൽ ഇന്നിവിടെ എന്തൊക്കെ നടക്കുമെന്ന് പ്രവചിക്കാൻ കഴിയില്ല. പേരക്കമ്പ് വലിച്ചൊടിച്ച്, കണ്ണുമടച്ചുപിടിച്ച് അമ്മുവിനെ തല്ലി തോല് പൊളിക്കാൻ തോന്നി എനിക്ക്, കുട്ടികളെ തല്ലരു

തെന്നും അവരുടെ വാസന വളർത്തിയെടുക്കുകയാണ് വേണ്ടതെന്നും ഇക്കഴിഞ്ഞ ശനിയാഴ്ച ഫാദർ മത്തിയാസ് ഞങ്ങളുടെ റസിഡൻഷ്യൽ ഏരിയായിൽ ഉദ്ബോധനം നടത്തി പോയിട്ടേയുള്ളൂ. ഒരാഴ്ചയെങ്കിലും കഴിയാതെ എങ്ങനെ തല്ലും? പള്ളീലച്ചന്മാരെക്കൊണ്ട് തോറ്റു. അവർക്കില്ലാത്ത പിള്ളേരെക്കുറിച്ച് അവരെന്തിനാണ് ഇത്ര വലിയ ഉദ്ബോധനത്തിന് നടക്കുന്നത്? ഞാൻ സിനിമയിൽ കാണുന്ന അച്ഛന്മാരെപ്പോലെ തുമ്പീ തുമ്പീ വാ, വാ എന്നൊരു പാട്ടും പാടി സുസ്മേര വദനനായി ബക്കറ്റും വെള്ളവും എടുത്തു.

"അമ്മൂ, നമുക്കിനി ഈ വെള്ളം കളയാം എന്താ?"

"നമ്മക്ക് പൊയ ഒയ്ക്കാം അച്ഛാ" എന്നവൾ നിർദ്ദേശിച്ചു.

"പേരമരത്തിക്കൂടെ എങ്ങനാ കുട്ടാ പുഴ ഒഴ്ക്കുക" എന്ന് സോപ്പിട്ടു ഞാൻ

"എങ്കീ നമ്മക്ക് അവിടെ ഒയ്ക്കാം."

അവൾ ചൂണ്ടിയത് രുക്കുവക്കന്റെ വീട് നില്ക്കുന്ന മലമുകളിലേക്കാണ്. രുക്കുവക്കന്റെ പ്രഭാഷണങ്ങളത്രയും ഈ മലമുകളിൽനിന്നുകൊണ്ടാണ്. പ്രഭാഷണത്തിനിടയ്ക്ക് മന്നയ്ക്കു പകരം ഇടയ്ക്ക് ഓരോ മുരിങ്ങക്കായ്, പുളിച്ചിമാങ്ങാ, ഒരു പിടി ചീരയില ഒക്കെ താഴേക്കുവന്നു വീഴും. *കീർത്തിചക്ര* സിനിമ ഇറങ്ങിയതിനുശേഷമാണ് ആളുകൾക്ക് പട്ടാളക്കാരന്റെ വിധവയായ രുക്കുവക്കനോട് ലേശം ബഹുമാനമൊക്കെ വന്നത്.

കള്ളന്മാർക്കേ മലമോളീന്ന് പുഴ ഒഴുക്കിവിടാൻ പറ്റൂവെന്ന് ഒരു എക്സ്ക്യൂസ് പറഞ്ഞ് ഞാൻ അമ്മുവിനെയും കൂട്ടി പൈപ്പിനരികിലേക്ക് പോയി.

"അച്ഛാ എവടാ ഒരു പൊയ ഒയ്കുക?"

പുഴ ഒരു വലിയ പ്രശ്നമായി എനിക്കു തോന്നി. ഒരു പുഴ ഏതു വഴി ഒഴുകും? പേരമരത്തിന്റെ മോളിലൂടെയും കുന്നിൻമോളിലൂടെയും ഒരു പുഴ ഒഴുകില്ല. സമതലത്തിലൂടെ ഒരു പുഴ ഒഴുകും എന്ന് ഞാനൊട്ടു പറയാനും പോയില്ല. കാക്കേ കാക്കേ കൂടെവിടെ എന്ന പഴയ നമ്പരിട്ട് ഞാൻ അമ്മുവിനെ നെഞ്ചോട് ചേർത്തു തിരികെ പോന്നു. അവളെ മടിയിൽവെച്ച് ഞാൻ മെല്ലെ ടി വി തുറന്നു. ഒരു പുഴ സ്വപ്നം കിടന്ന് കെട്ടിമറിഞ്ഞ് എന്റെ കുഞ്ഞുമകൾ വല്ലാതെ ചിന്താക്ലാന്തയായിപ്പോയിരുന്നു. അവൾ നേരിട്ട് ഒരു പുഴ ഒഴുകുന്നത് കണ്ടിട്ടില്ലല്ലോ. അച്ഛന്റെ വീട്ടിലേക്ക് ബോട്ടിലാണ് പോവുകയെന്നും അപ്പോൾ സൈക്കിളും കാറുമെല്ലാം ബോട്ടിന്റെ മുകളിലാണ് വെക്കുകയെന്നും ഞാനവളോട് പറഞ്ഞിട്ടില്ല. കാരണം, എനിക്ക് ബോട്ടായി അഭിനയിക്കാൻ അറിയില്ല. പത്മവും ഞാനും പ്രണയിച്ചാണ് വിവാഹം കഴിച്ചതെന്നും അവൾക്കറിയില്ലല്ലോ. പ്രണയം എന്നാലെന്തെന്ന് വിശദീകരിക്കാൻ ഞാൻ പഠിക്കുംവരെ കാര്യങ്ങൾ ഇങ്ങനെയൊക്കെ പോകട്ടെ.

ടി വി സ്ക്രീനിൽ ഒരു കടലാണ് ഇരമ്പിവന്നത്. ജോൺ എബ്രഹാമിന്റെ കാമുകി ബിപാഷയായിരുന്നു സ്ക്രീനിൽ.

"അയ്യേ." അമ്മു മുഖം ചുളിച്ചു.. "ആ പെണ്ണ് എന്താച്ഛാ ഉടുപ്പിടാത്തെ?"

"ഉടുപ്പിട്ടില്ലാരുന്നോ? അതച്ഛൻ ശ്രദ്ധിച്ചില്ല."

"ഉം, ഉം, അച്ഛന് ആ പെണ്ണിനോട് ലവ്വാ ഇല്ലേ?"

"ങേ? ആണോ?" എനിക്കും തോന്നി തെല്ല് സംശയം.

"അമ്മയ്ക്ക് ആരോടാന്നറിയോ ലവ്? സൂര്യോട്"

"നമുക്കിനി ഊണു കഴിക്കാം." എന്നൊരു സമവായമെടുത്തിട്ടു ഞാൻ. ഊണു വിളമ്പാനായി പത്മം വന്നപ്പോൾ അമ്മു പറഞ്ഞു.

"എന്റെ പേരിനി പൊയേന്നാ"

"പൊയേ?" പത്മത്തിന് ചിരി വന്നു.

"എന്താ ഇട്ടാ?" ഞാൻ അമ്മുവിന്റെ ഭാഗം പിടിച്ചു.

"കാറ്റെന്നും വെയിലെന്നും കിണ്ണമെന്നും തോരനുമെന്നുമൊക്കെ പേരിടാമെന്നേ"

"അയ്യടാ തോരൻ, കിണ്ണം, അമ്മൂനേം ആട്ടിൻകുട്ടിനേം ഇത്ര വേഗമങ്ങു മറന്നു ഇല്ലേ?"

എന്റെ കൽബിനൊരു പിടിപിടിച്ചു പത്മം. അമ്മുവും ആട്ടിൻകുട്ടിയും ഞങ്ങളുടെ പ്രണയദിനങ്ങളാണ്. ആ മഴവിൽനിറങ്ങളിൽ തല ചായ്ച്ചു വെച്ച് ഞാൻ മയങ്ങാൻ കിടന്നു. ഇടയ്ക്കുണർന്നപ്പോൾ കൺപീലികളിൽ നിറയെ ഒരു പുഴയെ സ്വപ്നം കണ്ടതിന്റെ നനവുമായി അമ്മുവുണ്ട് ഉറങ്ങിക്കിടക്കുന്നു. എന്റെ ഇടനെഞ്ച് തകർന്നു.

പുഴയെല്ലാം കുടിച്ചു വറ്റിക്കുന്ന ഒരു രാക്ഷസനെക്കുറിച്ചുള്ള കഥമെനയുകയാണ് ഞാനിപ്പോൾ.

ഗതി

സഹകരണബാങ്കിന്റെ കുത്തനെ താഴേക്കിറങ്ങി, പെട്ടെന്ന് വലത്തേക്കു തിരിയുന്ന പടിയിൽ നില്ക്കുമ്പോൾ അരവിന്ദൻ എന്റെ ഇരുകൈയും കൂട്ടിപ്പിടിച്ചു. ബന്ധങ്ങൾ ഇത്തരം ദൗർബല്യങ്ങളിലേക്ക് വരുന്നത് ഒരു ബുദ്ധിമുട്ടാണ്. ഉണങ്ങാത്ത മുറിവുപോലെ അതങ്ങനെ കുറേനേരം മനസ്സിൽക്കിടന്ന് പഴുക്കും. മാത്രമല്ല, അതു പിന്നെ ചില വിധേയത്വത്തിൽച്ചെന്നു കുടുങ്ങും. താഴത്തെ പടിയിൽ, റോഡ് തുടങ്ങുന്നിടത്ത് പ്രിയ എന്നെ കാത്തുനില്ക്കുകയാണ്. അവൾ കാണുംമുമ്പ് ഞാൻ കൈ വലിച്ചെടുത്തു. അത് അരവിന്ദനെ വേദനിപ്പിച്ചുകാണും. അരവിന്ദനെ പ്രിയക്ക് ഇഷ്ടമല്ല. അയാളുടെ ഭാവവും പടുതിയും ഒരു തരികിടയുടേതാണെന്നാണ് അവളുടെ വിലയിരുത്തൽ. ശരിയും തെറ്റും മാത്രമായ മനുഷ്യരില്ലെന്നൊക്കെ ഞാൻ വാദിച്ചു നോക്കിയിട്ടുണ്ട്. ചില ശരികളും ചില തെറ്റുകളുമൊക്കെയായല്ലേ നമുക്കൊക്കെ ജീവിക്കാനാവൂ.

ചില ശരി, ചില തെറ്റ്, അങ്ങനെയുണ്ടോ എന്നു പറഞ്ഞവൾ റോസ് ബൗളിലെ മെമ്മോയേഴ്സിലേക്കു പോയി. പറഞ്ഞു തീരാതിരിക്കുമ്പോഴുള്ള ആ പൊറുതികേടുമായി ഞാൻ പുറത്തേക്കുമിറങ്ങി. സത്യത്തിൽ എനിക്ക് ഇതിന്റെയൊന്നും ഒരാവശ്യവുമില്ല. അരവിന്ദൻ എന്റെ ആരുമല്ല. ഞങ്ങളുടെ ക്ലബ് സംഘടിപ്പിച്ച സമൂഹവിവാഹത്തിൽ കണ്ട പരിചയമേ എനിക്ക് അയാളുമായി ഉള്ളൂ. രണ്ട് കുട്ടികളുള്ള ഒരു സ്ത്രീയെ പങ്കാളിയാക്കാനുള്ള വിവരക്കേടുമുണ്ട് അരവിന്ദന്. പ്രമേഹരോഗിയുടേതുപോലെ കൈത്തണ്ടയിൽ ഞരമ്പുകൾ എഴുന്നുനില്ക്കുന്ന ഒരു മനുഷ്യൻ. നെഞ്ചത്തെയും കൈത്തണ്ടയിലെയും രോമം പൊഴിഞ്ഞിട്ടുണ്ട്. അത് എന്നിൽ സത്യത്തിൽ അറപ്പുണ്ടാക്കി. എല്ലാം തുളച്ച് ആഴത്തിലേക്കിറങ്ങുന്ന അയാളുടെ നോട്ടം കണ്ട് അന്ന് വിന്റോ ഗ്ലാസുയർത്തി ഒന്ന്

പിന്നോക്കം ചാഞ്ഞിരുന്ന് വെറുപ്പും പരിഹാസവും കലർന്ന ഒരു മുഖ ഭാവത്തിൽ പ്രിയ പറഞ്ഞു, "ചെടിയുടെ വേരുവരെ ഇറങ്ങിപ്പോവുന്ന വൃത്തികെട്ട നോട്ടം."

സത്യത്തിൽ അയാളുടെ ചുണ്ടുകൾക്കുമുണ്ട്. ഇത്തിരി ആഭാസ ത്തരം.

"ഇവൻ മുങ്ങുന്ന ഇനമെങ്ങാനുമാണോ?"

സെക്രട്ടറിയെ പിന്നിലേക്ക് പിടിച്ചുകൊണ്ടുവന്ന് ഞാൻ ചോദിച്ചു.

"ഉത്തരവാദിത്വം ഏറ്റെടുത്തോണ്ട് സോഷ്യൽ ആക്ടിവിറ്റീസ് നട ത്താൻ പറ്റോ മഹീ. നീയാ കസേരകളൊന്ന് അറേഞ്ച് ചെയ്യ്. ഇനിയിപ്പോ പ്രസിഡന്റിനെ കൊണ്ടുവരാൻ ആരു പോവും? ഇത് നാളത്തെ പത്ര ത്തേലൊന്നു വന്നാ സഹകരണബാങ്കീന്ന് ഒരു ലോണെടുക്കാം." എന്നു പറഞ്ഞുകൊണ്ട് സെക്രട്ടറി ബാത്ത്റൂമിലേക്കു കയറി.

അരോമ വെഡ്ഡിങ് സെന്ററായിരുന്നു കല്യാണപ്പുടവ സ്പോൺസർ ചെയ്തിരുന്നത്. ചെണ്ടുമല്ലിക്ക് തീ പിടിച്ച ഒരു നിറം. അതപ്പോൾ ഏറെ പരിഹാസ്യവുമായിരുന്നു.

വള്ളക്കടവ് ബിവറേജസിൽനിന്ന് വാങ്ങിയ കുപ്പിയുടെ അവസാ നത്തെ തുള്ളിയും കമിഴ്ത്തി അന്ന് അരവിന്ദൻ പറഞ്ഞു, "ഒരു മോഹോ മൊണ്ടായിട്ടല്ല. പയറുമണി കുത്തിയിട്ടും തെങ്ങിന് തടം പിടിച്ചും പാവല് പടർത്തീം കുമ്പിളു കുത്തിയിട്ടുമാ ശീലം. വെയർക്ക്മ്പോ എനിക്ക് പേര ക്കേടെ മണാ. കായ്കറികളുടെ എടേ കെടന്നാലേ ഒറക്കം വരൂ. ഞാൻ നോക്കുമ്പോ കള്ളിക്കാട്ട് അവക്ക് ഒന്നു രണ്ടേക്കറൊണ്ട്. കൊത്തീം കെളച്ചും ജീവിക്കാത്ത ജീവിതം എന്തോയിന് കൊള്ളും? ഞാനതേ കണ്ടൊള്ളൂ. അല്ലാതെ സാറിപ്പ പറഞ്ഞ മാതിരിയൊള്ള വെപ്ലവമൊന്നും അതേലില്ല. കേറിക്കെടക്കാൻ കൂരയൊണ്ട്. കഞ്ഞീം കറീം വെക്കാനാ ളൊണ്ട്. കൂടെ കെടക്കുകേം ചെയ്യാം. പിന്നെ അവളൊന്ന് കെട്ടീതാ. കെട്ടിയാ പിള്ളേരല്ലാതെ പാവല് ഒണ്ടാവ്വോ? അല്ലേൽത്തന്നെ എനിക്കി തൊക്കെ ആരു തരാനാ? എന്നെ ആർക്കാ വേണ്ട്യേ? തെണ്ടാൻ വന്നാ നിങ്ങള് തരോ?"

ഞാൻ അരവിന്ദന്റെ ഭാര്യയെ നോക്കി. കല്യാണം തീർന്നതിന്റെ ഒരു ബോറടിയിലായിരുന്നു അവരപ്പോൾ. ഇനി എന്താണ് വേണ്ടതെന്ന ഒരു കൊഴാമറി. അവർ വീട്ടുപണിക്ക് പോകുന്നുണ്ടെന്നാണ് അരവിന്ദൻ പറഞ്ഞത്. പാത്രങ്ങൾ കഴുകാതിരിക്കുന്നതിലെ ഒരു അസ്വസ്ഥത അവരെ കുഴച്ചു. തുണി അലക്കാനുണ്ടല്ലോ എന്ന വെപ്രാളം. കല്യാണപ്പുടവ ഉടുത്തതിലെ ഒരു ജാള്യം. പഞ്ചായത്ത് പ്രസിഡന്റ് മംഗളപത്രം വായി ക്കുകയായിരുന്നു അപ്പോൾ. ആരോ അരവിന്ദന്റെ ഭാര്യയുടെ മൂത്ത പെൺകുട്ടിയുടെ കൈയിൽ ഒരു ഐസ്ക്രീം കൊടുത്തു. ഇത്തിരി നേര ത്തേക്ക് അവൾ കപ്പും കൈയിൽപിടിച്ചിരുന്നു. അവൾ എവിടൊക്കെയോ ചെന്ന് തൊടുന്നുണ്ട്. ഒരുപക്ഷേ, മറ്റാർക്കും ചെന്നുതൊടാനാവാത്ത ചില സ്ഥലങ്ങളിൽ. മറ്റുള്ളവർക്കും അവൾക്കുമിടയിൽ ഏകാന്തതയും ശൂന്യ

തയും മാത്രമായിരുന്നു അപ്പോൾ. അച്ഛന്റെ ഛായയാവണം അവൾ. അമ്മയുടെ നേരിയ ഓർമ്മപോലും അവളുടെ രൂപത്തിൽ ഉണ്ടായിരുന്നില്ല. ഇളയവൾ മുറ്റത്തിട്ട ബഞ്ചിൽക്കിടന്ന് ഉറങ്ങിപ്പോയി. അരവിന്ദന്റെ ഭാര്യയിൽ കടന്നുപോയ ഒരു പുരുഷന്റെ ഓർമ്മ എവിടെയെങ്കിലും ബാക്കി നില്ക്കുന്നതായി തോന്നിയതേയില്ല. അല്ലെങ്കിൽ ആരുടെ മനസ്സിൽ എന്തൊക്കെ ഉണ്ടെന്ന് ആർക്കാണ് അറിയുക.

"രണ്ടു പെങ്കുട്ട്യോളേം കൊണ്ട് കണ്ടവന്റെ കൂടെ കെടക്കാൻ പോണ എവളേക്കെ കൊല്ല്യാ വേണ്ടീത്." പ്രിയ പറഞ്ഞു. "കൊറെ കഴീയ്മ്പം കണ്ടോ അമ്മേം മക്കളേം അവൻ വില്ക്കും."

ഓരോ പ്രശ്നത്തിലും ആണിന്റെയും പെണ്ണിന്റെയും കാഴ്ചപ്പാട് വ്യത്യസ്തമാണ്. ഇന്ന് അരവിന്ദൻ എങ്ങനെയാണ് രാത്രി ആഘോഷിക്കുക എന്ന ടെൻഷനാണ് എനിക്കുണ്ടായിരുന്നത്. ഇക്കാലത്ത് ഒരു കൃഷിക്കാരന് സുഖകരമായ ഒരു ജീവിതം എങ്ങനെയാണ് സാദ്ധ്യമാവുക എന്ന ചിന്ത വന്നത് മുട്ടട സഹകരണബാങ്കിൽനിന്ന് ഞാൻ ജാമ്യം നിന്ന് അരവിന്ദനെടുത്ത തുക ഒരു ഇൻസ്റ്റാൾമെന്റ് പോലും അടച്ചിട്ടില്ലെന്നും പലിശയും പലിശയുടെ പലിശയുമടക്കം അതൊരു വലിയ തുകയായി വളർന്നെന്നും റിക്കവറി നോട്ടീസ് വന്നിട്ടുണ്ടെന്നും മാനേജർ വിളിച്ചു പറഞ്ഞപ്പോഴാണ്. അരവിന്ദൻ ഒരു മാസശമ്പളക്കാരനോ സാമ്പത്തിക സ്ഥിതിയുള്ള ആളോ ഒന്നുമല്ലെന്ന് എനിക്കറിയാം. എങ്ങനെയാണ് ഇത്രയും വലിയ ഒരു തുക അയാൾ അടയ്ക്കുക? കാര്യങ്ങൾ മനസ്സിലാവുന്നു എന്നതാണ് എന്റെ പ്രശ്നം. അതിന്റെ ബുദ്ധിമുട്ട് ക്രൂരനാവാൻ കഴിയില്ല എന്നതാണ്. എന്നെപ്പോലെ ഒരാൾക്ക് ഇപ്പോൾ ചെയ്യാൻ കഴിയുക അരവിന്ദനോടൊപ്പം പോയി രണ്ട് പെഗ്ഗടിക്കുകയാണ്.

പക്ഷേ, പ്രിയ അങ്ങനെയല്ലല്ലോ. പ്രിയയും ഞാനും തമ്മിൽ നടന്ന പൊരിഞ്ഞ യുദ്ധത്തിനുശേഷം അരവിന്ദനെ കണ്ടാൽ വെട്ടിക്കൊല്ലാനുള്ള ദേഷ്യവുമായാണ് ഞാൻ ഓഫീസിലേക്ക് ചെന്നത്. ബസിനുള്ളിൽവച്ച് സഹകരണബാങ്ക് ഉദ്യോഗസ്ഥൻ കുറുപ്പു സാറിനോട് ബാങ്കുകൾ ഇങ്ങനെ ലോൺ കൊടുത്ത് നാട്ടുകാരെ വഷളാക്കുന്നത് എന്തിനാണെന്ന് ഞാൻ തട്ടിക്കയറി. ബസിൽനിന്നിറങ്ങി സിന്റിക്കേറ്റ് ബാങ്കിന്റെ ബോർഡിനുനേർക്ക് സിഗററ്റ് വലിച്ചെറിഞ്ഞ് കോളേജ് കാലത്തെ നെഞ്ചൂക്കോടെ ഞാൻ ഒരു ഓട്ടോ പിടിച്ചുനിർത്തി. അരവിന്ദൻ കപ്പപ്പുരയിടത്തിൽ നിന്ന് കഴുത്തിലെ ഞരമ്പുകൾ എഴുന്നുനില്ക്കുന്ന, ആഴത്തിലുള്ള, നിസ്സഹായമായ ഒരു ചിരി ചിരിക്കുന്നുണ്ടെന്ന് എനിക്ക് തോന്നി. എന്റെ സാറേ എന്ന അടച്ച ശബ്ദത്തിലെ ഒരു വിളിയും.

ഞാൻ വിളിച്ചപ്പോൾ അയാൾ കപ്പയുടെ മൂടിളക്കുകയാണെന്ന് അയാളുടെ ഭാര്യ പറഞ്ഞു. ഓടിവന്നതിന്റെ അണപ്പോടെ അയാൾ ഫോണെടുത്തപ്പോൾ കപ്പത്തളിരിൽ ഉച്ചവെയിൽ ഉരുകിക്കിടക്കുമ്പോഴത്തെ ആ കട്ടുമണം ഞാൻ ശ്വസിച്ചു. തൊണ്ട് മൂക്കാത്ത കരിക്കിന്റെ ആവി പൊന്തുന്നു അയാളുടെ നെഞ്ചത്തുനിന്ന്.

"ഒന്നും അടച്ചില്ലെന്റെ സാറെ ഷെമിക്കണം."

ഇതിനുമുമ്പ് ഒരിക്കലും ഞാൻ വിളിച്ചിട്ടില്ലാത്തതുകൊണ്ടാവാം വളരെവേഗം അയാൾക്ക് കാര്യം മനസ്സിലായത്. എനിക്കിത്തിരി വല്ലായ്മ തോന്നി. സൗഹൃദത്തിന്റെ മോഹിപ്പിക്കുന്ന ഒരിതൾ ഞാനയാൾക്കു നേരെ മുമ്പൊരിക്കൽ ഉദാരതയോടെ വച്ചുനീട്ടിയോ? "അരവിന്ദാ, സഹകരണ ബാങ്കീന്ന് ഒരു ലോണെടുക്കാം." ഞാൻ പറഞ്ഞത് അങ്ങനെയാണ്. "അതുകൊണ്ട് ഞാൻ മുട്ടടയിലേത് അങ്ങ് ക്ലോസ് ചെയ്യ്."

അരവിന്ദൻ പൊട്ടിച്ചിരിച്ചു.

"അത് പിടിക്ക്മ്പളത്തേന് നമുക്ക് വേറെ എട്ക്കാം സാറെ." അരവിന്ദന്റെ വിഷമങ്ങൾ അതുകൊണ്ടൊന്നും തീരുന്നില്ലെന്ന് എനിക്കറിയാം. മുമ്പ് എടുത്തതിനേക്കാൾ വലിയ തുകയുടെ ലോണാണ് ഇപ്പോൾ എടുത്തിട്ടുള്ളത്. ഇതിലും നയാപൈസ അയാൾക്ക് അടയ്ക്കാൻ കഴിയില്ല. വീണ്ടും റിക്കവറി വരും. ഇരട്ടിത്തുകയ്ക്ക് വീണ്ടും ലോണെടുക്കും. അപ്പോഴേക്കും ഞാൻ പെൻഷനാവും. വെട്ടിയും കിളച്ചും കാച്ചിൽവള്ളി പടർത്തിയും പാവലിന് കുമ്പിൾ കുത്തിയും അച്ചിങ്ങ കുത്തിയിട്ടും അയാൾ നെഞ്ചത്തു കൊണ്ടുനടക്കുന്ന പറമ്പ് ബാങ്കുകാർ കൊണ്ടുപോകും. ആ വിഷമത്തിന് ഞാൻ പോയി രണ്ട് പെഗ്ഗടിച്ചു. എന്റെ നിലാവേ എന്നു വിളിച്ച് നെഞ്ചത്തടിച്ചു. ഇങ്ങനെയൊക്കെ നീയെന്നെ തീ തീറ്റിക്കുന്നല്ലോ എന്റെ ജീവിതമേ! വിഷാദം തീരാഞ്ഞ് എരുത്തിലിൽ കേറിക്കിടന്ന് ഛർദ്ദിച്ചു. നേരം പുലർന്നു. ജീവിതം മാറിയില്ല. ഞാനും. ഞാനൊട്ട് മാറാനും പോകുന്നില്ല. പ്രിയ വന്ന് വാതിൽ തുറന്നു. ഞാൻ അകത്തു കയറി. പേസ്റ്റെടുത്തു.

കുന്തി

തിരക്കിട്ട ഷെഡ്യൂളുമായാണ് ഷാഹുൽ ഹമീദിന്റെ ഇത്തവണത്തെ വനയാത്ര. കഴിഞ്ഞ രണ്ടുതവണത്തെയും പോലെ പ്രൊഫഷണൽ വേശ്യകളുമായല്ല. സ്വന്തം കാമുകിയുമായിത്തന്നെയാണ് പഹയന്റെ ഇപ്രാവശ്യത്തെ യാത്ര. പ്ലസ്ടു കുട്ടിയെന്ന് പറഞ്ഞിട്ട് കാര്യമില്ല. അവൾക്ക് മൂന്നാലുമാസം ഗർഭമുണ്ടെന്നാണ് ഷാഹുൽ ഹമീദ് പറയുന്നത്.

വൈകുന്നേരത്തെ 6032-ാം നമ്പർ ട്രെയിനിൽ അവനു മടങ്ങുകയും വേണം. 6032 ഇപ്പോൾ കായംകുളത്ത് ഒരു മിനിറ്റ് നിർത്തുമല്ലോ. വനപാലകനായ എന്നോട് തീരെ കുറച്ചു സഹായങ്ങളേ അവനാവശ്യപ്പെട്ടുള്ളൂ. യാത്ര കഴിഞ്ഞെത്തിയാൽ ഒരല്പനേരം വിശ്രമിക്കാൻ എന്റെ വനമുറി, ഉച്ചഭക്ഷണം, കള്ള് സ്വന്തമായി അവൻ കൊണ്ടുവരും. ഉച്ച കഴിഞ്ഞ് ഞങ്ങൾ ഒരുമിച്ചാണ് കാടു കാണാനിറങ്ങുക. പെണ്ണിന് കുന്തിപ്പുഴയൊന്ന് കാട്ടിക്കൊടുക്കണം. മരനിഴലുകളുടെ കുത്തിപ്പൊട്ടിക്കാത്ത ഭൂതകാലമൗനത്തിൽ ഒന്നിണചേരണം. കഴിഞ്ഞ രണ്ടു തവണത്തെയും അനുഭവങ്ങളുടെ പ്രത്യയശാസ്ത്രം ഒന്നവനെ പഠിപ്പിച്ചിട്ടുണ്ട്. പെൺ വിഷയത്തിൽ ഏറ്റവും സുരക്ഷിതമായത് കാടാണെന്ന്. വല്ലാതെ മെലിഞ്ഞു പോയെങ്കിലും കാടിന്റെ രഹസ്യങ്ങൾ ആരറിയുന്നു!

മ്ലാവിറച്ചി കൂട്ടി അവനും പെണ്ണിനും ഞാൻ ചോറു വിളമ്പി. ഉച്ച കഴിഞ്ഞ് ഞങ്ങളിരുവരും ഇടംവലം നിന്ന് അവളെ കാട്ടിലേക്ക് കൊണ്ടുപോയി. ഭാര്യയെപ്പോലെയാണ് ഷാഹുൽ ഹമീദിനെക്കുറിച്ചവൾ എന്നോട് സംസാരിച്ചത്. അവന്റെ ഒടുക്കത്തെ സിഗരറ്റു വലിയെക്കുറിച്ചും കുടിയെക്കുറിച്ചും വ്യഭിചാരത്തെക്കുറിച്ചും അവൾക്കറിയില്ലായിരിക്കാം. ഞാൻ നേരത്തേ നിർദ്ദേശിച്ചപ്രകാരം ചീരനും സംഘവും അടിക്കാടിന് തീ

കൊടുത്തു കഴിഞ്ഞിരുന്നു. ഒറ്റയ്ക്കോ തെറ്റയ്ക്കോ വന്നകപ്പെട്ട സന്ദർശകരാരെങ്കിലുമുണ്ടെങ്കിൽ ഇനി കുന്ന് കയറില്ല. അവിടമാകെ വാറ്റുചാരായം മണത്തു.

കുന്നിൻ മുകളിൽനിന്നു ഷാഹുൽ അവൾക്ക് കുന്തിപ്പുഴ കാട്ടിക്കൊടുത്തു. പെരുവിരൽ കുത്തി പൊടുന്നനെ തലകുത്തി മറിഞ്ഞ് താഴ്‌വരയിൽ തെല്ലുനേരം തളം കെട്ടി മൗനിയായി ഒഴുകിപ്പോകുന്ന കുന്തിപ്പുഴ. കെട്ടുപിണഞ്ഞു കിടന്ന വനപാതകളിലേക്ക് തെല്ലുനേരം കണ്ണോടിച്ച ശേഷം തിരിഞ്ഞ് ഞങ്ങളോടവൾ ബാലമാസികയിലെ ചോദ്യം ചോദിച്ചു. “വഴി കാട്ടിത്തരാമോ?”

ഞങ്ങളൊരുമിച്ച് ചിരിച്ചു.

പിന്നീട് ഞങ്ങൾ നേരം കളയാതെ മരനിഴലുകളിലേക്കിറങ്ങി. കരിയിലകളിൽ പുരണ്ട ഇത്തിരി കിളിച്ചോര കണ്ടവൾ പഴയൊരു കവിവാക്യം പറഞ്ഞു

“മാ നിഷാദഃ”

തണുത്ത കാറ്റിൽ മനസ്സു കുളിർത്തു

വനനിബിഡതയിലിരുന്നും കിടന്നും കറുത്ത ചെട്ടിച്ചികളെ വിസ്തരിച്ചും ഞങ്ങൾ മദ്യപിച്ചു. വേണ്ടുവോളം ഇണചേർന്നു. ഒടുവിൽ തളർന്നു. പിന്നെ മയങ്ങി.

വൈകുന്നേരത്തെ 6032 ൽത്തന്നെ ഷാഹുൽ മടങ്ങിപ്പോയി. രാവിലെ അവന് യൂണിയൻ നേതാവിന്റെ മകളുടെ കല്യാണത്തിന് പങ്കെടുക്കണം. ഉച്ചയ്ക്ക് നെടുങ്ങോലത്തു ചാൻസ് ഇന്റർവ്യൂ. അതു കഴിഞ്ഞാൽ പിന്നെ കൺവെൻഷന്റെ തിരക്കായി

ഇതിനിടയിൽ അവൾ പോസ്റ്റ് ചെയ്യാനേല്പിച്ച കത്ത് മറന്നു വച്ചിട്ടാണവൻ സ്ഥലം വിട്ടത്. അതിലവൾ ഇത്രയേ എഴുതിയിരുന്നുള്ളൂ.

കുരിശടിപ്പള്ളിയിൽ വെള്ളിയാഴ്ച ഒരു പായ്ക്കറ്റ് ചുവന്ന മെഴുകുതിരി കത്തിക്കണം. അമ്മച്ചിയുടെ ഓർമ്മ ദിനമാണന്ന്.

ഇന്നെന്താ ആഴ്ച?

ചെമ്മരുത്

എൽ എസ് കായത്തിന്റെ ചെറിയ തുണിസഞ്ചിയിൽ നിന്ന് ചെമ്മരുത് സാളഗ്രാമമെടുത്ത് പുറത്തുവെച്ചപ്പോൾ അപ്പനും അമ്മച്ചിയും വിരണ്ടു. പിന്നീട് ഒരു കുമ്പിൾ തീർത്ഥമുറങ്ങുന്ന വലംപിരിശംഖ്. ഒടുവിൽ ചുവന്ന തടിയിൽ തീർത്ത രണ്ടു പെൺപാവകളെ എടുത്തു പുറത്തു വെക്കുമ്പോൾ പുക ചുറ്റിയ കണ്ണുകൾകൊണ്ട് അയാളെന്നെ അടിമുടി ഉഴിഞ്ഞു. പിന്നെ തമിഴ്നാട്ടിൽനിന്നു വന്ന മഞ്ഞൾനിറമുള്ള ഈരിഴയൻ മുണ്ട് തറ്റുടുത്തു ചെമ്മരുത്, നിലാവ് ത്രിമാനസ്വഭാവം നല്കിയ ചുരുണ്ടിടതൂർന്ന മുടിയിൽ മാന്ത്രികവിരലുകൾ കടത്തി എനിക്കെതിരെയിരുന്നു. പിന്നീട് ഞങ്ങൾ സ്വാഹ മുതൽ തർക്കിക്കാനാരംഭിച്ചു. ശിവോല്പത്തിയിലെത്തിയപ്പോൾ ചെമ്മരുത് എനിക്കു നേരെ ഒരു ചോദ്യമെറിഞ്ഞു. സ്വന്തം കഴുത്തിൽ മുറുകുന്ന ഒറ്റരുദ്രാക്ഷം ചൂണ്ടിയായിരുന്നു അത്.

"ദ്?"

സർവ്വ പാപങ്ങളും കഴുകിക്കളയുന്ന പഞ്ചവക്ത്ര രുദ്രാക്ഷമാവും അതെന്ന് ഞാനൂഹിച്ചു. എങ്കിലും പറഞ്ഞതിങ്ങനെ

"രുദ്രാക്ഷം."

"പോരാ."

ചെമ്മരുത് തർക്കിച്ചു.

ഞാനപ്പോൾ വിഗ്രഹിച്ചു.

"രുദ്രന്റെ അക്ഷം. ശിവന്റെ കണ്ണ്. കാലാഗ്നി സ്വരൂപമായ പഞ്ചമുഖി. എന്താ അല്ലേ?"

അമ്മച്ചി കരഞ്ഞു. കരച്ചിലിൽ പ്രചോദിതനായ ചെമ്മരുത് രുദ്രനായി.

"ദ്?"

"വലംപിരിശംഖ്."

ഞാൻ പറഞ്ഞു

"പോരാ."

അയാൾ കണ്ണുകൾ തുറിച്ചു

"അപൂർവ്വങ്ങളിൽ അപൂർവ്വമായ, മംഗളകാരിയായ വലംപിരിശംഖ്."

ഞാൻ പറഞ്ഞു.

ചെമ്മരുത് ഒരു പിടി തെള്ളിപ്പൊടി വാരി തീയിലെറിഞ്ഞു. അമ്മച്ചി പിന്നോട്ട് മലച്ചു.

"എന്തു കാണുന്നു? എന്തു കാണുന്നു?"

എനിക്ക് ചിന്തിക്കാനവസരം തരാതെ ചെമ്മരുത് എന്റെ മുടിക്ക് ചുറ്റിപ്പിടിച്ചു.

ആര്? ആര്? ആര്?

ആ തീയിൽ ഞാൻ കാദംബരിയെ കണ്ടു. അഞ്ചിന്റെ മെയിലിന് തല വെച്ച കാദംബരി. ഞാൻ ചിരിച്ചു. ബാധയുടെ എല്ലാ സ്വാതന്ത്ര്യവുമെടുത്ത്, ഉച്ചത്തിലുച്ചത്തിൽ.

"തലേം മൊലേം വന്ന പെമ്പിള്ളാര് ഒച്ചത്തി ചിരിക്ക്യേ?"

ചെമ്മരുതിന്റെ ചൂരൽ വീണു തുട പൊള്ളി. ചട്ടിയിൽ തുളുമ്പനെ വെച്ചിരുന്ന മുറ്റൻ ചാരായമെടുത്ത് അയാൾ ഒറ്റവീർപ്പിന് മോന്തി. ഒപ്പം, ചേർത്തല അളിയൻ രാവിലെ വന്നപ്പോൾ കൊണ്ടുവന്ന കൂറ്റൻ സ്രാവിന്റെ മുഴുത്ത കഷണങ്ങളും. ഒരു പൂച്ചയുടെ കൊതി അപ്പോൾ അയാളിലുണ്ടായി.

ലഹരിയുടെ കുഴഞ്ഞ ശബ്ദത്തിൽ ചെമ്മരുത് ചോദ്യം ചെയ്യലാരംഭിച്ചു.

"നീയാരാ?"

"കാദംബരി."

"ഏത് കാദംബരി?"

"ഊർച്ചക്കാരൻ വാസൂന്റെ കെട്ട്യോള്. ഇവളും ഞാനും ഒരുമിച്ചാ ആശ്രമം സ്കൂളീ എട്ടാംക്ലാസ് വരെ പടിച്ചെ. ഉപമ തൊടങ്ങി ഉൽപ്രേക്ഷ, ശബ്ദാലങ്കാരം വരെ."

ചെമ്മരുത് അശ്ലീലച്ചിരി ചിരിച്ചു.

"ചത്തോൾക്ക് എന്തിനാടീ ഉൽപ്രേക്ഷ?"

"ഞാൻ ചാവൂല."

കാദംബരി ബലം പിടിച്ചു

"പൊലയാടിച്ചീ, നെന്നെ ഞാനിന്ന്.."

ചെമ്മരുത് ചൂരൽവീശി. കാദംബരിയുടെ കവിളിൽ ചൂരൽപ്പാട് വീണു നീലിച്ചു. അമ്മച്ചി നിലവിളിച്ചു.

"ങും?!"

ചെമ്മരുതിന്റെ വിലക്ക് അമ്മച്ചിയുടെ നെഞ്ചിൽ വീണു കനത്തു. അമ്മച്ചിക്ക് ബോധംപോയി. ചെമ്മരുത് കനിവോടെ ഇത്തിരി മുറ്റനൊ

ഴിച്ച് അപ്പനു കൊടുത്തു. ഉപകാരസ്മരണയായി അപ്പനൊരു ഞാറ്റുപാട്ടീണമിട്ടു.

അരികുറുക ചെറുകുറുക ജീരകച്ചെമ്പാവ്
വിത്തെല്ലാം വാരിപ്പാകുന്നേ
വിത്തളം വീതളം വീതകച്ചെമ്പാവ്
വിത്തെല്ലാം വാരിപ്പാകുന്നേ.

അപ്പനെ വേണ്ടുവോളം പാടാനനുവദിച്ച് ചെമ്മരുത് കുഴഞ്ഞചിരിയോടെ എന്റെ മാറത്ത് കൈവെച്ചു.

"പ്ഫാ!"

ഞാനാട്ടി. ചെമ്മരുതിന്റെ കനം പോയി.

"നെനക്കെന്തര് വേണമെടി?"

"എനിക്കിവളെ വേണം. ഇവളേം കൊണ്ടേ ഞാൻ പോവൂ."

"നെനക്കെന്തിനാ എവള്? ഊർച്ചക്കാരൻ വാസുവല്യോ നിന്റെ കെട്ട്യോൻ?"

"എനിക്കയാളെ വേണ്ട. തന്നേം വേണ്ട."

കാദംബരി ബലത്തു

എനിക്കിവളെ മതി. ഞങ്ങളൊരുമിച്ച് കുന്നിൻ താഴ്ചയോളം ഓടണം. മടിപ്പൊത്തിലെ ഞാവൽ പഴങ്ങൾ തിന്ന് നാവ് വയലറ്റാക്കണം. അഞ്ചിന്റെ മെയില് പോകുമ്പോ പാളത്ത്മ്മേ വെരല് വെച്ച് പരസ്പരം കവിള് പൊള്ളിക്കണം. ആകാശം കണ്ണുകളിൽ നിറച്ച് ചുവന്ന മീനുകളുടെ പുഴ കടക്കണം. അവറ്റ കാല്മ്മേ കൊത്തുമ്പോ ഇക്കിളികൊണ്ട് തുള്ളണം. ന്ന്ട്ട് കാവ് തീണ്ടണം."

"കാവ് തീണ്ടോ നീയ്?"

ചെമ്മരുതിന് വീര്യം വന്നു

"കാവ് തീണ്ടോ?"

"തീണ്ടും തീണ്ടും തീണ്ടും."

കാദംബരി കിതച്ചു. ചെമ്മരുത് വടി ചുഴറ്റി. കാദംബരി തലങ്ങും വിലങ്ങും വരകൾ പതിഞ്ഞ ഒരു ചിത്രമായി. ചെമ്മരുത് തളർന്നപ്പോൾ ചുണ്ടുകളിലെ ചോര വടിച്ചെറിഞ്ഞ് കാദംബരി കിതപ്പിനിടയിൽ നിർത്തി നിർത്തി വ്യക്തമായി പറഞ്ഞു.

"കാവിലെ മരത്ത്മ്മലെ വേനൽച്ചോപ്പും മഴപ്പച്ചേം ഞങ്ങക്ക് വേണം. പൂതലിച്ച മരങ്ങളെയാ ഞങ്ങള് പ്രണയിക്ക്വാ."

പിന്നോട്ടുമറിഞ്ഞ കാദംബരിയെ ചെമ്മരുത് കൈകളിൽ താങ്ങി. ശാന്തേച്ചി തൂങ്ങിച്ചത്തതിനുശേഷം പൂത്തിട്ടില്ലാത്ത മാഞ്ചോട്ടിലെ ഇരുളിൽ ചെമ്മരുത് അവളെ കിടത്തുമ്പോൾ ചുവന്ന മീനുകൾ മാത്രം കലപില വെച്ചു. ഇലകൾ പച്ച: പൂക്കൾ മഞ്ഞ...

ഒമ്പത് നാല് നാല്

ഹോസ്പിറ്റലിലെ ശീതീകരിച്ച ഓപ്പറേഷൻ തിയേറ്ററിൽ മാഞ്ഞു തീരുന്ന റോസ് നിറം വിരിയിട്ട ഒറ്റടേബിളിൽ ചരിഞ്ഞുകിടന്ന് ഡോക്ടർ പ്രമീളയുടെ കത്തിക്ക് ശരീരത്തിന്റെ ആഴങ്ങൾ വെളിപ്പെടുത്തിക്കൊണ്ടിരിക്കുമ്പോൾ 94 ൽ തുടങ്ങി 9 ൽ അവസാനിക്കുന്ന ആ രഹസ്യ നമ്പർ റീനയുടെ മൊബൈലിൽ തെളിഞ്ഞു. ഹൃദയമിടിപ്പ് പോലെ ഉച്ചത്തിലും മന്ദ്രസ്ഥായിയിലും. ചോരപുരണ്ട വിരലുകൾ കഴുകാനോ തുടയ്ക്കാനോ ഇടയില്ലാതെ പ്രമീള മൊബൈൽ എടുത്ത് റീനയുടെ ചെവിയിലേക്കു വച്ചുകൊടുത്തു. ഹൃദയത്തിലേക്ക് നീണ്ട ആ കൈ ആവോളം ചേർത്തു പിടിച്ച് വികാരം കൊണ്ട് ചിതറിയ ഒരുമ്മയുടെ ഒച്ചയിൽ റീന അമർത്തിപ്പറഞ്ഞു.

"ഞാൻ തിയറ്ററിലാ."

"വേദനിക്കുന്നുണ്ടോ?"

പ്രണയത്തരികൾ വീണ് ചുവന്നുകൊണ്ടിരുന്ന ആ ഒച്ചയുടെ വിരൽത്തുമ്പിൽ നിന്ന് പിടിവിടാതെ കൂടുതൽ ചേർന്നുനടന്നുകൊണ്ട് 'നീയെന്നെ അതിന് അനുവദിച്ചില്ലല്ലോ.' എന്ന് മന്ത്രിച്ച് അവൾ മൊബൈൽ ചുണ്ടോടുചേർത്തു. കോൾ കട്ടായി. ചുവന്നു തുടങ്ങുന്ന അവളുടെ മൂക്കിൻതുമ്പുകണ്ട് പ്രമീള ചിരിച്ചു.

"ഹസ്ബന്റ് കയറ് പറിക്ക്യാല്ലേ?"

മറുപടി പറയാതെ കറ്റാർവാഴ മണക്കുന്ന വിരിപ്പിലേക്ക് മുഖം ചേർത്ത് റീന പൊട്ടിക്കരഞ്ഞു. ഇതൊരു പ്രണയത്തിന്റെ ഇരുളാണ്. ഒരാളിന്റെ ശബ്ദത്തെ ഒരുവൾക്ക് എത്രകാലം പ്രണയിക്കാനാവും? അറിയില്ല. പക്ഷേ, ഇത് തരുന്ന കൊടും വേദനയുണ്ടല്ലോ? അതാണെന്നെ ഇപ്പോൾ ജീവിപ്പിക്കുന്നത്.

944 ൽ തുടങ്ങുന്ന ബി എസ് എൻ എൽ നമ്പർ അപ്പോഴേക്കും ലോക്കായിപ്പോയിരുന്നു. എത്രയോ തവണ 97 ൽ തുടങ്ങി 9 ൽ അവസാനിക്കുന്ന നമ്പരിൽ വിളിച്ചിട്ടും പരിധിക്ക് പുറത്ത്. റീന കട്ടിലിൽതലയ്ക്കൽ തലയിട്ടടിച്ചു. എന്നെ കൊല്ലൂ, ഇല്ലെങ്കിൽ ചാവാൻ അനുവദിക്ക്. എനിക്കിത് താങ്ങാൻ വയ്യ. ഈ നിശ്ശബ്ദത, ഈ ഒളിച്ചിരിപ്പ്, ഒന്നുമില്ലായ്മ.

ഉച്ചയ്ക്ക് അനിതയെത്തി. ഫ്ളാസ്കും കിടക്കവിരിയും ദിനപത്രവുമൊക്കെയായി.

വാതില്ക്കൽ നിന്ന് അവൾ ചോദിച്ചു. "എന്തേ? എന്തേ? പറ്റീത് നിനക്ക്?"

"ദേഹത്തൊക്കെ ചെടികള് പിടിക്യാ." റീന നിറഞ്ഞ കണ്ണുകൾ തുടയ്ക്കാനാകാതെ പറഞ്ഞു. "നല്ല രസമല്ലേ അങ്ങനെ സൺഡേ മൺഡേ ഇലകളൊക്കെയായിട്ട് തോളത്തൊക്കെ ചെടികള് പിടിക്കണത്."

"കൊറേശ്ശെ വെള്ളമൊഴിച്ചു തരും ഞാൻ നിന്റെ കാൽച്ചോട്ടില്. ഇത്തിരീശ്ശെ പ്രകൃതി സ്നേഹത്തിലായിക്കോട്ടെ."

ഉച്ചക്കോടതിയിൽനിന്ന് നിന്നനില്പിൽ ഓടിവന്നതിനാൽ അവളുടെ കോട്ട് കൈത്തണ്ടയിൽ കിടന്ന് ചിറകിളക്കി.

"ഗോവിന്ദൻസിന്റടുത്ത് ഒരു ചെറിയ കടേണ്ട്. കുരുമുളകിട്ട നല്ല ബീഫ് കിട്ടും. ജാതീക്കൊറഞ്ഞതൊന്നുമല്ല കേട്ടോ. നല്ല അസ്സല് നമ്പൂരി. ബീഫും തിന്ന് റമ്മുമടിച്ച് കെടക്കാൻ പൂവാ ഞാനിവിടെ."

ഊണിനുശേഷം അക്വാഫിനയുടെ കുപ്പിയുടെ അടപ്പ് പെയിന്റിളകിയ ചുവരിലിടിച്ച് തുറക്കുമ്പോഴും അനിത സംസാരിച്ചു.

"മൂരിയെ തിന്നുമ്പോ ദളിതനെ തിന്ന ഒരു ഫീലാ. മോളിലേക്ക് മോളിലേക്ക് എക്കിട്ടം വരും. ഇനീപ്പോ അക്വാഫിനാ."

"കഴിഞ്ഞാഴ്ച നെയ്യാറിലെ ക്യാമ്പീപോയി കുപ്പിവെള്ളത്തിനെതിരെ കുത്തിയിരുന്നേച്ച് വരുന്ന വഴി വാങ്ങി അഞ്ചാറ് ബോട്ടില് അക്വാഫിനാ. സമരൊന്നും ഏക്ക്ണില്ലെടോ."

"ബൈസ്റ്റാന്ററിന് അനുവദിച്ച ചെറിയ കിടക്കയിൽ കിടന്നതും അനിത മയങ്ങി. പരിചയപ്പെടുന്ന കാലത്ത് അനിതയുടെ ഉള്ള് മുഴുവൻ തീയാണെന്ന് തോന്നിയിരുന്നു. പിന്നെ തോന്നി; ആ തീ വേണ്ടപ്പോൾ മാത്രമേ കത്തൂ. അല്ലാത്തപ്പോൾ അണഞ്ഞ് ഒറ്റക്കിടപ്പ്." "കൊറച്ച് നേരത്തേക്ക് എന്നെ ആര് വിളിച്ചാലും ഞാൻ സ്വിച്ചോഫാ." ഇടയ്ക്ക് അവൾ പറഞ്ഞു.

പുറത്ത് തണൽമരത്തിന്റെ നിഴലുകളിൽ വിശ്രമിക്കുന്ന ആളുകളെ നോക്കി കിടക്കവെ വീണ്ടും മൊബൈലിൽ തെളിഞ്ഞു. 94 ൽ തുടങ്ങി 9 ൽ അവസാനിക്കുന്ന ആ രഹസ്യ നമ്പർ റീന പിടഞ്ഞെഴുന്നേറ്റു.

"ഞാനിവിടെയുണ്ട്. ഈ മരത്തിന്റെ ചോട്ടില്." അവൾ അവിശ്വാസത്തോടെ മരച്ചുവട്ടിലേക്ക് നോക്കി. ചുവപ്പും കറുപ്പും നീലയും കലങ്ങുന്ന ഒരു ജനക്കൂട്ടം. അതിൽ ആരോ ഒരാൾ ഈ ജനാലയിലേക്കു നോക്കി നില്ക്കുന്നുണ്ടോ?

“ഞാൻ കാണുന്നില്ലല്ലോ.”

റീന അമർത്തിപ്പറഞ്ഞു

“പക്ഷേ, ഞാൻ കാണുന്നുണ്ട്. നിന്റെ വിളറിയ ചുണ്ടുകൾ. വേദന വിങ്ങുന്ന മുഖം.”

“എനിക്കിത് വയ്യ.”

മറുവശത്ത് ഒരു ചിരി കിലുങ്ങി. കിലുങ്ങി കിലുങ്ങി അത് ആൾക്കൂട്ടത്തിൽ ലയിച്ചു.

“അമ്മേ.”

അവൾ ചുവരിൽ തലയിടിച്ചു

അനിത തലയുയർത്തി

“നിനക്കെന്തുപറ്റി? വേദനയുണ്ടോ?”

ഇടനാഴിയിലൂടെ ഡോക്ടർ നടന്നുവന്നു. കൂടെ നഴ്സുമാരും. ഇടനാഴികളിലൂടെ ഉരുണ്ടുപോവുമ്പോൾ ഒരു കറുത്ത ചതുരത്തിലേക്ക് എടുത്തെറിയപ്പെട്ടതു പോലെ അവളുടെ മൊബൈൽ വീണ്ടും കിലുങ്ങി.

ഒരു പഴയ ഇര

ഫെമിനിസ്റ്റായ എന്റെ കൂട്ടുകാരിയും എങ്ങുമെത്താത്ത ഞാനും അരുൺ കഫേയിൽ നൂഡിൽസിനും ഫ്രെഷ് ലൈമിനും ഓർഡർ കൊടുത്തു കാത്തിരുന്നു. മുന്നിലൊരുക്കിവച്ചിരുന്ന കള്ളിമുൾച്ചില്ല കൾക്കും പൂക്കൾക്കുമിടയിൽ ഏറെനേരം നോക്കിയിരുന്നിട്ടും എന്റെ അമർഷം ശമിക്കുന്നുണ്ടായിരുന്നില്ല. എന്റെ കൂട്ടുകാരിക്കുവേണ്ടി ഞാനി വിടെ ഒറ്റയ്ക്ക് അരമണിക്കൂറിലധികം കാത്തിരുന്നു. ഒറ്റയ്ക്കിരുന്ന എന്നെ പല പുരുഷന്മാരും പാളി നോക്കി. ചിലർ ഗൂഢാർത്ഥത്തിൽ പുഞ്ചിരിച്ചു. ചിലർ ആംഗ്യത്തിലൂടെ പോരുന്നോ എന്നു ചോദിച്ചു. അതിനായി ഒരു സെക്കന്റ് അവർ പടിയിൽ കാത്തു. പിന്നെ ഷിറ്റ് പറഞ്ഞ് നഗരത്തിരക്കി ലേക്കിറങ്ങിപ്പോയി.

ഫെമിനിസ്റ്റായ എന്റെ കൂട്ടുകാരി വസ്ത്രധാരണത്തിലൂടെ പരോ ക്ഷമായും ആശയങ്ങളിലൂടെ പ്രത്യക്ഷമായും എന്നെ ആക്രമിക്കുന്നവ ളാണ്. വസ്ത്രധാരണത്തിലും കഥകളിലും ഏറക്കുറെ പരമ്പരാഗത സ്ത്രീയായ എന്നിൽ തീപ്പൊരികൾ തെല്ലും അവൾ പ്രതീക്ഷിക്കുന്നില്ല. ചവറെന്നാക്രോശിച്ച് അവൾ എന്റെ കഥകളെ പരസ്യമായി എന്റെ മുഖ ത്തേക്കെറിഞ്ഞിട്ടുണ്ട്. ഞാൻ പുറത്തിറങ്ങാത്തവളാണെന്നും സഭാകമ്പം തീരാത്തവളാണെന്നും ഞാൻ സ്ത്രീലോകത്തിനപമാനമാണെന്നും പറഞ്ഞ് അവൾ ഉച്ചത്തിൽ പരിഹസിച്ചു ചിരിച്ചിട്ടുണ്ട്.

അപമാനം ഒരുപാടു സഹിച്ചവളാണു ഞാൻ. വ്യക്തിബന്ധങ്ങളിലും സ്നേഹത്തിലും. ഇഷ്ടംപോലെ ജീവിച്ചിട്ടും അവൾ എന്തു നേടി എന്നെ നിക്ക് ചോദിക്കാവുന്നതാണ്. എന്റെ സംസ്കാരം മറ്റൊന്നാണ്. മറ്റു ചില താണ്. എനിക്കു വേണ്ടത് കൈയടികളല്ല. ഞാനൊരു പരസ്യവാചക മല്ല.

ഒരു പുരുഷനെപ്പോലെയാണ് അവളെന്നെ സമീപിക്കുന്നത്. എന്റെ സമയം, മനസ്സ്, എന്നിട്ടും പുരുഷന്മാരുടെ അഹങ്കാരത്തോടെ കടന്നുവന്ന് ഉറക്കെ സോറി പറഞ്ഞു. ശബ്ദത്തിൽ കസേര നീക്കിയിട്ട് അവളിരുന്നു. മുറുകിയ ജീൻസിൽ അവളുടെ നിതംബം നോക്കാൻ എനിക്കായില്ല. ടീഷർട്ടിൽ തുളുമ്പിക്കൊണ്ടിരുന്ന മുലകൾ എന്നെ അസ്വസ്ഥയാക്കി; എന്റെ ശരീരം ജനക്കൂട്ടത്തിനു മുന്നിൽ തുറന്നിട്ടാലെന്നപോലെ.

കൈയിലിരുന്ന വാരിക നിവർത്തു തെല്ലുനേരം അവൾ വായനയിൽ മുഴുകി. പിന്നീടാണ് പരിഹാസത്തോടെ ചുണ്ടുകൾ കോട്ടി എന്നോട് സംസാരിക്കാനാരംഭിച്ചത്.

"കുറേ എഴുത്തുകാരികൾ. ഒരു കാമുകനുണ്ടായിപ്പോയാൽ തകർന്നു പോകുന്നതാണവരുടെ എല്ലാം. എന്താ, ഭാര്യയായിക്കഴിയുമ്പോൾ പ്രേമം എന്ന സാധനമങ്ങു നിലച്ചുപോവുമോ?"

വെയിറ്റർ വിഭവങ്ങൾ നിരത്തി.

"കഴിച്ചോളൂ." ഞാൻ പറഞ്ഞു. "നോവലെറ്റിന്റെ ചെക്ക് മാറിയിട്ടുണ്ട്. നിനക്കൊരു ട്രീറ്റിന് അതു മതിയാവും."

"ഓ!"

അവൾ ഉറക്കെ ചിരിച്ചു. കുടുംബങ്ങൾ തിരിഞ്ഞുനോക്കി.

"ഒരു പഴയ കുതിര, പഴയ നോവലെറ്റ് ഇല്ലേ?"

ഞാൻ മിണ്ടിയില്ല.

"നമ്മുടെ എഴുത്തുകാരികൾ പരമ്പരാഗത മൂല്യങ്ങളെ ഊട്ടിയുറപ്പിച്ച് സമൂഹത്തിനു മുന്നിൽ നല്ല കുട്ടികളാവാൻ നോക്കുകയാണ്."

മുലകളിലേക്കു തുറിച്ചുനോക്കുകയാണോ തിരുത്തൽവാദം? മുറുകുന്ന പിൻഭാഗം പുരുഷന്റെ മാത്രം കുത്തകയല്ലെങ്കിൽ എന്തുകൊണ്ടു അവൾക്കതായിക്കൂടാ?

"കാമുകനിലൂടെയാണോ പരമ്പരാഗത മൂല്യങ്ങൾ അട്ടിമറിക്കപ്പെടുക?" ഞാൻ ചോദിച്ചു.

"ഏതു സ്ത്രീക്കും അവളുടെ ബുദ്ധിയെയും മനസ്സിനെയും ബാലൻസ് ചെയ്യാൻ ഒരു കാമുകൻ വേണം." അവൾ പറഞ്ഞു. "അതു നിഷേധിക്കുന്ന സ്ത്രീയുടെ കപടതയെ ഞാൻ പുച്ഛിക്കുന്നു. നീ ഒരു കാമുകനെ കണ്ടെത്തുമ്പോൾ അതു മറ്റൊരു സ്ത്രീയെ വേദനിപ്പിച്ചു കൊണ്ടാവരുത് എന്നു കൂടി ഞാൻ പറയും."

മകനും സഹോദരനും ഭർത്താവുമാകാത്ത ഒരു കാമുകൻ എവിടെയാണുണ്ടാവുക?

കുറേ നേരമായി എന്നെ പുറത്തു കാത്തു നിന്ന പ്രകാശൻ അപ്പോൾ അകത്തേക്കുവന്നു.

"പ്രകാശൻ." ഞാനവൾക്ക് പരിചയപ്പെടുത്തി, "നിന്റെ മുൻ കാമുകനും മറ്റൊരു സ്ത്രീയുടെ ഭർത്താവുമായതു കൊണ്ടല്ല പ്രകാശൻ എന്റെ കാമുകനാവാത്തത്. മാനസികമായും ബൗദ്ധികമായും എന്നേക്കാൾ ഒരുപടി മുന്നിൽ നില്ക്കുന്ന ഒരു പുരുഷനെ മാത്രമേ എനിക്കു

പ്രേമിക്കാനാവൂ എന്നു ഞാൻ തിരിച്ചറിയുന്നതുകൊണ്ടാണ് പ്രത്യയശാസ്ത്രങ്ങളും സമവാക്യങ്ങളും നോക്കി എനിക്കു പ്രേമിക്കാനാവില്ല."

പ്രകാശന്റെ സ്കൂട്ടറിന്റെ പിന്നിലിരുന്ന് എച്ച് എം വി കാസറ്റ് കടയിലേക്ക് പോകുമ്പോൾ പ്രകാശൻ ചോദിച്ചു.

"എന്താണാവോ പുതിയ സമവാക്യം?"

കറുപ്പ്

വിവാഹത്തിനുമുമ്പ് ശ്യാമളയ്ക്കും സുന്ദരേശനും പത്തിൽ ഒമ്പത് പൊരുത്തമാണെന്ന് നാടെങ്ങും പറഞ്ഞുനടന്നത് ശ്യാമളയുടെ അമ്മ തന്നെയാണ്. കണ്ടാലും വലിയ തെറ്റില്ല. ശ്യാമളയേക്കാൾ അല്പം കൂടി നിറം സുന്ദരേശനാണോ എന്നൊരു സംശയം തോന്നാം. അത് ശരിയാണു താനും. പക്ഷേ, ഇതൊന്നും അവർക്കിടയിൽ ഒരു പ്രശ്നമായില്ല. ശ്യാമളയ്ക്ക് ചെറുക്കനെ വേണ്ടുവോളം പിടിച്ചു. അവൾ കൂടുതൽ നേരം കണ്ണാടിക്കു മുമ്പിൽ നിന്ന് തന്നെ കൂടുതൽ സുന്ദരിയാക്കാൻ ശ്രമിച്ചുനോക്കി. മുക്കിൽ പലചരക്കുകട നടത്തുന്ന അനന്തൻ ഉത്സവദിവസം രാത്രിയിൽ വന്നുനിന്ന് വിളിച്ചപ്പോൾ ഇറങ്ങിപ്പോയിരുന്നെങ്കിൽ എന്താവുമായിരുന്നു കഥ? ഇതെങ്ങാനും അനുഭവിക്കാൻ ശ്യാമളയുണ്ടാവുമായിരുന്നോ? അനന്തനേക്കാൾ എന്തുകൊണ്ടും കേമനാണ് സുന്ദരേശൻ. കാഴ്ചയ്ക്കും ജോലി സംബന്ധമായും. ഒരു കുറവ് വേണമെങ്കിൽ പറയാം. സുന്ദരേശൻ ജോലി ചെയ്യുന്നത് ഒരു സ്വകാര്യസ്ഥാപനത്തിലാണെന്ന്. അങ്ങനെയിങ്ങനെ തകർന്നുപോവുന്ന ആപ്പ ഊപ്പ കമ്പനിയൊന്നുമല്ല ലെസ്ലി ആന്റ് സൺസ്. ഓവർ ടൈമിന് കാശ് വേറെ. ചുരുക്കത്തിൽ കാശിന് പഞ്ഞമില്ലാത്ത കമ്പനി. ലോകത്തിലില്ലാത്ത കളറുകളിലെ ഷർട്ടുകളെല്ലാമുണ്ട് സുന്ദരേശന്. കമ്പനി വകയാണ്. ലോകത്തിലെ എല്ലാ കളറിലും തുണി മുക്കി ഉണ്ടാക്കി എക്സ്പോർട്ട് ചെയ്യുന്ന കമ്പനി. ഇവിടുള്ളവന്മാർക്കാർക്കും അത്തരം തുണിയുടെ ഒരു കഷണം കിട്ടില്ല. എല്ലാം സുന്ദരേശനെപ്പോലെയുള്ള ജോലിക്കാർക്കു മാത്രം. പിന്നെ പുറംരാജ്യങ്ങളിലെ വില്ലാളിവീരന്മാരായ കാശുകാർക്കും. അത്രതന്നെ.

ശ്യാമള ഛായയെ പ്രസവിച്ചപ്പോൾ നാട് മുഴുവൻ അന്തിച്ചുനിന്നു. പൊന്നിൻ കഷണംപോലൊരു പെൺകുഞ്ഞ്. തൊട്ടാൽ നമ്മുടെ

കൈയിലെ അഴുക്ക് കുഞ്ഞിന്റെ മേൽ പുരളുമോ എന്ന പേടികൊണ്ട് നാട്ടുകാരാരും അടുത്തില്ല. അങ്ങനെ ആടിയും പാടിയും ശ്യാമള–സുന്ദരേശന്മാരുടെ ദാമ്പത്യം പുരോഗമിക്കുമ്പോഴാണ് ശ്യാമളയ്ക്ക് ഒരു ക്ഷീണം, ഛർദ്ദി... ഗർഭകാലത്തെപ്പോലെ ഏയ്, അതാവില്ല. ഇരുവരും ഉറപ്പിച്ചു. പക്ഷേ, ഛർദ്ദി മാറിയില്ല. ക്ഷീണവും. അതും ശ്യാമളയുടെ അമ്മ ശ്യാമളയോട്, "എടീ നാല്ക്കാലികളെ ഏതിനെയെങ്കിലും ഒന്ന് വാങ്ങിച്ചു കെട്ടിച്ചെന്ന് ചെനപിടിപ്പീര്. രണ്ട് കാശുണ്ടാക്കാം. മാത്രമല്ല, നീയൊരു പിടിപ്പില്ലാത്തവളാന്ന് അവന്റെ തന്തയ്ക്കും തള്ളയ്ക്കും തോന്നരുതല്ലോ.... സുന്നരിക്കോത ചമഞ്ഞിരിക്കുവാ പെണ്ണ്," എന്ന് ഉപദേശിച്ചതിനു പിന്നാലെ.

ഛായക്ക് വയസ്സ് മൂന്നായതേയുള്ളൂ. സുന്ദരേശന്റെ കുടുംബത്തിലെ പെണ്ണുങ്ങൾക്കാർക്കും ഇങ്ങനൊരു പോക്കണം കേടിന് ഇട വന്നിട്ടില്ല. മൂത്തതിന് അഞ്ച്, ആറ് വയസ്സാവാതെ അവരാരും രണ്ടാമതൊന്ന് ചിന്തിക്കുകപോലുമില്ല. ഇതേതാണ്ട് പട്ടീം പൂച്ചേം പോലെ. ഇരുവരും ആരുമറിയാതെ ഡോക്ടറുടെ അടുത്തുപോയി. സംഗതി ശരിയാണ്. ഗർഭം!

"ഞാനിനി ജീവിച്ചിരിക്കില്ല."

ശ്യാമള കട്ടിലിൽ കേറിക്കിടന്ന് ഒരേ നിലവിളി. സുന്ദരേശൻ ലീവെടുത്തു നിന്ന് ഛായയ്ക്ക് പാലും ബൂസ്റ്റും കൊടുക്കുകയാണ്. സുന്ദരേശൻ അടുക്കുമ്പോഴൊക്കെ ശ്യാമള ചീറി.

"എന്നോടൊന്നും പറയാൻ നിക്കണ്ട. എനിക്കീ കൊച്ചിനെ വേണ്ട. ഞാനതിനെ പെറത്തില്ല."

ഒടുവിൽ വീട്ടുകാരറിയാതെ ഗർഭം കളയാനുള്ള തീരുമാനമായി. ശ്യാമളയെ പരിശോധിച്ച ലേഡി ഡോക്ടർ പറഞ്ഞു. "ഒന്നും പേടിക്കേണ്ട. ഞാനിപ്പോ നാല് ഗുളിക തരാം. അത് രണ്ടെണ്ണം രാത്രിയിൽ കഴിക്കണം. അത് കുഞ്ഞിന്റെ കാഴ്ചയ്ക്കും ഹൃദയത്തിനും പ്രശ്നമുണ്ടാക്കും. ശേഷിക്കുന്ന രണ്ടെണ്ണം നാളെ രാവിലെ കഴിക്കണം. എന്നിട്ടിങ്ങ് പോര്."

അവർ മടങ്ങും വഴി വീട്ടിലൊന്നു കയറി. കിടക്കാൻ നേരം ശ്യാമള കരഞ്ഞുകൊണ്ട് അമ്മയോട് പറഞ്ഞു. "അമ്മേ ഈ കുഞ്ഞിനെ എനിക്കു വേണ്ട. ഞാനിതിനെ കളയാൻ പോവാ."

ശ്യാമളയുടെ അമ്മ നടുങ്ങി. അവർ തൊണ്ട ഇടറിക്കൊണ്ട് പറഞ്ഞു: "മഹാപാപം ചെയ്യല്ലേ മോളേ. ഓരോരുത്തര് ഒരു കുഞ്ഞിനുവേണ്ടി എന്തെല്ലാം ചെയ്യുന്നു. ഇതിനെക്കൂടി നീയങ്ങ് പെറ്. അമ്മ വളർത്തിക്കോളാം."

രാത്രി ഉറക്കത്തിനിടയിൽ, വെള്ളം കുടിക്കുന്നതിനിടയിലെങ്ങാനും, അനുസരിച്ചു മാത്രം ശീലിച്ച ശ്യാമള ഗുളികയെങ്ങാനുമെടുത്ത് കഴിച്ചോ എന്നോർക്കുന്നില്ല. രാവിലെ, "ഞാനിനി ആശുപത്രിയിലേക്കില്ല. നമുക്ക് വീട്ടിൽ പോകാം" എന്നു പറയുന്നതുകേട്ട് സുന്ദരേശൻ വളരെ ആശ്വാസത്തോടെ അതിന് തയ്യാറായി. എല്ലാത്തിനും ഒരു വ്യവസ്ഥയായല്ലോ.

അതു മതി. അങ്ങനെയാണ് ശ്യാമള രണ്ടാമത് പെറുന്നത്. രണ്ടാമത്തെ കുഞ്ഞിനെ കണ്ടതും എല്ലാരും ആദ്യത്തെപ്പോലെ ഞെട്ടി. കറുകറുത്ത തുണിക്കഷണം പോലൊരു പെൺകുഞ്ഞ്. ആരോഗ്യവുമില്ല. നിറവുമില്ല. സൗന്ദര്യവുമില്ല.

"എന്റമ്മേ.."

ശ്യാമള നെഞ്ചത്തടിച്ച് കരഞ്ഞു. സുന്ദരേശൻ അറപ്പ് കൊണ്ട് കുഞ്ഞിനെ തൊട്ടു പോലും നോക്കിയില്ല.

"ഈ കരിമന്തിക്കൊച്ച് എന്റേതല്ല. തീർച്ച."

അയാൾ ഛായയുടെ കൈക്ക് പിടിച്ച് സ്ഥലംവിട്ടു. കുഞ്ഞ് തൊണ്ട കീറിക്കരഞ്ഞു. മോണ വരെ കറുകറാന്നിരിക്കുന്നു. "ഇതിന് മുല കൊടുത്താൽ എന്റെ മുല കൂടി കറുത്തുപോവില്ലേ? അമ്മ പറ, ഞാനീ കൊച്ചിനെ എന്തുവേണം?"

ശ്യാമള നിലവിളിച്ചുകൊണ്ട് അമ്മയോട് ചോദിച്ചു.

"എടീ, നിന്റെ വയറ്റീന്ന് വന്ന കൊച്ചല്യോ. അതിന് തൊള്ളി പാല് കൊട്."

സുന്ദരേശൻ ശ്യാമളയുടെ വീട്ടിൽ കയറാതായി. ചോദിച്ചവരോടൊക്കെ അയാൾ പറഞ്ഞു. "ആ കൊച്ച് എങ്ങനാ എന്റേതാവുന്നെ? നിങ്ങളവളെ കണ്ടില്ലേ?"

ഛായയെ ഒരു നോക്കു നോക്കി ആളുകൾ സ്ഥലം വിട്ടു.

"അമ്മേ, ഇനി ആ മരുന്നിന്റെയെങ്ങാനുമാന്നോ കൊച്ച് ഇങ്ങനായേ?"

ശ്യാമള സംശയിച്ചു.

"ഞാനന്ന് രാത്രി വെള്ളത്തിന്റെ കൂടെ രണ്ട് ഗുളിക കഴിച്ചെന്നാ ഓർമ്മ."

"നീ മരുന്നേ കഴിച്ചില്ല. ഞാനല്യോ പൊതിയോടെ എടുത്ത് അടുപ്പേലിട്ടത്."

"അതെപ്പഴാ?"

"ആ!"

"അതിന് മുമ്പെങ്ങാനും..."

"എടീ, എന്നാത്തന്നെ കൊച്ചെങ്ങനാ കറുക്കുന്നെ?"

ശ്യാമള മിണ്ടിയില്ല.

വീട്ടിൽ വരുന്ന അനുനയക്കാരോട് സുന്ദരേശൻ ഓരോരോ ഡിമാന്റുകൾ വെച്ചു.

"ആ കൊച്ചിനെ കൊണ്ടുപോയി അമ്മത്തൊട്ടിലിൽ കെടത്തിയാ ഞാൻ ശ്യാമളയെ സ്വീകരിച്ചോളാം. എനിക്കവളെ ഉപേക്ഷിക്കാൻ പറ്റില്ല. ആ കൊച്ചുള്ള വീട്ടി ഞാൻ കേറത്തില്ല."

"എന്ന് പറഞ്ഞാലെങ്ങനാ?" നാട്ടുകാർ ചോദിച്ചു. "നിങ്ങടെ കൊച്ചല്യോ അതും?"

"അതെങ്ങനെ എന്റെ കൊച്ചാകും? കരിമന്തി പോലിരിക്കുന്ന കൊച്ച്.

ഓർക്കുമ്പോത്തന്നെ അറപ്പ് വരും."

"നിങ്ങളാ പെണ്ണിനെ അന്തരാളത്തീ തള്ളുവാന്ന് ഓർക്കണം. ആ പെണ്ണെന്തോ പെഴച്ചു?"

"അപ്പോ, ഞാനെന്തോ പെഴച്ചെന്നാ? എനിക്കാ കൊച്ചിനോട് ഒരു സ്നേഹം ഇല്ല. സ്നേഹിക്കാൻ പറ്റാത്ത കൊച്ചിനെ ഞാനെങ്ങനെ എന്റെ കൂടെ പാർപ്പിക്കും?"

"ഈശ്വരന്മാരേ.."

ശ്യാമള നെഞ്ചുരുകിക്കരഞ്ഞു.

"കൊച്ചു കറുത്തുപോയത് എന്റെ തെറ്റാന്നോ?"

പിറ്റേന്ന് കറുകറുത്ത കുഞ്ഞിനെ മടിയിൽ കിടത്തി ശ്യാമള എണ്ണ പുരട്ടിച്ചു. "സാരമില്ല. വെളുത്ത മോൾക്ക് അച്ഛനുണ്ട്. അച്ഛന്റെ ആൾക്കാരുണ്ട്. ഇവൾക്ക് ആരുമില്ല. ഇനി ആരും ന്യായവാദവുമായി സുന്ദരേശന്റെ അടുത്തു പോവണ്ട. എന്റെ മോൾക്ക് ഞാനുണ്ട്. ഞാനേയുള്ളൂ. ഞാനിവളെ വളർത്തും. എന്തു സംഭവിക്കുമെന്ന് നോക്കട്ടെ. മാനം ഇടിഞ്ഞുവീഴുമോ? അമ്മേ, വെള്ളം ചൂടായോന്ന് നോക്കിക്കേ."

"ദേ, വരുന്നെടീ."

അമ്മ വിളിച്ചു പറഞ്ഞു.

അച്ചുതണ്ട്

ജിതിനെ കാണാതാവുന്നത് ഒരു പ്രത്യേകതയും ഇല്ലാത്ത ഒരു വ്യാഴാഴ്ച. എല്ലാം പതിവുപോലായിരുന്നുവെന്ന് ജിതിന്റെ ഭാര്യ അരുണിമ ഓർക്കുന്നു. തലേ രാത്രിയും കുട്ടി ഉറങ്ങിയതിന് ശേഷമാണ് അവർ ഇണചേർന്നത്. രാവിലെ പതിവുപോലെ അവൾ നേർത്തെ ഉണർന്നു. അടുക്കളപ്പണി പുരോഗമിക്കവെ ജിതിൻ എഴുന്നേറ്റു വന്നു. ഷേവിങ്ങും കുളിയും കഴിഞ്ഞ് നിശ്ശബ്ദനായിരുന്ന് രണ്ട് ഇഡ്ഢലി കഴിച്ചു. ചോറ്റുപാത്രവും ബാഗുമായി പതിവു വണ്ടിയിൽ കയറി. എത്ര ധർമ്മിഷ്ഠം. എത്ര കൃത്യം. ഒന്നിന്റെയും പതിവും രീതിയും തെറ്റിയില്ല; തെറ്റിച്ചില്ല.

സാധാരണയായി ജിതിൻ എട്ടിന്റെ വണ്ടിക്കെത്തും. ചില്ലറ വീട്ടുസാധനങ്ങൾ വാങ്ങാനുണ്ടെങ്കിൽ അല്പവും കൂടി വൈകും. മാസാദ്യദിവസങ്ങളിലാണെങ്കിൽ ഒരു പെഗ് കഴിക്കാനുള്ള യാത്രയും കൂടിയുണ്ടാവും. എല്ലാം അച്ചടക്കത്തോടെ ചെയ്യുന്ന ഒരു പൗരനാണ് ജിതിൻ. സാഹസികതയില്ലാത്തവരുടെ ജീവിതത്തിൽ ഒന്നും പുതുതായി സംഭവിക്കില്ലെന്ന ആപ്തവാക്യം ഏതായാലും ജിതിനുവേണ്ടി നിർമ്മിച്ചിട്ടുള്ളതല്ല. പക്ഷേ, ജിതിനിൽ എവിടെയോ അല്പം സസ്പെൻസ് ബാക്കിയുണ്ടായിരുന്നു എന്നല്ലേ അയാളുടെ ഒളിച്ചോട്ടം നല്കുന്ന സൂചന?

ജിതിന്റെ അമ്മയുടെ കണക്കിൽ ഇക്കഴിഞ്ഞ മീനത്തിൽ ജിതിന് വയസ്സ് മുപ്പത്തെട്ടായി. പെണ്ണുങ്ങളുടെ മുഖത്ത് നോക്കുന്നവനായിരുന്നില്ല ജിതിൻ. അത്ര സൽസ്വഭാവി. അവൻ ആർക്കും പ്രേമലേഖനം കൊടുത്തിട്ടില്ല. പീഡനം നടത്തിയിട്ടില്ല. ദാസിപ്പെണ്ണുങ്ങളുടെ വയറ്റിലുണ്ടാക്കിയിട്ടില്ല. എത്രയോ അവസരങ്ങളുണ്ടായിരുന്നു. സന്മാർഗ്ഗികൾക്കെങ്ങാനും ഒരു അവാർഡ് ഏർപ്പെടുത്തിയിരുന്നെങ്കിൽ എല്ലാ കൊല്ലവും അത് ജിതിന് കൊടുക്കേണ്ടി വന്നേനെ. അത്ര ഉഗ്രവിഷമുള്ള ഇനം സന്മാർഗ്ഗി.

നോക്കൂ, ജീവിതത്തിലെ എന്തൊക്കെ ഇട്ടെറിഞ്ഞിട്ടാണ് ആ ചെറുപ്പക്കാരൻ പൊയ്ക്കളഞ്ഞത്. തവിട്ട് നിറത്തിൽ നറുമണത്തോടെ പതയുന്ന റിച്ച് കോഫി. അത് ഇലംനീല പൂക്കളുള്ള കപ്പുകളിലൊഴിച്ച് സോഫിസ്റ്റിക്കേറ്റഡായും നീളം കുറഞ്ഞു കുറുകിയ സ്റ്റീൽ ഗ്ലാസിലും ഡവറയിലും ഒഴിച്ച് തമിഴ് ശീലത്തിലും കുടിക്കാം. കപ്പ് കൈയിലേന്തി പൂന്തോട്ടത്തിലൂടെ (ഉണ്ടെങ്കിൽ) നടക്കാം. മുഹമ്മദ് റഫിയുടെ പഴയ മെലഡികൾ, കീറിയത് ഒഴിച്ചിട്ടാൽപ്പോലും പത്തുപന്ത്രണ്ട് ഷർട്ടും അതിനുവേണ്ടുന്ന മുണ്ടുകളും കിഴിഞ്ഞതും കിഴിയാത്തതുമായ അടിവസ്ത്രങ്ങളും വിലക്കിഴിവിലും അല്ലാതെയും വാങ്ങിയ ഒരിക്കലും വായിക്കാത്ത കുറേയേറെ ദാർശനിക പുസ്തകങ്ങൾ, ഇംഗ്ലീഷ് ജേർണലുകൾ, ഒക്കുന്നെങ്കിൽ ഒത്തോട്ടെ എന്ന് കരുതി തള്ളിയിടിച്ചും വഴക്കടിച്ചും മുഖത്തെറിഞ്ഞും ഒപ്പിച്ച പാസ്പോർട്ട്, വിമാനയാത്രയ്ക്ക് പറ്റിയ ട്രോളി മോഡൽ പെട്ടി, പാസ്പോർട്ട് സൈസിലെ പത്തിരുപത് ഫോട്ടോകൾ, റേഷൻ കാർഡ്, വോട്ടർ ഐ ഡി, പാൻ കാർഡ്, ഇതിന്റെയൊക്കെ കോപ്പികൾ ബാങ്ക് വായ്പയ്ക്ക് ഉപയോഗിക്കാനാവുംവിധം എടുത്തുവെച്ച പാസ് ബുക്കിന്റെ ആറുമാസ സ്റ്റേറ്റ്മെന്റ്, പോസ്റ്റ് ഡേറ്റഡ് ചെക്കുകൾ, ഇൻകം ടാക്സ് സരൾ, സാലറി സ്ലിപ്പ്, സാലറി സർട്ടിഫിക്കറ്റ്, സാക്ഷ്യപ്പെടുത്തിയ അണ്ടർടേക്കിങ് രേഖ, വിവിധ ബാങ്കുകളുടെ ക്രെഡിറ്റ് കാർഡുകൾ, പി എഫ് ലോൺ അടിച്ചു മാറ്റാനായി കിള്ളിപ്പാലത്തെ പരിചയസമ്പന്നനായ വെണ്ടർ അമ്പതു രൂപ പാത്രത്തിൽ എഴുതിക്കൊടുത്ത കള്ളയാധാരം (സർവ്വെ നമ്പർ 2262). ഇതൊന്നും പോരാഞ്ഞിട്ട് ജിതിന് കൊല്ലാനും വളർത്താനും അധികാരമുള്ള ജിതിന്റെ സ്വന്തം അരുണിമ. ജിതിന്റെ തനിചരായയിലെ മകൾ മാളു. ഈ മേളക്കൊഴുപ്പ് കണ്ടപ്പോൾ ജിതിൻ കെണിഞ്ഞു എന്നാണ് നിങ്ങളും ഞാനുമൊക്കെ ധരിച്ചത്. പക്ഷേ, ചങ്ങാതി, ജീവിതം പലതല്ലേ, പലരല്ലേ.

വ്യക്തിയെ പരമ്പരാഗതമായും ഏകതാനമായും കാണുന്നതിലെ വൈകല്യമാണ് ജിതിന്റെ അമ്മയുടെ നിഗമനത്തിലൂടെ നാം കണ്ടത്. ഒരു മനുഷ്യൻ പൊതുവിൽ നടന്നുപോകുന്ന ഒരുവഴിയിലേക്ക് എത്തുന്ന ഒരുപാട് ഇടവഴികളുണ്ടെന്നത് നാം മറക്കുന്നു. പല പ്രായത്തിലും പല ഘട്ടത്തിലും പല സന്ദർഭത്തിലും പലരോടും ജിതിന് വൈകാരികമായ ആഭിമുഖ്യമുണ്ടായിട്ടുണ്ട്. മനുഷ്യനെന്ന നിലയ്ക്ക് അതുണ്ടാവാതെ വയ്യല്ലോ. കൂടെ പഠിച്ച കുട്ടിയോട്, പഠിപ്പിച്ച ടീച്ചറോട്, സഹപ്രവർത്തകയോട്, സുഹൃത്തിന്റെ ഭാര്യയോട്, അങ്ങനെയങ്ങനെ... ജീവിതം കണ്ടു കഴിഞ്ഞ ഒരമ്മയ്ക്ക് ഇതൊന്നും മനസ്സിലാവാതിരിക്കാൻ ഇതെന്താ മലയാളം സിനിമയോ?

ഇനി, അരുണിമ. വിവാഹത്തോടെയാണ് ഒരാളുടെ ലൈംഗിക ജീവിതം ആരംഭിക്കുന്നതെന്ന് അരുണിമ തെറ്റിദ്ധരിച്ചു. പത്തിരുപത്തേഴുകൊല്ലം കാക്കയ്ക്കും പൂച്ചയ്ക്കും പ്രാപ്പിടിയനും കൊടുക്കാതെ, കള്ളുകുടിയനും പെണ്ണുപിടിയനും നോക്കിയാൽ പീഡനക്കേസ് ഫയൽ

ചെയ്തും അയൽക്കാരനും പരിചയക്കാരനും സൗഹൃദം ഭാവിച്ചാൽ 'അധിനിവേശം' എന്ന കളരിവാക്കെടുത്ത് തലങ്ങും വിലങ്ങും പ്രയോഗിച്ച് പരിക്ഷേപിച്ചും, ആത്മാവ് കൊടുത്ത് പ്രണയിച്ചവനെ ഒന്ന് തൊട്ടുനോക്കാൻ പോലും അനുവദിക്കാതെയും കാത്തുസൂക്ഷിച്ച ആ ചാരിത്ര്യം ഇന്ന് അരുണിമയുടെ കാര്യത്തിൽ ഒരു തീരുമാനമാകും എന്ന് ഗൂഢസ്മിതത്തോടെ നാട്ടുകാർ, കയറി വാതിലടച്ച ആദ്യ രാത്രിയിൽ തെല്ലും പ്രതിഷേധിക്കാതെ ജീവിതത്തിൽ ആദ്യമായാണ് കാണുന്നതെങ്കിലും നിലയും വിലയും ഉള്ളവനാണല്ലോ എന്ന അഭിമാനത്തോടെ അയാൾക്ക് നല്കി പുളകംകൊണ്ട ആ അരുണിമ, ഭാരതനാരികൾതൻ ഭാവശുദ്ധി അതേപടി കാത്തുസൂക്ഷിച്ച അതേ അരുണിമ, ആ അരുണിമ ഇത്രയുംകാലും ജിതിനെ വെറിപിടിപ്പിച്ച തന്റെ മുലകളെയും ദുർമ്മേദസ്സില്ലാത്ത വടിവാർന്ന ശരീരത്തെയും പകച്ചുനോക്കി. താൻ ഏറ്റവും വലിയ നുണയായി തനിക്കു തന്നെ തോന്നുന്ന ദാമ്പത്യത്തിലെ ആ ശുഭമുഹൂർത്തം അങ്ങനെ അരുണിമയ്ക്കും സമാഗതമായി. എങ്കിലും ചാരിത്ര്യവതിയല്ലോ അരുണിമ. ജീവിതത്തിലെ എല്ലാം നഷ്ടപ്പെട്ടെങ്കിലെന്ത്? ചാരിത്ര്യമില്ലേ കൈയിൽ?

മൂവബിളും (പതിനാറായിരത്തിന്റെ ആയിരം വാൾട്ട് കീ തണ്ടർ ബ്ലാസ്റ്റ് ഹോം തിയേറ്റർ ടി വി, അയ്യായിരത്തിന്റെ സ്റ്റാന്റ്, ദിവാൻസ് കോട്ട്, ഡബിൾ കോട്ട് തുടങ്ങിയ സവർണ്ണർ മുതൽ കലം, തവി, ചെവിത്തോണ്ടിയിൽ വരെ എത്തിനില്ക്കുന്ന അവർണർ വരെ) ഇമ്മൂവബിളും (ആറന്മുള താലൂക്കിൽ ഇടശ്ശേരിമല വില്ലേജിൽ സർവ്വെ നമ്പർ 261 എന്ന 366 ലെ പത്തു സെന്റും വീടും, ഒന്നാംതരം പുളിച്ചിമാവ് ഒന്ന്, വരിക്കപ്ലാവ് ഒന്ന്, പാമ്പുകൾ ഇഷ്ടംപോലെ, 'ഉത്രട്ടാതി വള്ളംകളി' ഫ്രീ, മാർക്കറ്റ് വാല്യൂ- രണ്ടരലക്ഷം) പ്രലോഭനീയവും (അരുണിമയുടെ -ഉം, ഉം, ഉം) ഒക്കെയായ സ്വത്തുവഹകളെല്ലാം ഉപേക്ഷിച്ച് ജിതിൻ എങ്ങോട്ടുപോയി എന്നല്ലേ? എങ്ങോട്ടും പോകാം; എവിടേക്കും പോകാം. അത്തരം താന്തോന്നിത്തം നിറഞ്ഞതല്ലേ ചങ്ങാതീ ജീവിതം. ഭൂമി അതിന്റെ അച്ചുതണ്ടേൽ കിടന്ന് കറങ്ങിക്കറങ്ങി ജീവിതം ഇപ്പോൾ ആകെക്കൂടിയങ്ങ് പരന്നു. എന്നിട്ടും ഭൂമി ഉരുണ്ടതാണെന്നാ പാഠപുസ്തകത്തിൽ പറയുന്നത്.

അതിഥി ദേവോ ഭവഃ

മഴ തോർന്നുനിന്ന ആ പ്രഭാതത്തിൽ വണ്ടി, നഗരത്തിലെ മഴ വെള്ളം കെട്ടിനില്ക്കുന്ന, വൃത്തികെട്ട പ്ലാസ്റ്റിക് മറകൾ കാറ്റിലുയരുന്ന, ദുർഗ്ഗന്ധം നിറഞ്ഞ, കറുത്ത കുട്ടികൾ തീവണ്ടി കളിക്കുന്ന, കറുത്ത് വൃത്തികെട്ട, ആഭാസം പറയുന്ന, പുരുഷന്മാർ ചീഞ്ഞ പഴങ്ങൾ നിറച്ച ഉന്തുവണ്ടികൾ തള്ളുന്ന ആ റോഡിലൂടെ നീങ്ങുമ്പോഴാണ് എനിക്ക് ബോധോദയം ഉണ്ടായത്.

നഗരത്തിൽ ഫൈവ് സ്റ്റാർ ഹോട്ടലുകൾ നിലനില്ക്കട്ടെ. യൂണിഫോം ധരിക്കുന്ന, കോണ്ടിനെന്റൽ ഡിഷസ് തയ്യാറാക്കുന്ന ഷെഫ്മാർ മാത്രം അതിജീവിക്കട്ടെ. മാർബിൾ തറകളുള്ള ടൈൽസ് പാകിയ, ഗ്രാനൈറ്റ് പതിച്ച മണിമന്ദിരങ്ങൾ മാത്രം നിലനില്ക്കട്ടെ. ക്വാളിസും മെഴ്സിഡസും ഇൻഡിക്കയും മാത്രം ഓടട്ടെ. റോസാപ്പൂക്കളും ഡാഫോഡിൽസും മാത്രം വിടരട്ടെ. ചിക്കൻ കോർണറുകൾ എല്ലാ സായാഹ്നങ്ങളെയും കൊതിപിടിപ്പിക്കട്ടെ. പഴയ റാഫി ഗാനങ്ങൾ ഗൃഹാതുരത്വമായി എല്ലാ ബാറുകളിലും നിറയട്ടെ. ഷാംപെയ്നുകൾ മാത്രം നുരയട്ടെ. സോഫിയാ ലോറനും സിൽക്ക് സ്മിതയും ലൈബ്രറിച്ചുവരുകളിൽ നിറയട്ടെ. പത്താംക്ലാസ് സിലബസിൽ ജാക്കി-ചാൻ പടങ്ങൾ നിറയട്ടെ. എല്ലാ ബാങ്കുകളും കൊള്ളയടിക്കപ്പെടട്ടെ. എല്ലാ പള്ളികളും തകരട്ടെ. ചാറ്റ് റൂമുകൾ മാത്രം ഉറക്കമിളയ്ക്കട്ടെ. ബ്ലൂചിപ്പുകൾ മാത്രം കൺമിഴിക്കട്ടെ. കോൺവെന്റ് എഡ്യൂക്കേറ്റഡായ, ഇംഗ്ലീഷിൽ കൊഞ്ചിക്കുഴയുന്ന, വെളുത്തു മെലിഞ്ഞ സുന്ദരികൾ മാത്രം ജീവിക്കട്ടെ. ബുദ്ധിയുള്ള കുട്ടികൾ മാത്രം ജനിക്കട്ടെ. അവർക്കായി മെഡിക്കൽ കോളേജുകളും എഞ്ചിനീയറിങ് കോളേജുകളും മാത്രം ജനിക്കട്ടെ. സർക്കാർ സ്കൂളുകൾ നികത്തി അത്ഭുത നഗരങ്ങൾ പണിയട്ടെ.

ആരവിടെ! ഗ്രാമങ്ങൾക്കും വയലുകൾക്കും തീ കൊടുക്കുക. ജല സ്രോതസ്സുകളുടെ ദിശകൾ തിരിച്ചുവിടുക. കളിസ്ഥലങ്ങളിൽ വേശ്യാലയങ്ങൾ പണിയുക. അവ നമ്മുടെ ടൂറിസ്റ്റുകൾക്കായി നിർല്ലോപം തുറന്നുകൊടുക്കുക. അതിഥി ദേവോ ഭവഃ

വ്യഞ്ജനം

അവസാന നാളുകളിൽ അച്ഛൻ ആകെ വിശ്വസിച്ചത് ഒരു റേഡിയോയെ ആണ്. സുചിഗോതമ്പിന്റെ കഞ്ഞി കൊഴുക്കെ തേങ്ങാപ്പാലൊഴിച്ച്, ഡോക്ടറിന്റെ കണ്ണുകൾ വെട്ടിച്ച് (ഡോക്ടറെ ഞെട്ടിച്ച രോഗികൾ എന്നാണ് ഇരുവരെയും കുറിച്ച് എന്റെ അനിയത്തി പറയാറ്. നാത്തൂൻ മുറ്റം തൂക്കുമ്പോൾ പുത്തനച്ചി പുരപ്പുറം തൂക്കുന്നു എന്നും) മുറിയിലേക്ക് ചെന്ന അമ്മയ്ക്ക് നേരെ അച്ഛൻ വാതിലുകൾ ഉച്ചത്തിൽ കൊട്ടിയടച്ചു. ഞങ്ങൾക്ക്, അതായത് അനിയത്തിക്കും എനിക്കും, അതൊരു തരത്തിലുള്ള ഞെട്ടലും ഉണ്ടാക്കിയില്ല. കാരണം, ഹൈസ്കൂളിലെ മലയാളം ഭാഷാദ്ധ്യാപകനും സംസ്കൃതപണ്ഡിതനുമായിരുന്ന അച്ഛൻ വളരെ നേരത്തെതന്നെ ഭാഷാ ശുദ്ധിയില്ലാത്തവർ, വ്യാകരണം അറിയാത്തവർ ഇത്യാദി കാരണങ്ങളാൽ സഹപ്രവർത്തകരെയും നിലവാരമില്ലാത്തവർ എന്ന കാരണത്താൽ ബന്ധുജനങ്ങളിലെ കുഞ്ഞുകുട്ടി പരാധീനത്തെയും ജീവിതത്തിന് പുറത്തുനിർത്തിയിരുന്നു. സ്വന്തം ചേട്ടൻ മരിച്ചപ്പോൾ, ജീവിച്ചിരുന്നപ്പോൾ ഇല്ലാതിരുന്ന സ്നേഹം മരിക്കുമ്പോ എങ്ങനാ ഉണ്ടാവുക എന്ന് ചോദിച്ച് ശവമടക്കിനു പോലും പോകാൻ കൂട്ടാക്കാതിരുന്ന ധീരനാണ് അച്ഛൻ.

"അത് ശരിയായോ?" അനിയത്തി സംശയിച്ചു. "ചേച്ചി മരിച്ചാ എനിക്ക് വരാതിരിക്കാൻ പറ്റോ?"

"അച്ഛൻ അങ്ങനെയാണ് പറഞ്ഞതെങ്കിൽ അതിൽ തെറ്റ് വരില്ല-" എനിക്ക് അന്നത് ഉറപ്പായിരുന്നു.

അച്ഛനപ്പുറത്തേക്ക് കടന്നുപോയി പ്രേമലേഖനം എഴുതുകയും

വാങ്ങുകയും ചെയ്തവളാണ് അവൾ. അച്ഛനപ്പുറത്തെ ലോകങ്ങൾ കാണാൻ ധൈര്യമില്ലാത്തവളാണ് ഞാൻ. എന്റെ വിവാഹത്തിന്, പെണ്ണും ചെറുക്കനും ഉണ്ടെങ്കിൽ ലോകത്ത് മറ്റാരുടെയും സഹായമില്ലെങ്കിലും വിവാഹം നടന്നുകൊള്ളുമെന്ന് നെഞ്ചൂക്കോടെ പറഞ്ഞവനാണ് അച്ഛൻ.

തുടുത്ത ഒരു കുട്ടി കവിളിൽ തൊട്ടിരിക്കുന്ന ചിത്രമുള്ള മർഫിയായിരുന്നു അച്ഛന്റെ റേഡിയോ. ആ കുട്ടി എന്റെ ജീവിതത്തെയും സ്വപ്നങ്ങളെയും ചില്ലറയും ചിലാനവുമൊന്നുമല്ല നശിപ്പിച്ചു കൂട്ടിയത്. അത്തരം ചില സ്വപ്നങ്ങളുടെ അലട്ടൽ കൊണ്ടുമാത്രമായിരുന്നിരിക്കണം ഇടവും വലവും കിടന്നു മൂത്രമൊഴിക്കുന്ന രണ്ടു കുട്ടികളെ ഞാൻ പ്രസവിച്ചത്. അതിരാവിലെ മൂത്രമിറ്റുവീഴുന്ന ഹൗസ്കോട്ടോടെ ഞാനെഴുന്നേറ്റുവരുമ്പോൾ സ്വതേ പൊൻനിറമുള്ള അമ്മ അടുക്കളയിൽനിന്നും ഇരുന്നും പൊട്ടിപ്പൊട്ടിച്ചിരിക്കുമായിരുന്നു. എന്റെ മകൾ അങ്ങനെ മൂത്രത്തിൽനിന്ന് എഴുന്നേറ്റ് വരുന്നത് കണ്ടിട്ടുവേണം എനിക്കൊന്ന് പൊട്ടിച്ചിരിക്കാൻ. കുളിമുറിയിൽനിന്ന് മൂത്രമിറ്റുന്ന ഹൗസ്കോട്ട് അഴിച്ചു മാറ്റുമ്പോൾ അമ്മയിന്ന് ഇഡ്ഡലിയും സാമ്പാറും തനിയേ ഉണ്ടാക്കേണ്ടിവരുമെന്ന് ഞാൻ വിധി പ്രസ്താവിക്കും. അപ്പോൾ അച്ഛന്റെ മുറിയിൽ വന്ദേമാതരം തുടങ്ങുകയാവും. സുജലാം സുഫലാം മലയജശീതളാം.

റേഡിയോയിൽ അച്ഛനെ ഏറെ ആകർഷിച്ച രണ്ട് സംഗതികളുണ്ടായിരുന്നു. ഒന്നാമത്തേത്, സംസ്കൃതം വാർത്തയാണ്. ടി വിയിൽ സംസ്കൃതം വാർത്ത വേണമെന്നും അതിന് പ്രത്യേക ചാനൽ വേണമെന്നും അച്ഛൻ എന്നെക്കൊണ്ടും ചുരുക്കം ചില ശിഷ്യരെക്കൊണ്ടും കത്തുകൾ അയപ്പിച്ചു. ഒരു ചാനലും ആ കത്ത് വായിച്ചില്ല. ടി വിയിൽ പ്രധാനവാർത്ത എഴുതിക്കാണിക്കുമ്പോൾ കൂട്ടക്ഷരങ്ങളിലും വ്യഞ്ജനാക്ഷരങ്ങളിലും ഉണ്ടാകുന്ന ഉരസലുകളും പൊട്ടലുകളും അച്ഛനെ ക്ഷോഭിപ്പിച്ചു. വാതിലുകൾ വലിച്ചടച്ച്, പ്രഷർ നില കൂട്ടി ഡോക്ടർ മാർക്കോസിനെ അച്ഛൻ വിരട്ടി. *സ്ത്രീ* സീരിയൽ തുടങ്ങാൻ നേരമായതുകൊണ്ട് തർക്കിക്കാൻ നില്ക്കാതെ, സ്റ്റെത്ത് മറന്നുവെച്ച്, ഡോക്ടർ മാർക്കോസ് അതിവേഗം സ്കൂട്ടറോടിച്ചുപോയി. ഏഭ്യൻ. അച്ഛൻ കാർക്കിച്ചു തുപ്പി.

അച്ഛന് ഉറങ്ങാൻ കഥകളിപ്പദങ്ങൾ കേൾക്കണമെന്നതായിരുന്നു രണ്ടാമത്തെ സംഗതി. ചെറുപ്പകാലത്ത് ഏത് പാതിരാത്രിയിലും എവിടെ കേളികൊട്ട് കേട്ടാലും തന്റെ മൂന്ന് ബാറ്ററിയിടുന്ന ടോർച്ചുമെടുത്ത്, കമ്പിക്കരയൻ നേര്യതുകൊണ്ട് തലയും മൂടി അച്ഛൻ പുറപ്പെടുമായിരുന്നു. കേളികൊട്ടിന്റെ ദിശനോക്കി കഥകളിയുടെ കേന്ദ്രവും അച്ഛൻ കണ്ടുപിടിക്കും. കിഴക്കാണെങ്കിൽ ചെമ്പോട്ടുനട. പടിഞ്ഞാറാണെങ്കിൽ ഉമയനല്ലൂർ. അതിരാവിലെ ഈന്തപ്പഴത്തിന്റെ പൊതിയും ചുവന്ന കണ്ണുകളും

കഥകളിപ്പദങ്ങളുമായാണ് തിരിച്ചെത്തുക. മുഖം വീർപ്പിച്ചിരിക്കുന്ന അമ്മയെ അനുനയിപ്പിക്കാൻ കഥകളിമുദ്രകളുടെ തുറുപ്പുഗുലാനുകളാണ് അച്ഛൻ ഇറക്കുക. എന്തിനീ ചൊൽവേണ്ടു ഞാൻ. പാത്രങ്ങൾ വലിച്ചെറിയുമ്പോൾ, കരിമറുത, നീലകേശി എന്നും.

രണ്ടു നാടകങ്ങൾ അച്ഛന്റേതായുണ്ട്. ഒന്ന്, *കള്ളനാണയം*, രണ്ട്, *ഉണ്ണിവീട്*. *ഉണ്ണിവീട്* എൻ ബി എസ് പ്രസിദ്ധീകരിച്ചിരുന്നു. *കള്ളനാണയം* നാടകമത്സരത്തിൽ സ്വർണ്ണമെഡൽ നേടിയ നാടകമാണ്.

"*ഖസാക്കിന്റെ ഇതിഹാസം* എഴുതിയ കാലത്താ അച്ഛന്റെയീ കള്ളനാണയോം ഉണ്ണിവീടും കെടന്നോടിയതെന്ന് ഓർക്കുമ്പോ നാണം കൊണ്ട് കെട്ടിത്തൂങ്ങിച്ചാവാൻ തോന്നാ" എന്ന് അനിയത്തി പിന്നീട് പറഞ്ഞപ്പോൾ ജീവിതത്തിൽ പല കാരണങ്ങളാലും നമുക്ക് ഞെട്ടേണ്ടി വരുമെന്ന് ഞാൻ മനസ്സിലാക്കി.

വയസ്സാകുംതോറും അച്ഛനിലെ ശാഠ്യങ്ങളുടെ പിരിമുറുക്കത്തിന് അയവ് വരുന്നുണ്ടായിരുന്നു. അതിൽ ഒന്നായിരുന്നു അച്ഛന്റെ ഏറ്റവും മൂത്തചേട്ടൻ മരിച്ചത് കേട്ടറിഞ്ഞ് ഷംസിന്റെ ടാക്സി വരുത്തിച്ച് അച്ഛൻ കുടുംബവീട്ടിലേക്ക് പോയത്. സുഹൃത്തിന് ജാമ്യം നിന്നതിന്റെ പേരിൽ വീടുംപറമ്പും നഷ്ടപ്പെട്ട് ഞങ്ങൾ കുടുംബവീട്ടിലേക്ക് താമസം മാറ്റിയപ്പോൾ അനിയത്തിയെയും എന്നെയും ഇരുവശവും ചേർത്ത് പിടിച്ച് വല്യച്ഛൻ, എന്റെ മക്കളെ എന്ന് തേങ്ങി. പത്തായപ്പുറത്തെ കെട്ടിൽനിന്ന് ഞങ്ങൾക്കിരുവർക്കും വല്യച്ഛൻ കൽക്കണ്ടവും തെച്ചിപ്പൂവും തേങ്ങാപ്പൂളും ചേർത്ത് വിരകിയ അവിലും മലരും തന്നു. വല്യമ്മ അമ്മയോട് പറയുന്നത് കേട്ടു: "പതംകിട്ടിയ പുന്നെല്ല് കെടപ്പൊണ്ട് പത്തായത്തീ. കുത്തി കഞ്ഞിവെക്കാം രാത്രി. ചക്കക്കുരും മാങ്ങേം കൂട്ടിയൊരു കറീം."

ഞങ്ങൾ ഈറക്കിയിക്കീ തമ്പലം കളിച്ച മുറ്റം. പടിയിറങ്ങിനിന്നാൽ തുടങ്ങുന്ന പാടം. പാവാട പറത്തി ഒരു കാറ്റ് വന്നു. നെല്ലിന്റെ മണം.

അച്ഛൻ മടങ്ങിവന്നപ്പോൾ എല്ലാവരും നഷ്ടപ്പെട്ട അമ്മ പൊട്ടിത്തെറിച്ചു: "ഇതും നിങ്ങടെ റേഡിയോ പറഞ്ഞതാണോ?"

മറുപടി പറയാതെ അച്ഛൻ റേഡിയോയുടെ ഇളകിപ്പോയ ബാന്റുകൾ ഉറപ്പിക്കാനുള്ള ശ്രമം തുടർന്നു. ഒടുവിലൊടുവിൽ ബാന്റിന്റെ ആവശ്യമില്ലാത്ത ഒരു റേഡിയോ ആയിത്തീർന്നിരുന്നു അത്. തലങ്ങും വിലങ്ങും അടിച്ചാൽ മാത്രം അത് ഞരങ്ങിത്തുടങ്ങും. നൊടിയിടകൊണ്ട് സ്റ്റേഷൻ മാറുകയും വളരെവേഗം ഓർമ്മകളിൽനിന്ന് ഗതകാലത്തിലേക്ക് നീങ്ങുകയും ചെയ്തുകൊണ്ടിരുന്നു അത്.

"എന്തിനാ അതിനെ അടിക്കുന്നെ?" ക്ഷൗരം ചെയ്യാതെ വളർന്നു തിങ്ങിയ നരച്ച താടിമീശകൾക്കിടയിൽ നിറം വല്ലാതെ നേർത്ത കണ്ണുകളുയർത്തി അച്ഛൻ പറഞ്ഞു.

"അതിന്റെ കാലം കഴിഞ്ഞു." എന്നിട്ടും ഇടയ്ക്കിടെ റേഡിയോ ചില

പ്പോൾ ഉച്ചസ്ഥായിയിലും മറ്റുചിലപ്പോൾ മന്ദ്രസ്ഥായിയിലും പിറുപിറുത്തുകൊണ്ടിരുന്നു.

"ന്റെ മുരാരീ, വല്ലാത്തൊര് ഉയിര്!"

അയൽക്കാർ മൂക്കത്ത് വിരൽവച്ചു. അച്ഛൻ ചിരിക്കുന്നുണ്ടായിരുന്നു അപ്പോൾ. അതിന്റെ കാലം അതിനറിയാം. പക്ഷേ, ശരശയ്യ. സ്വച്ഛന്ദ മൃത്യു.

ജനാലയിലൂടെ അച്ഛൻ സായാഹ്നത്തിലേക്ക് കൺമിഴിച്ചു കിടന്നു.

മൂന്ന് പെണ്ണുങ്ങൾ

തീവണ്ടി ആ സ്റ്റേഷനിൽ ചെന്നു നില്ക്കുമ്പോൾ അവിടെ ഇരുളായിരുന്നു. വണ്ടി ആ മങ്ങിയ വെളിച്ചത്തിൽനിന്ന് കിതയ്ക്കുകയും അമറുകയും ചിനയ്ക്കുകയും ചെയ്തു. കമ്പാർട്ടുമെന്റിൽനിന്ന് ഇറങ്ങുന്നവർക്ക് പെട്ടെന്ന് മുഖമില്ലാതാവുന്നു. ഇരുളിൽനിന്ന് കടന്നുവരുന്നവർ പെട്ടെന്ന് ഒരു മുഖമെടുത്തണിയുന്നു.

മേരി ലില്ലി ഡാനിയൽ എന്ന പെൺകുട്ടി ആ കമ്പാർട്ടുമെന്റിൽ തനിച്ചായിരുന്നു. ഒരു പഴകിയ ഓർമ്മപോലെ റെയിൽവേ സ്റ്റേഷൻ. മങ്ങി നില്ക്കുന്ന ചില വേദനകൾ. ഉറങ്ങുന്ന ബഹളങ്ങൾ- ഇങ്ങനെ കഥാരൂപത്തിൽ അവൾ ചിന്തിച്ചു. അവളുടെ മടിയിൽ ആൻ മേരി ഫ്രാങ്കിന്റെ ഡയറിക്കുറിപ്പുകൾ. ട്രെയിൻ അനങ്ങിത്തുടങ്ങുമ്പോൾ എതിർസീറ്റിലേക്ക് കാലുയർത്തിവച്ച് ചാരിക്കിടക്കണം- അവൾ കരുതി. എന്നിട്ട് ഓർക്കാം. ഇത്തിരിശ്ശെ നക്ഷത്രമഞ്ഞ് വീഴുന്നുണ്ടായിരുന്നു. ഒരു ക്രിസ്മസിലേക്ക് യാത്ര ചെയ്യാൻ സുഖമുണ്ട്. തണുപ്പ് കൂടിയാൽ വിന്റോ ഗ്ലാസ് താഴ്ത്താം.

അപ്പോഴാണ് ഇരുളിൽനിന്ന് മറ്റൊരു പെൺകുട്ടി മേരി ലില്ലി ഡാനിയലിന്റെ ലേഡീസ് കമ്പാർട്ടുമെന്റിലേക്ക് തിടുക്കത്തിൽ കയറിവന്നത്. വന്നപാടെ അവൾ ബാഗ് അടിയിലേക്ക് തള്ളിവച്ചു. ഷാൾകൊണ്ട് കഴുത്തിലെ വിയർപ്പ് തുടച്ചു. ഇത്തിരി പരിഭ്രമിക്കുകയും ചെയ്തു. മേരി ലില്ലി ഡാനിയലിന് ഇത്തിരി പരിഹാസം തോന്നി. ഇരുപത്തിനാല് മോതിരവും അതിനു വേണ്ടുന്ന വളകളും. പോരാത്തതിന് ടൺകണക്കിന് ജാടയും. പെൺകുട്ടി ഇരുളിലേക്ക് നീങ്ങിയിരുന്നു. ഇവളാരെയാ ഒളിക്കുന്നെ? വല്ലവന്റെയും കൂടെ ചാടിപ്പോവാന്നോടീ പെങ്കൊച്ചേ.

വണ്ടി നീങ്ങിത്തുടങ്ങിയപ്പോൾ മുഷിഞ്ഞ സാരി ചുറ്റിയ ഒരു സ്ത്രീ

ഒരു കുട്ടിയെയുംകൊണ്ട് ഏന്തിവലിഞ്ഞുകയറി വന്നു. ഈയാഴ്ചത്തെ അമ്മേം കുഞ്ഞുമായി!

മേരി ലില്ലി ഡാനിയൽ പുസ്തകം തുറന്ന് കനത്തിൽ ഇരുന്നു.

"ആലുവേ പൂവാനാന്നോ?"

സ്ത്രീ ചോദിച്ചു.

"തൃശൂരിലെറങ്ങാനാ."

ഇത്തിരി കഴിഞ്ഞ് മേരി ലില്ലി പുസ്തകം താഴ്ത്തി നോക്കിയപ്പോൾ ആ സ്ത്രീ എന്തൊക്കെയോ ഓർത്ത് വിഷാദിച്ചിരിക്കുകയാണ്. മൂലയിലെ ഇരുട്ടിലിരുന്ന പെൺകുട്ടി ഇടയ്ക്കിടെ കണ്ണുകൾ തുടയ്ക്കുന്നു. അവളുടെ മൊബൈലിലേക്ക് നിരന്തരം കോളുകളാണോ മെസേജാണോ വന്നുകൊണ്ടിരിക്കുന്നത്.

"ആലുവേൽ ആരാ?"

മേരി ലില്ലി വെറുതെ ചോദിച്ചു

"ഇക്കൊച്ചിന്റെ അപ്പനാ. പള്ളി സെമിത്തേരീടെ മോളില്."

"മലേടെ മോളീ. വാറ്റാ."

"പൊലീസ് പിടിക്കേലേ?"

മേരി ലില്ലി വിസ്മയിച്ചുപോയി.

"പിടിച്ചാ ശിക്ഷിക്കും. ജീവിക്കണ്ടായോ? ആ ചില്ലൊന്നു താഴ്ത്തിക്കേ കൊച്ചിന് തണുക്കും."

മേരി ലില്ലി ചില്ല് താഴ്ത്തിവെച്ചു.

"വീട്ടി ആരൊക്കെ ഒണ്ട്? അപ്പനുമമ്മേം ഒക്കെയൊണ്ടോ?"

മേരി ലില്ലി തലകുലുക്കി.

അപ്പൻ സ്വർണ്ണപ്പണയക്കാരനും കാശ് പലിശയ്ക്ക് കൊടുക്കുന്നവനുമാണെന്ന് അവൾ പറഞ്ഞില്ല. സ്വർണ്ണപ്പണയക്കാരും പലിശക്കാരും വഞ്ചകരാണെന്ന ഒരു നിലപാട് സമൂഹത്തിനുണ്ട്- പ്രത്യേകിച്ച് ദരിദ്രർക്ക്.

മൂലയിലിരുന്ന പെൺകുട്ടി വാഷ്ബേസിനടുത്തുപോയി നിന്ന് മൊബൈലിൽ സംസാരിക്കുകയാണ്.

"ഞാനൊന്ന് നടു ചായ്ക്കട്ട്. പകലൊന്നും കെടന്നാ ഒറക്കം വരികേല. രാത്രി വാതിലീ തട്ട് കാരണം ഒറങ്ങാനും മേല."

അവർ കൊച്ചിനെ അരികിലേക്ക് നീക്കിക്കിടത്തി ഇപ്പുറത്ത് ചരിഞ്ഞുകിടന്നു. പെൺകുട്ടി മൊബൈലിലൂടെ സംസാരിച്ചുകൊണ്ടേയിരുന്നു. സംസാരിക്കൂ ഇന്ത്യ. സംസാരിക്കൂ. മേരി ലില്ലി ഡാനിയൽ സൈഡ് സീറ്റ് ചേർത്തിട്ട് ആകാശം നോക്കി ചരിഞ്ഞുകിടന്നു. ഉറങ്ങാൻ പ്രേരിപ്പിക്കുന്ന ഒരു തണുപ്പുണ്ട്. പെൺകുട്ടി സംസാരം കഴിഞ്ഞ് കമ്പാർട്ടുമെന്റിന്റെ വാതിലുകൾ അടച്ചുവന്ന് ഇത്തിരിനേരം സീറ്റിലിരുന്നു. പിന്നെ അവളും കിടന്നു.

ഇത്രയും മേരി ലില്ലി ഡാനിയലിന്റെ സാക്ഷ്യപ്പെടുത്തലാണ്. ഒന്നുറങ്ങിക്കാണും. ഉണരുമ്പോഴും തീവണ്ടി നിർത്താതെ സഞ്ചരിക്കുകയാണ്. മേരി ലില്ലി ഡാനിയൽ എഴുന്നേറ്റു. സ്റ്റേഷൻ ഏതാണെന്ന് ഒരു പിടി

യുമില്ല. തിരിഞ്ഞപ്പോൾ നേരത്തെ കിടന്നിടത്ത് സ്ത്രീയില്ല. കുട്ടി അപ്പോഴും ഉറക്കത്തിലാണ്. ഇത്തവണ മേരി ലില്ലിയാണ് പരിഭ്രമിച്ചത്. അവർ എവിടെപ്പോയി? ടോയ്‌ലറ്റിലാണോ? കുറേനേരം കാത്തു. ടോയ്‌ലറ്റിൽ നോക്കി. ആരുമില്ല. ഈശോയേ. കുട്ടി തളർന്നുകിടക്കുകയാണ്. വായിൽ ചാരായം ഇറ്റിച്ചിട്ടുണ്ടെന്നു തോന്നുന്നു. ഉണരാത്ത തരത്തിലുള്ള ഒരുതരം മയക്കം. മേരി ലില്ലി അടുത്ത സീറ്റിലേക്ക് നോക്കി. പെൺകുട്ടി തിരിഞ്ഞുകിടക്കുകയാണ്. മൊബൈൽ നിർത്താതെ മുഴങ്ങുന്നു. "സ്നേഹിതനേ സ്നേഹിതനേ രഹസിയ സ്നേഹിതനേ."

മേരി ലില്ലി വീണ്ടും കയറിക്കിടന്നു. ഉറങ്ങാനല്ല. സന്ദർഭത്തെ എങ്ങനെ നേരിടണമെന്ന് ചിന്തിക്കാൻ. വണ്ടി തൃശൂർ ചെല്ലുമ്പോൾ ഇറങ്ങിപ്പോകാം. കുട്ടി ഉണരട്ടെ. കരയട്ടെ. ആള് കൂടട്ടെ. ചാനലുകാർ വരട്ടെ. വണ്ടി കുതിച്ചുകൊണ്ടിരുന്നു. ഏതോ പാലത്തിലൂടെ അതിന്റെ കട കട ഒച്ചയ്ക്ക് വല്ലാത്ത ഒരു മുഴക്കമുണ്ടായിരുന്നു. തണുത്ത കാറ്റടിച്ചു. വണ്ടി പാലം കടന്നതോടെ ആരോ ചങ്ങല വലിച്ചു. വണ്ടി നിന്നു. നേരിയ ഇരുട്ട്. നോക്കിക്കൊണ്ടിരിക്കെ പെൺകുട്ടി ബാഗെടുത്ത് തിടുക്കത്തിൽ വാതിലിനടുത്തേക്ക് പോയി. അവൾ ഇരുട്ടിലേക്ക് ഊർന്നിറങ്ങി. ഇരുട്ടിൽനിന്ന് ആരോ അവളെ ഏറ്റുവാങ്ങി. ഒരു ബൈക്ക് സ്റ്റാർട്ടായി.

ആളുകൾ പുറത്തിറങ്ങി നിന്നു. സിഗരറ്റ് വലിച്ചു. തണുപ്പിനെക്കുറിച്ച് സംസാരിച്ചു. എന്തു സംഭവിച്ചു എന്ന് പരസ്പരം ചോദിച്ചു. കാർക്കിച്ചുതുപ്പി. വഴിയിൽ മൂത്രമൊഴിച്ചു. മൊബൈലിലൂടെ സംസാരിച്ചു. ലാപ്ടോപ്പ് തുറന്നുവച്ചു.

കുട്ടി ഉറങ്ങിക്കൊണ്ടിരുന്നു. മേരി ലില്ലി ഡാനിയൽ ബാഗെടുത്ത് പുറത്തുവച്ചു. മുടി ചീകിയൊതുക്കി. ഷാൾ നേരെയിട്ടു. ബാഗെടുത്തു. വാതിലിനരികിൽ ചെന്ന് ഇരുവശത്തേക്കും കണ്ണോടിച്ചു. മെല്ലെ, ശ്രദ്ധിച്ച് പടികളിറങ്ങി. ട്രെയിൻ ഒന്നനങ്ങി. പിന്നെ കൂവിയാർത്തുകൊണ്ട് രാക്ഷസീയമായി ഓടിത്തുടങ്ങി.

സ്വപ്നത്തിലേക്ക് ഓടിക്കയറിയ വണ്ടി

ഗോവിന്ദമാരാർ മെമ്മോറിയൽ യു പി സ്കൂളിലെ മലയാളം അദ്ധ്യാപകൻ ഗോപീകൃഷ്ണന്ന് അക്കൊല്ലത്തെ എക്സ്കർഷൻ സമയത്ത് ആസ്ത്മാ ഇളക്കമുണ്ടായി. എല്ലാ കൊല്ലവും ഡിസംബർ അടുപ്പിച്ച് ഗോപീകൃഷ്ണനത് പതിവാണ് കുഞ്ഞുണ്ണ്യാരുടെ കുറച്ച് ആയുർവ്വേദ ഗുളികകൾ ഉരകല്ലിൽ ഉരച്ച് സമം ഇഞ്ചിയും കൂട്ടി സേവിക്കും. രാസ്നാദിയിട്ട് കുറേ ആവി പിടിക്കും. എത്രയോ കൊല്ലമായി തുടരുന്ന പതിവാണത്. ഇത്തവണ പക്ഷേ, അതങ്ങോട്ട് വേഗം അമർന്നുകിട്ടിയില്ല. മാത്രമല്ല വെളുത്ത വാവിനോടടുത്ത് രാപ്പകലില്ലാതെ വലിവ് കൂടുകയും ചെയ്തു. സ്ഥലം ഐ ടി ഐ അദ്ധ്യാപകൻ മല്ലയ്യ ഒറ്റമൂലി പ്രയോഗക്കാരനാണ്. തമിഴനാണ്. പൊണ്ടാട്ടി കനകാംബാൾ. അങ്ങനെ മല്ലയ്യയുടെ ചികിത്സയ്ക്ക് ഗോപീകൃഷ്ണനെ വിട്ടുകൊടുത്തിട്ട് കുട്ടികളും അദ്ധ്യാപകരും ഗോപീകൃഷ്ണനില്ലാത്ത ആദ്യത്തെ എക്സ്കർഷൻ വണ്ടി കയറി. വണ്ടി കയറി എന്നു പറഞ്ഞതുകൊണ്ടായില്ല. കയറിക്കഴിഞ്ഞപ്പോൾ എല്ലാവരും ലേശമൊന്നിളകി. ഗോപീകൃഷ്ണന്റെ മകൻ വിനോദിനെ കണക്ക് പഠിപ്പിക്കുന്ന സക്കറിയ സാറിനെ ഏല്പിച്ചാണ് ഗോപീകൃഷ്ണനും ഭാര്യ വസുമതിയും വണ്ടികയറ്റിയത്. സൈഡ് സീറ്റിലിരുന്ന് വിനോദ് മായുന്ന മരങ്ങളും പൂക്കളുടെ ഈൗർപ്പവും കണ്ടു. അനുഭവിച്ചു. ബിസ്കറ്റ് ചായയിൽ മുക്കി തിന്നു. സക്കറിയ സാറിന്റെ കൈകൾക്കുള്ളിൽ കിടന്നുറങ്ങി. സക്കറിയസാറും ഇടയ്ക്ക് എപ്പോഴോ ഒന്ന് മയങ്ങി. സ്ഥലം ഏതാണെന്ന് മനസ്സിലായില്ല. ഏതോ കോവിലിലെ ഉത്സവത്തിന്റെ പൂക്കാവടികൾ നിരന്ന് അവരുടെ ബസ് കടന്നുപോയ വഴി ബ്ലോക്കായി. വണ്ടി പാതയോരം ചേർത്തു നിർത്തി ആദ്യം ഡ്രൈവർ ഇറങ്ങി.

"കുട്ടികളെല്ലാം എറങ്ങ്"

സാമൂഹ്യപാഠം പഠിപ്പിക്കുന്ന ചന്ദ്രശേഖരൻസാർ പറഞ്ഞു.

"വരിവരിയായി ങ്ങേ? ടാ അനുപേ ഇങ്ങട്ട് ഇങ്ങട്ട് ങ്ങാ. എല്ലാവരും ഉത്സവം കണ്ടോളൂ. കൂട്ടം തെറ്റണ്ട. തെറ്റ്യാ തമിഴമ്മാര് കൊണ്ടോവും. പിച്ച തെണ്ടിക്കും. കണ്ണും പോവും. എന്റെ കൈയേല് വടീണ്ട്. ശാരു ഛർദ്ദി വരുന്നുണ്ടോ?"

ശാരു സാറിന്റെ മകളാണ്. ചുരുണ്ട മുടിയും വലിയ കണ്ണുകളുമുള്ള വിളർത്ത ഒരു പെൺകുട്ടി.

കുട്ടികൾ ഓരോരുത്തരായി ഇറങ്ങി. സാറന്മാരും ടീച്ചർമാരും മാടക്കടയിൽനിന്ന് ഓരോ നാരങ്ങാ വെള്ളം കുടിച്ചു. ഉപ്പിട്ടും പഞ്ചസാരയിട്ടും. രണ്ടുമിട്ടും. സോഡയൊഴിച്ചും. വിലപേശി ഒരു കുല ഞാലിപ്പൂവൻ വാങ്ങി.

"കുട്ട്യോൾക്ക് ന്റെ വക ചക്കരക്കാപ്പി" കടക്കാരൻ പറഞ്ഞു. "അതിന് നിക്ക് കായി വേണ്ട."

ടീച്ചർമാർ കുട്ടികൾക്ക് കാപ്പി ആറിച്ചും തണുപ്പിച്ചും കൊടുത്തു. ആൺകുട്ടികൾ വഴിയരികിൽ നിന്ന് മൂത്രമൊഴിച്ചു. കുട്ടികളെ എല്ലാവരെയും അടിച്ചു വണ്ടിയിൽ കയറ്റി. തണുത്ത കാറ്റടിച്ചു.

"മൃദുലടീച്ചറേ ഷട്ടറ് താഴ്ത്തിക്കോ. പിള്ളേർക്ക് പനി വരണ്ട." ചന്ദ്രശേഖരൻ സാറ് പറഞ്ഞു. "ഇനി സിറ്റീച്ചെന്നേ നമ്മളിറങ്ങൂ. എല്ലാവരും നേർത്തേ കെടന്ന് രാവിലെ എണീറ്റ് റെഡ്യാവണം. മ്മക്ക് മ്യൂസിയോം നക്ഷത്രബംഗ്ലാവുംക്കെ കാണണ്ടേ?"

കുട്ടികൾ ഓ-ന്ന് പറഞ്ഞു. ചിലർ ചിരിച്ചു. ചിലർക്ക് ഉറക്കം വരുന്നേയില്ല. പക്ഷേ, സിറ്റിയിൽ ചെന്നപ്പോഴേക്കും എല്ലാവരും ഉറങ്ങി.

തീർത്താൽ തീരാത്ത വിസ്മയമായിരുന്നു വിനോദിന് നഗരം. തെന്നുന്ന റോഡ്, അവരുടെ വണ്ടി അതിരാവിലെ പോവുമ്പോൾ കുതിരപ്പൊലീസ് ഒരു വലിയ മൈതാനത്ത് കവാത്ത് നടത്തുകയായിരുന്നു. നക്ഷത്രങ്ങൾ നഗരത്തിൽ മുറികളിൽ പാർക്കുന്നു. ചോലമരങ്ങളുടെ മൗനം. പൊട്ടിത്തെറിക്കുന്ന നിറങ്ങൾ. നിരന്ന് പൂത്ത്, കണ്ണ് വേദനിപ്പിക്കുന്ന ഗുൽമോഹർ മരങ്ങൾ. ഒരു പളുങ്കുമാല പൊട്ടിച്ചെറിഞ്ഞപോലെ ചിതറിക്കിടക്കുന്ന നഗരം.

മടങ്ങുമ്പോൾ യാത്രയുടെ വിവിധ മണങ്ങൾകൊണ്ട് വണ്ടി നിറയുകയും ഒരു സ്വപ്നത്തിലേക്ക് അത് ഓടാൻ തുടങ്ങുകയും ചെയ്യുന്നപോലെ തോന്നി. ഒത്തിരിയിങ്ങു വന്നതിനുശേഷമാണ് സക്കറിയാ സാർ അലറിയത്.

"നിർത്തെടാ വണ്ടി. എവിടെ വിനോദ്?" ആ മൂലതൊട്ട് ഈ മൂലവരെ, ഈ മൂലതൊട്ട് ആ മൂലവരെ എല്ലാ അദ്ധ്യാപകരും എണ്ണിനോക്കി. ശരിയാണ്. വിനോദിനെ കാണാനില്ല. ചന്ദ്രശേഖരൻ സാർ പത്രം ഓഫീസിലെ സുഹൃത്തിനെ വിളിച്ചു. മുക്കിലേക്കും മൂലയിലേക്കും അറിയിപ്പുകൾ പോയി. എവിടെയെങ്കിലും അപകടമരണങ്ങൾ നടന്നോ എന്ന അന്വേഷണം പോയി. ഇല്ല. വിനോദ് എവിടെയുമില്ല. അവൻ ആവിയായി

മറഞ്ഞിരിക്കുന്നു. എങ്ങനെ മടങ്ങിപ്പോവും? സക്കറിയാ സാർ റോഡിലിരുന്നു കരഞ്ഞു.

മടങ്ങിവരും വഴി വണ്ടി രണ്ടിടത്താണ് നിർത്തിയത്. ആഹാരം കഴിക്കാൻ ഒരു വെജിറ്റേറിയൻ ഹോട്ടലിൽ. സന്ധ്യ മയങ്ങിയതിനുശേഷം ഒരു ഗ്ലാസ് നാരങ്ങാവെള്ളത്തിന് ഒരു കൊച്ചുകടയിൽ. അവിടെയെങ്ങാനും വിനോദിനെ നഷ്ടപ്പെട്ടോ? ഒരു സ്ലേറ്റ് പെൻസിൽ കളഞ്ഞു പോകും പോലെ ഒരു കുട്ടിയെ കളഞ്ഞുപോവുമോ?

സക്കറിയാ സാർ നഗരത്തെ ഓർത്തെടുക്കാൻ ശ്രമിച്ചു. അതിന്റെ കൃത്രിമത്വങ്ങൾ, ആത്മാവില്ലായ്മ, തിരക്ക്, കോലാഹലം, വാണിഭത്തെരുവുകൾ. രാത്രി ജീവിതം. വിനോദ് നഗരത്തിന്റെ ഒഴിഞ്ഞ മൂലയിലെങ്ങോ മരിച്ചു കിടക്കുന്നതുപോലെ സക്കറിയാ സാറിനു തോന്നി.

“ഞാനൊന്ന് മൂത്രമൊഴിക്കട്ടെ.”

സക്കറിയാ സാർ ഇത്തിരി പിന്നിലേക്ക് നടന്നു. നീണ്ടു കിടക്കുന്ന രാത്രിയിലൂടെ. ചെറുതായി തണുക്കുന്നുണ്ടായിരുന്നു. വണ്ടി ഇറങ്ങിപ്പോയ പാലത്തിലേക്ക് സാർ കയറിനിന്നു. താഴെ ജലം കാനൽ പോലെ മെല്ലെ ഒന്നിളകി. സാർ പാലത്തിൽനിന്ന് താഴേക്കു ചാടി. പുഴമീനുകൾ പുളച്ചുവെന്ന് സക്കറിയാസാറിനുതോന്നി. ചേറ് കലങ്ങിയ ഒരു അനുഭവത്തിലേക്ക് അങ്ങനെ താഴ്ന്നു പോയി, ഒരു വലിയ വേദന.

നക്ഷത്രചിഹ്നം

ഫോണിലൂടെ പ്രതാപന്റെ ശബ്ദം കേട്ടിട്ട് എനിക്ക് മനസ്സിലായതേയില്ല. കാമുകനായിരുന്ന ഒരാളിന്റെ ശബ്ദം അത്രവേഗം ഒരു സ്ത്രീ മറന്നുപോകുമോ എന്ന ചിന്താക്കുഴപ്പം എന്നിലുണ്ടായി. മുൻപൊക്കെ അയാളുടെ ശബ്ദം ചെവിയെ വന്നുമ്മവെക്കുമ്പോൾ ലോകം തന്നെ മറന്നുപോയിരുന്നു ഞാൻ.

"ഞാൻ പ്രതാപനാണ്." അയാൾ ആവർത്തിച്ചു.

ഏത് പ്രതാപൻ എന്ന ചോദ്യത്തെ തടഞ്ഞുകൊണ്ട് ഞാൻ നിർവ്വികാരയായി ചോദിച്ചു.

"ഓ, പ്രതാപൻ! എന്താണ് വിശേഷങ്ങൾ?"

"ഞാൻ തിരുവനന്തപുരത്തുണ്ട്. ഒരു കോൺഫറൻസ്."

"തികച്ചും ഒഫീഷ്യൽ?"

ഞാൻ വെറുതെ ചോദിച്ചു.

"എന്നു പറഞ്ഞുകൂടാ." അയാൾ ഒന്ന് നിർത്തി ഇത്തിരി നേരം കാത്തുനിന്നതുപോലെ തോന്നി. "പുറപ്പെടുമ്പോൾ നീയുണ്ടായിരുന്നു മനസ്സിൽ."

"ഉഗ്രൻ തമാശയാണല്ലോ."

ഞാൻ പൊട്ടിച്ചിരിച്ചു. ആ ചിരിക്കു മീതെക്കൂടി എന്തൊക്കെയോ തകർന്നുവീണു.

"എനിക്ക് തന്നെയൊന്നു കാണണം."

പ്രതാപൻ പറഞ്ഞു.

"എന്തിന്?"

"അറിയില്ല. വയസ്സാകുംതോറും ഞാൻ പിന്നിലേക്കാണ് നടക്കുന്നതെന്ന് തോന്നുന്നു."

"തികച്ചും സ്വാഭാവികം. പക്ഷേ, ഞാൻ ബിസിയാണല്ലോ പ്രതാപാ."

"പ്ലീസ് അനിതാ പ്ലീസ്."

പ്രതാപൻ കെഞ്ചി, ഞാൻ ജാഗരൂകയായി.

പ്രതാപൻ കരയുമോ?

"അനിതാ പറയുന്നത് കേൾക്ക്. ഒരിക്കൽ മാത്രം എനിക്ക് തന്നെയൊന്ന് കണ്ടേ തീരൂ. എനിക്ക് തന്നോട് ചിലത് പറയാനുണ്ട്. അല്ലാതെ എനിക്കുറങ്ങാൻ കഴിയില്ല അനിതാ."

"സെന്റിമെന്റ്സൊക്കെ മടുത്തു പോയി പ്രതാപാ എനിക്ക്. എന്റെ വഴികളൊക്കെ മാറിപ്പോയി."

പ്രതാപൻ നിശ്ശബ്ദനായതുപോലെ തോന്നി. ഇത്തിരിക്കൂടി കാത്ത ശേഷം ഞാൻ ചോദിച്ചു.

"ഫോൺ വെക്കട്ടെ പ്രതാപാ."

"അനിതാ. നമ്മുടെ പുഴ ഇപ്പോഴുമുണ്ടോ? അത് വറ്റാതെ ഒഴുകുകയാണോ?"

"പിന്നീട് ഞാനവിടെ പോയിട്ടില്ല. ഓർക്കാനൊട്ടു സമയവും കിട്ടിയില്ല."

"നമുക്കവിടെയൊന്ന് പോവേണ്ടേ അനിതാ? ഒരുമിച്ച്. ഒരിക്കൽക്കൂടി."

"അങ്ങനെ ഒരുമിച്ച് എന്തൊക്കെ കാര്യങ്ങൾ ചെയ്യാനുണ്ട് പ്രതാപാ. ഒരുമിച്ച് യാത്ര ചെയ്യാം. ഒരുമിച്ച് ജീവിക്കാം. ഒരുമിച്ച്."

"മതി. മതി."

എപ്പോഴോ പ്രതാപൻ ഫോൺ വെച്ചുകഴിഞ്ഞിരുന്നു. എനിക്ക് ക്രൂരമായ ഒരു സംതൃപ്തി തോന്നി. ഞാനൊരു പ്രണയത്തിന്റെ നക്ഷത്രചിഹ്നമിട്ട വേദനയായിരുന്നു. അത് പ്രതാപന് അറിയാതെ വരില്ലല്ലോ. പുഴക്കരയും ചെട്ടിച്ചിത്തെരുവും കരിവളകൾക്കും നക്ഷത്രങ്ങൾ പിടിപ്പിച്ച നീലക്കുപ്പിവളകൾക്കുമായി കൈകൾ നീട്ടിക്കൊടുത്ത ഒരു പെൺകുട്ടിയും.

കോളിങ് ബെൽ മുഴങ്ങി.

ഞാൻ ജീവിതത്തിലേക്ക് ഓടിയിറങ്ങി.

ഗുണ്ട

അന്നത്തെ പത്രത്തിലുമുണ്ട് ഗുണ്ട രഘുവിനെക്കുറിച്ച് ചില വാർത്തകൾ. വാർത്ത ഒരു ഗുണ്ടയെക്കുറിച്ചാവുമ്പോൾ അടിപിടി, തല്ല്, ഭവനഭേദനം, പക, വടിവാൾ, ബോംബ്- ഇങ്ങനെയൊക്കെയായിരിക്കുമല്ലോ അതിന്റെ ഉള്ളടക്കം. ഇത്രയും കാലം ഈ തലസ്ഥാന നഗരിയിൽ ജീവിച്ചിട്ടും ഒരു ഗുണ്ടയെപ്പോലും ഞാൻ മുഖാമുഖം കണ്ടിട്ടില്ല. ഇടക്കാലത്ത് ഒരു ചമയക്കാരന്റെ ശവസംസ്കാരത്തിന് എനിക്ക് പോകേണ്ടിവന്നു. അദ്ദേഹത്തിന്റെ ഒരു മകളുടെ ഭർത്താവ് എന്റെ ഒരു സുഹൃത്താണ്. അവിടെവച്ച് ചില സീരിയൽ-സിനിമ താരങ്ങളെ കാണാൻ കഴിഞ്ഞു. ഒരു പഴയകാല സിനിമാനടൻ ഞാൻ മുമ്പ് താമസിച്ചിരുന്ന വാടകവീടിനടുത്തായിരുന്നു താമസം. അങ്ങനെയൊക്കെ നോക്കുമ്പോൾ കൈവിട്ടുപോയത് ഒരു ഗുണ്ട മാത്രമാണെന്ന് പറയേണ്ടിവരും.

വൈകിട്ട് കാന്റീനിൽ ചായ കുടിക്കാനിരുന്നപ്പോൾ ഞാൻ സുനിയോടിക്കാര്യം സന്ദർഭവശാൽ സൂചിപ്പിക്കുകയും ചെയ്തു.

"മണ്യേച്ച്യേ ങ്ങള്ന്നേബര ഒരുഗുണ്ടേന കണ്ടിട്ടുംല്യാ. കേട്ടിട്ടുംല്യാ? അത് മോസായീട്ടാ. ന്നാ പിടിച്ചോ. നാള ഇന്നേരത്ത് ങ്ങക്ക് ഞാനായിട്ട് ഒരു ഗുണ്ടേന കാട്ടിത്തരാ."

"ഒന്നുപോടാ." ഞാൻ പറഞ്ഞു. "ഗുണ്ട നെന്റെ പോക്കറ്റീ കെടക്കുവാണോ? അതിശയം പറയുന്നേനു ഒരതിര് വേണം കേട്ടോ."

"ങ്ങക്ക് ബിസ്വാസം ബർണില്യാ? ബെറ്റ് ബെച്ചോളീ. ഞാമ്പിളിക്കാട്ടാ. ന്റ ചായേന്റ കാസും കൂടി കൊട്ത്തേക്കി."

അവൻ പതിവുപോലെ ലോ വെയ്സ്റ്റ് ജീൻസ് ഇപ്പോൾ താഴെവീഴും എന്ന മട്ടിൽ താഴേക്കുള്ള പടികൾ ഓടിയിറങ്ങി. അപ്പോഴും മൊബൈൽ കാതിൽ ചേർത്തു പിടിച്ചിട്ടുണ്ടായിരുന്നു. സത്യത്തിൽ എനിക്കീ സുനി

യെക്കുറിച്ച് വലുതായൊന്നുമറിയില്ല. വടക്കുന്നെങ്ങാണ്ടാണ് വന്നതെന്ന റിയാം. അങ്ങ് നെടുമങ്ങാട്ടോ കുറ്റിച്ചലിലോ എങ്ങാണ്ടാണ് താമസം. പക്ഷേ, ആള് വിശ്വസ്തൻ. നട്ടപ്പാതിരായ്ക്ക് വിളിച്ചാലും ഓട്ടോയും കൊണ്ടവൻ ഓടിയെത്തും. വിശ്വസിച്ച് യാത്ര ചെയ്യാം. ഒരു പെണ്ണിനെ സംബന്ധിച്ച് ഈ വന്ന കാലത്ത് ഒരാണ് ഇത്രയൊക്കെ മതി.

ഞാനതൊക്കെ മറന്ന് ജോലിയുടെ ഇരമ്പലിലും പൊരുക്കത്തിലും മുഴുകി, പത്തരയായപ്പോൾ പോകാനുള്ള വണ്ടി താഴെ വന്നിട്ടുണ്ടെന്ന് റിസപ്ഷനിൽ നിന്ന് വിളിച്ചറിയിച്ച പ്രകാരം, ബാഗും കുടയുമെടുത്ത് പോരുകയുംചെയ്തു.

പിറ്റേന്ന് ഉച്ചയ്ക്ക് ഒരു രണ്ട് രണ്ടരയായിട്ടുണ്ട്. അപ്പോൾ സുനി യുടെ ഒരു കോൾ

"മണ്യേച്ച്യേ ങ്ങളിപ്പ എബടേണ്?"

"ഞാൻ വീട്ടിൽ. എന്താ സുനീ?"

"ങ്ങളിന്ന് ഒരു നാലുമണിക്ക് മ്മട മാമാ മിയാൻ്റോടത്തണംട്ടാ."

"എന്തിന്?"

"ങ്ങള് ബരിനപ്പാ. ങ്ങക്ക് ഗുണ്ടേന കാണണ്ടേന്ന്?"

മിന്നൽപോലെ അവന്റെ ചോദ്യം മനസ്സിലൊന്നു വീശിപ്പോയി.

"ഗുണ്ട!" ഞാൻ തിടുക്കത്തിൽ പറഞ്ഞു.

"വേണം സുനി വേണം. എന്റെ വല്യ ഒരാഗ്രഹമാടാ."

"എങ്കി ബിസ്വസിച്ച് പോന്നോളി."

"ശരി."

ഞാൻ ഫോൺ വച്ചു. അതിന് ശേഷം പലപല ചിന്താക്കുഴപ്പങ്ങ ളിൽ ഞാൻ ചെന്നുപെട്ടു. ഏത് ചുരിദാർ വേണം. ഏത് കമ്മൽ വേണം. മുടി വിരിച്ചിടണോ, ക്ലിപ്പിടണോ. ഒരു മഴ ഉള്ളിൽ പൊട്ടിവീണ് തിമിർത്ത് പെയ്യുംപോലുണ്ടായിരുന്നു കുറേനേരത്തേക്ക്. കാറ്റും കോളുമൊതുങ്ങി ശാന്തമായപ്പോൾ ഞാനെന്നോട് തന്നെ ചോദിച്ചു. ഗുണ്ട എന്നെ കാണാ നാണോ വരുന്നത്? അല്ലല്ലോ. അതുമാത്രമല്ല, അയാൾ ഒരു ഗുണ്ടയാണ്. വെറുക്കപ്പെടേണ്ടവൻ.

ഗുണ്ടകളെ പൊതുവെ പേടിയാണെങ്കിലും ഞാൻ സമചിത്തത കൈവിട്ടില്ല. മാമ്മാ മിയാക്കു മുന്നിൽ ഞാൻ ചെന്നിറങ്ങുമ്പോൾ സുനി മറ്റൊരു ഓട്ടോക്കാരനുമായി സംസാരിച്ചു നില്പാണ്. മെയിൻ റോഡാ ണ്. രണ്ടുമൂന്ന് സിനിമാ തിയറ്ററുമുണ്ട്. മാറ്റിനിക്കുശേഷം സിനിമ കാണാൻ കാത്തുനില്ക്കുന്നവരുടെ നീണ്ട നീണ്ട ക്യൂ മാമ്മാമിയയും കടന്നു നീളുന്നു. പരിചയക്കാരാരെങ്കിലുമുണ്ടോ എന്നൊരു സ്ത്രീസ ഹജമായ ചിന്ത പൊടുന്നനെ എന്നിലുണ്ടായി. എന്നെ കണ്ടതും സുനി ഓടി വന്നു.

"ങ്ങള് ബരോന്ന് പേടീണ്ടാര്ന്ന്ട്ടാ. മ്മക്കൊര് ചായ കുടിച്ചാലാ?"

"കുടിക്കാം."

ഞാൻ സുനിക്കൊപ്പം മാമ്മാ മിയായിലേക്ക് കയറിപ്പോയി.

"മണ്യേച്ച്യേ ങ്ങള് അബടെ ഇരുന്നോളി."

സുനി എന്നെ എൻട്രൻസിന് അഭിമുഖമായി ഇരുത്തി.

"ഞാനിബടെ ഇരിക്കാം."

അവൻ സൈഡ് സീറ്റിലുമിരുന്നു. ഞങ്ങൾ ഓരോ നെയ്റോസ്റ്റിന് പറഞ്ഞു. വെയിറ്റർ ഓരോ ഗ്ലാസ് ചൂടുവെള്ളം കൊണ്ടുവച്ചു. നെയ്റോസ്റ്റിന് സമയമെടുക്കും. വെയിറ്റർ പോയിക്കഴിഞ്ഞപ്പോൾ ഞാനവനോട് ചോദിച്ചു.

"ടാ, നീയിതെങ്ങനെ ഒപ്പിച്ചു?"

"ങ്ങന ഒപ്പിക്കാൻ? ദാണ് മണ്യേച്ച്യേ ങ്ങളോടൊന്നും ഒരു കാര്യമ്പറയാമ്പറ്റാത്തത്. യ്യാളിങ്ങനെ ബട ചിറ്റിനടക്ക്ന്ന്ണ്ട്. ആരാ അറിയ്യാപ്പോ. ഞങ്ങറിയ്യോ. ഇല്യ. ഏത് പത്രക്കാര് കണ്ടിറ്റ്ണ്ട് യ്യാളിന?"

ശരിയാണ്. പലർക്കുമിടയിലൂടെ ഊളിയിട്ടു പോവുമ്പോൾ ആരെയാണ് കടന്നുപോയതെന്ന് നാം അറിയാറില്ല. കാണാറില്ല. ഓർക്കാറുമില്ല. ഞാനവന്റെ മുഖത്തുനോക്കി നിശ്ശബ്ദയായി.

"ങ്ങട മോറില് ഒരാക്ക് ആശിഡ് ഒയിക്കണാച്ചാ കൂളാ ഒയിക്കാം. പൂവാം. ആരാന്ന് ആർക്കാത്ര നിശ്ശം? ങ്ങക്കറിയാമ്പറ്റോ?"

എന്റെ നെഞ്ചിലൂടെ ഭയത്തിന്റെ ഒരിടിവാൾ പാഞ്ഞു. ഇവൻ എന്തിനാണെന്നെ വിളിച്ചു വരുത്തിയത്? ഞാൻ ചാടിയെണീറ്റു.

"ന്തേയ്?"

അവന്റെ മുഖത്ത് ഉൽക്കണ്ഠ പരന്നു.

"സുനീ, ഇപ്പഴാ ഞാനൊരു കാര്യമോർത്തത്. നാലുമണിക്ക് ഒരു ഡസ്ക് മീറ്റിങ്ങുണ്ട്. ചീഫ് എഡിറ്റർ പങ്കെടുക്കുന്നതാ."

"ഹാ! ങ്ങളിര്ക്ക്ന്ന്, ദെല്ലാം ഇനീണ്ടാവും. ഇന്നീ ബര്ന്ന മൊതല് ഇനീണ്ടാവൂന്ന് വിജാരിക്കല്ലേ ങ്ങള്. ഗുണ്ടേണ് ഗുണ്ട. ഇന്ന് ജീവിച്ചാ ജീവിച്ച്. ദാണ് ഒര് ഗുണ്ടേന്റെ ജീവിതോന്നക്ക പറേണത്."

അതൊരു വലിയ ദർശനമായിരുന്നു. ഒരു തീരുമാനത്തിലെത്താൻ കഴിഞ്ഞില്ലെങ്കിലും ഞാൻ വീണ്ടും ഇരിക്കുകയാണ് ചെയ്തത്. ആവി പറക്കുന്ന നെയ്റോസ്റ്റെത്തി. ചിന്താക്കുഴപ്പത്തോടെ ഞാനതിലൊരു കഷണം മുറിച്ചെടുത്തതേ ഉണ്ടായിരുന്നുള്ളൂ. അപ്പോൾ സുനിയുടെ അമർത്തിയുള്ള ശബ്ദം.

"മണ്യേച്ച്യേ ആ ബാതില് കടന്ന് ബര്ന്ന ആളക്കണ്ടോ? ആ നീല കുപ്പായം. ദാണ് ഗുണ്ടബിനു."

ഞാൻ വേഗം തല ഉയർത്തി. പവന്റെ നിറം. മനുഷ്യത്വം നിറഞ്ഞ മുഖം. ഉയരം അല്പം കുറവാണ്. നീല ടീഷർട്ടിൽ തോൾ മസിലുകൾ എഴുന്നു നില്ക്കുന്നു. പണം വാങ്ങാനിരിക്കുന്ന ആളെ നോക്കി അയാൾ ചോദിച്ചു.

"റസ്സലേ, എന്തുണ്ട് വിശേഷം?"

അപ്പോൾ മുത്തുകൾ പോലെയുള്ള അയാളുടെ പല്ലുകൾ വെളിപ്പെട്ടു. പണം വാങ്ങാനിരുന്ന ആൾ പെട്ടെന്ന് കസേരയിൽനിന്ന് എഴുന്നേറ്റു

നിന്നു. അവർ അഞ്ചാറു പേരുണ്ടായിരുന്നു. ഒരു വട്ടമേശയ്ക്കു ചുറ്റുമായി അവർ ഇരുന്നു. പണം വാങ്ങാനിരിക്കുന്ന ആൾ അവർക്കടുത്തേക്ക് ചെന്നു. നിമിഷങ്ങൾക്കകം വിഭവങ്ങൾകൊണ്ട് മേശ നിറഞ്ഞു.

"അയ്യാക്കട നിപ്പ് കണ്ടാ?" സുനി ശബ്ദം താഴ്ത്തി പറഞ്ഞു.

"ഗുണ്ട ബിനൂന്ന്ച്ചാ ആരാന്നാ? രണ്ട് കത്തിക്കുത്ത്, മൂന്ന്..."

"വേണ്ട." ഞാൻ തടഞ്ഞു.

"ങ്ക്ക് പേട്യാവണാ മണ്യേച്ച്യേ?"

"എനിക്കാരേം പേടിയൊന്നുമില്ല."

"പിന്നെന്താണപ്പാ."

"പിന്നെ, കുന്തം."

എനിക്ക് ദേഷ്യം വന്നു.

ഇറങ്ങിപ്പോരുമ്പോഴും സംഘത്തിന്റെ തീറ്റയും കുടിയും തുടരുകയായിരുന്നു. പുറത്തെത്തിയപ്പോൾ ഡ്രൈവിങ് സീറ്റിലേക്ക് കയറിയിരുന്ന് സുനി പറഞ്ഞു.

"മണ്യേച്ച്യേ കേറിക്കോളീ."

അല്പദൂരം പോയിക്കഴിഞ്ഞപ്പോൾ സുനി ചോദിച്ചു.

"ങ്ങട പൂതി തീർന്നാ മണ്യേച്ച്യേ".

"ഞാനോർക്കുവാരുന്നെടാ-"

"ന്തേയ്?"

"ഒരു ഗുണ്ടക്കെന്തിനാടാ ഇത്രയും സോഷ്യൽ സ്റ്റാറ്റസ്?"

"ങ്ങള് എബടത്തുകാര്യാണപ്പാ?"

സുനി പൊട്ടിച്ചിരിച്ചു.

മുപ്പത്തിമൂന്നു കൊല്ലം ഹൈസ്കൂളിൽ മലയാളം പഠിപ്പിച്ച്, മികച്ച അദ്ധ്യാപകനുള്ള അവാർഡ് വാങ്ങി, ഇപ്പോൾ വലതുവശം തളർന്നു കിടക്കുന്ന ഏകാന്തനായ എന്റെ അച്ഛനെ എന്തിനോ ഞാനോർത്തു. എന്റെ കണ്ണുനീർ സുനി കാണാതിരിക്കാൻ ഞാൻ തല താഴ്ത്തിപ്പിടിച്ചു.

ഒരു പെൺകുട്ടി മഴ നനയുന്നു

സൂനജ എന്ന പെൺകുട്ടി പത്താംക്ലാസിൽ വച്ച് അവൾക്ക് അച്ഛൻ വാങ്ങി നല്കിയ തകർന്നുപോയ മഴവിൽക്കുടയും നിവർത്ത് ആ പെരുമഴയിലൂടെ നടക്കുകയായിരുന്നു. ഞായറാഴ്ച കുർബ്ബാനകൾ കൊള്ളാത്ത ദേവസ്യാസാറിന്റെ വീട്ടുമുറ്റത്ത് കൃത്യമായും ആ നടപ്പ് അവസാനിക്കും. (മുറ്റത്ത് നിറം മങ്ങിയ ക്രിസാന്തിമം. ചില കോഴിവാലൻ ചെടികൾ) ഇരുപത്തിനാല് മണിക്കൂറും തുറന്നുകിടക്കുകയാണ് ദേവസ്യാസാറിന്റെ ഗേറ്റ്. അദ്ദേഹത്തെപ്പോലെതന്നെ വിജാഗിരി ദ്രവിച്ച് പഴകിയത്. ഒരു കള്ളനും കുഷ്ഠരോഗിക്കും അബലയ്ക്കും ഏതുനേരവും അവിടേക്ക് കടന്നുചെല്ലാം. അദ്ദേഹത്തിന്റെ ദരിദ്രമായ ആഹാരത്തിന്റെയും ജീവിതത്തിന്റയും പങ്കു പറ്റാം. പള്ളിവക സ്കൂളിൽ 32 വർഷം മലയാളം പഠിപ്പിച്ച ആളാണല്ലോ അദ്ദേഹം.

അവിടെ എത്തിക്കഴിഞ്ഞാൽ സൂനജയ്ക്ക് പിടിപ്പത് പണിയാണ്. ഫോട്ടോസ്റ്റാറ്റ് എടുക്കാൻ കവലയിൽ പോകണം. കട്ടൻചായ ഉണ്ടാക്കണം. കർട്ടൻ കഴുകണം. ധന്വന്തരം കുഴമ്പ് ചൂടാക്കി തിരുമ്മിക്കൊടുക്കണം. ഇതിനൊന്നും അവൾ പണം പറ്റുന്നില്ല. പകരം രാത്രി അവിടെ തങ്ങാനുള്ള അനുവാദമേ ചോദിക്കുന്നുള്ളൂ. അതിനുമാത്രം ദേവസ്യാസാർ ഒരിക്കലും തയ്യാറാവുന്നില്ല. ഒറ്റാന്തടി, കിഴവൻ. എങ്കിലും പതിനെട്ടുകഴിഞ്ഞ ഒരു പെൺകുട്ടിക്കൊപ്പം ഒരു രാത്രി പോലും ഒരു കൂരയ്ക്കു താഴെ കഴിയാൻ അദ്ദേഹത്തിനു ധൈര്യമില്ല.

“വർഷങ്ങളായി ഞാനുണ്ടാക്കിയെടുത്ത ഒരു ഇമേജുണ്ട് എനിക്ക്. പോരെങ്കിൽ എനിക്കൊരു നെലേണ്ട്. വെലേണ്ട്. നാലാളിന്റെ മോത്ത് നോക്കിക്കൊണ്ട് എനിക്ക് ചാവണം. ങാ.”

ഇത്തിരി ആത്മവിശ്വാസക്കുറവുണ്ടായിരുന്നു ആ പറച്ചിലിന്. ഒരു

ആദർശധീരനും ഒരു പെൺകുട്ടിയുടെ സുരക്ഷിതത്വമില്ലായ്മയുടെ ഭീകരതയറിയില്ല. നിസ്സഹായത അറിയില്ല. സൂനജയ്ക്ക് അതങ്ങനെ മനസ്സിലായി. സൂനജയുടെ ചേച്ചി സതീജയുടെ ഭർത്താവ് എന്നും രാത്രി കള്ളുകുടിച്ച് വരുന്നുണ്ടെന്ന് ദേവസ്യാസാറിനറിയാം. സതീജയെ അയാൾ പച്ചത്തെറി വിളിക്കുന്നതും തല്ലുന്നതും ദേവസ്യാസാറിനറിയാം. ഒരു പുരുഷനെന്ന നിലയിൽ അയാൾ പതിവായി സൂനജയെ ഉപദ്രവിക്കാറുണ്ടെന്നും ദേവസ്യാസാറിനറിയാം. അവളുടെ കന്യകാത്വം നഷ്ടപ്പെട്ടിട്ട് എത്ര കാലമായെന്ന് അവളേക്കാൾ വ്യക്തമായി ദേവസ്യാസാറിനറിയാം. അങ്ങനെ അവളെ പൂർണ്ണമായും അറിയുന്ന ഒരാൾ, ഒരു പുരുഷൻ, അതിന്റെ ഘനമില്ലായ്മ അവളെ ദിവസവും ആ പടിക്കൽ എത്തിക്കുന്നതിൽ വലിയ പങ്കുവഹിക്കുന്നുണ്ട്. ഇതിനൊക്കെ പുറമെ അയാൾ അവളെ ഒരു പെണ്ണായിത്തന്നെ കൂട്ടിയിട്ടില്ല. അത് കന്യകാത്വം നഷ്ടപ്പെട്ടതുകൊണ്ടൊന്നുമല്ല. അതിനുള്ള ഒരവസരവും അവൾക്കിന്നേവരെ കിട്ടിയിട്ടില്ല. അതുകൊണ്ട് അവൾ അവളെ ഒരു പഴയ തുണിപോലെയോ, വലിച്ചെറിഞ്ഞ ഒരു തകരപ്പാത്രം പോലെയോ കാണുന്നു. പക്ഷേ, ദേവസ്യാസാർ പ്രസംഗത്തിൽ പറഞ്ഞിട്ടുണ്ട്, ജീവിക്കാനുള്ള അവകാശം എല്ലാ ജീവജാലങ്ങൾക്കുമുണ്ട്. ഈ ഭൂമിയും ആകാശവും കാറ്റും മരവും പ്രകൃതിയുടെ ഓരോ ഞരമ്പും എല്ലാവർക്കും തുല്യമായി അവകാശമുള്ളതാണ്.

പിറ്റേദിവസം സൂനജ ദേവസ്യാസാറിന്റെ വീട്ടുമുറ്റത്ത് ചെന്നുനിന്ന് പറഞ്ഞു. "എനിക്ക് ജീവിക്കണം. എനിക്ക് ജീവിക്കാനുള്ള അവകാശമുണ്ട്. സ്നേഹിക്കാനുള്ള അവകാശമുണ്ട്. ഈ വഴികളിലൂടെ ഇങ്ങനെയൊക്കെ നടക്കാനുള്ള അവകാശമുണ്ട്."

സത്യമായും ദേവസ്യാസാർ നടുങ്ങിപ്പോയി. എത്രയോ വർഷങ്ങളായി ദേവസ്യാസാർ പ്രസംഗം തുടങ്ങിയിട്ട്. ഒരുപാട് തത്ത്വചിന്തകളും വേദാന്തങ്ങളും ബൈബിൾ വചനങ്ങളും തമാശകളും ഒക്കെ സാർ പ്രസംഗത്തിൽ ഉൾപ്പെടുത്തിയിട്ടുണ്ട്. അദ്ദേഹത്തിന്റെ ഉദ്ദേശ്യശുദ്ധിയിൽ ആർക്കും സംശയമില്ല. ഒറ്റാന്തടി. കിഴവൻ. അതിനെല്ലാമുപരി മനുഷ്യസ്നേഹി. സാത്വികൻ. ഓരോ പ്രസംഗത്തിനുശേഷവും അന്നന്നത്തെ ബ്രഡും മുട്ടയും പാലും വാങ്ങി മടങ്ങുന്നു. ഏത് സാധാരണക്കാരനോടും കുശലം ചോദിക്കുന്നു. അവരുടെ വേദനയിൽ പങ്കുകൊള്ളുന്നു. പത്തരമാറ്റ് തങ്കപ്പെട്ട ആദർശശാലി. പോരെങ്കിൽ ഏത് പാതിരായ്ക്കും വാതിൽ തുറന്നിട്ട് ഉറങ്ങാവുന്നമട്ടിലുള്ള ഒരു കൊടും ദരിദ്രനും.

"സാറ് എന്നാത്തിനാ ഇങ്ങനെ കെടന്ന് പ്രസംഗിക്കുന്നെ?" പിറ്റേന്ന് മുറ്റത്ത് ചെന്നുനിന്ന് സൂനജ ചോദിച്ചു. "ചൊണയൊണ്ടേല് എന്റെ കഴുത്തേലൊര് താലി കെട്ട്. അങ്ങനേലും എന്നെയൊന്ന് രക്ഷിക്ക്. എന്നിട്ട് കെടന്ന് വിളിച്ചുകൂവ്."

ദേവസ്യാസാർ ജീവിതത്തിൽ ആദ്യമായി ഒരാട്ട് ആട്ടി.

"കടന്നു പൊക്കോണം."

വെള്ളം നിറഞ്ഞ ഒരു മൺകുടം തറയിൽ വീണ് ചിതറുംപോലാ യിരുന്നു സാറിന്റെ ഒച്ച. സൂനജ പേടിച്ചില്ല. ഒരു പെണ്ണിന്റെ ജീവിതത്തിൽ പേടിക്കേണ്ട ചില ഘട്ടങ്ങളുണ്ട്. അതൊക്കെ കടന്നുപോന്നവളാണ് സൂനജ. അതിന്റെ കൂസലില്ലായ്മ അവൾക്കുണ്ട്. പിറ്റേന്നും അതിന്റെ പിറ്റേന്നുമൊക്കെ സൂനജ ആ വീട്ടുപടിക്കൽ ചെന്നു. ദേവസ്യാസാറിന്റെ തുപ്പൽ പറ്റിയ പഴയ ജേർണലുകളിൽ നിന്ന് പഴയ അവകാശ സമരങ്ങ ളുടെയും പ്രതിസന്ധിഘട്ടങ്ങളുടെയും ഫോട്ടോസ്റ്റാറ്റ് എടുത്തു. കട്ടൻചായ ഉണ്ടാക്കി. ധന്വന്തരം കുഴമ്പ് ചൂടാക്കി.

ചേച്ചിയുടെ ഭർത്താവ് രാത്രിയിൽ ആളെക്കൂട്ടിവരാൻ തുടങ്ങിയപ്പോ ഴേക്കും ചേച്ചി പതിവുപോലെ സാറിന്റെ മുന്നിൽ വന്നുനിന്നു. കരഞ്ഞു. സൂനജ ഒരിക്കലും കരഞ്ഞിട്ടില്ല. വേറെ ആരുടെ മുന്നിൽ കരഞ്ഞാലും ദേവസ്യാസാറിന്റെ മുന്നിൽ നിന്ന് അവൾ കരയുകയുമില്ല.

ഒരു വൈകുന്നേരത്ത് ദേവസ്യാസാർ സൂനജയെയും കൂട്ടി പി എസ് സി ഓഫീസിൽ ജോലി ചെയ്യുന്ന ദീനാമ്മയുടെ വീട്ടിലേക്ക് പുറപ്പെട്ടു. അത് അവളെ രക്ഷിക്കാനായിരുന്നില്ലെന്ന് സൂനജയ്ക്ക് നല്ലോണം അറി യാം. മറിച്ച്, ദേവസ്യാസാറിന് തന്നെ സൂനജയിൽനിന്ന് ഒന്ന് ഊരിയെടു ക്കണം. പതിവുപോലെ കൊളംബിൽനിന്ന് അനിയൻ അയച്ചുകൊടുത്ത വാക്കിങ്സ്റ്റിക്കും കുത്തി ദേവസ്യാസാർ മുൻപേ, സാറിന്റെ കാലൻകുട കക്ഷത്ത് തിരുകി സൂനജ പിറകെ. സൂനജയുടെ കോളനിയിൽനിന്ന് റ പോലുള്ള ഒരു കയറ്റം കയറണമായിരുന്നു ദേവസ്യാസാറിന്റെ വീടെ ത്താൻ. അവിടെനിന്നും ഒരിറക്കം ഇറങ്ങണമായിരുന്നു ദീനാമ്മയുടെ വീടെത്താൻ. ഇലവിൻ കായകൾ പൊട്ടി വഴിനീളെ അപ്പൂപ്പൻതാടികൾ പറന്നു. കണ്ടോ ഈ ജീവിതത്തെത്തന്നെയാണ് ഞാൻ സ്നേഹിക്കു ന്നത് എന്ന് പറയണമെന്നുണ്ടായിരുന്നു സൂനജയ്ക്ക്. വെറുതെ എന്തിന് അങ്ങേർക്കൊരു ചാരിത്ര്യഭീതി ഉണ്ടാക്കണം?

വഴി അവസാനിക്കുന്നിടത്തെ പോസ്റ്റിനു താഴെ റോസ്‌വില്ല എന്നെ ഴുതിയിരിക്കുന്നിടത്ത് നിന്ന് ദേവസ്യാസാർ എന്തോ ചിന്തിച്ചു. പിന്നെ തലകുലുക്കിക്കൊണ്ട് ഗേറ്റ് തുറന്നു. പതിവുപോലെ കുറേ ക്രിസ്ത്യാനി ബോഗൻ വില്ല, ചട്ട, മുണ്ട്, കൊന്ത, വേദപുസ്തകം. ദീനാമ്മ ഭരണി യിൽ നാരങ്ങാ അച്ചാർ നിറയ്ക്കുകയായിരുന്നു. ഒരു പുളിമണമുണ്ടായി രുന്നു അന്തരീക്ഷത്തിന്. അച്ചാർ ഹോസ്പെറ്റിൽ താമസിക്കുന്ന മകൾക്ക് കൊടുത്തയക്കാനാണെന്ന് ദീനാമ്മ പറഞ്ഞു. ഹോസ്പെറ്റ്. അതെവിടെ യാണാവോ.

അവലോസുണ്ടയ്ക്കും മുറുക്കിനും ചായക്കുംശേഷം ടവ്വലിൽ വിര ലുകളൊപ്പി ദേവസ്യാസാർ സുനജയെ അവതരിപ്പിച്ചു.

"ദീനാമ്മ പറഞ്ഞേല്പിച്ചപോലെ ഒരാളെയൊ ഞാൻ കൊണ്ടന്നി രിക്കുന്നെ. ദേ നോക്ക്."

"എനിക്ക് തോന്നിയാരുന്നു."

ദീനാമ്മ ചിരിച്ചു. പിന്നെ സൂനജയെ ആകെക്കൂടിയൊന്നു നോക്കി. “എന്റെ സാറേ ഞാനിവളെക്കൊണ്ട് വല്യ ജോലിയൊന്നും എടുപ്പിക്കേല. ഒരു കൈസഹായം. പാത്രമൊന്ന് കഴ്കണം. തുണി അലക്കി വിരിക്കണം. പച്ചക്കറി നുറുക്കണം. ആഴ്ചേ രണ്ടീസം മുറിയൊക്കെ ഒന്ന് തൊടയ്ക്കണം. മണിക്കൂറിന് സർക്കാർ കൂലി. ഞാൻ ഓഫീസിലേക്കിറങ്ങുമ്പോ അവക്ക് പോവേം ചെയ്യാം. ഭക്ഷണപ്പൊതീം കൊടുത്തേക്കാം. പോരായോ?”

ഇത്തിരി നേരത്തേക്ക് ദേവസ്യാസാർ നിശ്ശബ്ദനായി. സൂനജ മുറ്റത്തേക്കിറങ്ങിനിന്നു.

“അതല്ല ദീനാമ്മേ കാര്യം. അവക്ക് രാത്രി കെടക്കാനൊരിടം വേണം.”

അതൊരു അശ്ലീലം കേൾക്കുംപോലെ സൂനജയ്ക്ക് തോന്നി.

“സാറെ വരുന്നൊണ്ടോ?”

അവൾ മുറ്റത്തു നിന്ന് വിളിച്ചു.

“അയ്യോ, സാറേ, അത് മാത്രം നടക്കേല,” ദീനാമ്മ ഒച്ചതാഴ്ത്തി. “രണ്ട് ആമ്പിള്ളേരൊള്ള വീടാ. അവരുടെ അപ്പനും. അവര്ടെടേ എന്നാ കണ്ടോണ്ടാ ഞാനൊരു പെങ്കൊച്ചിനെ പൊറുപ്പിക്കുന്നെ.”

തിരികെ ദേവസ്യാസാറിന്റെ വീടെത്തി, സൂനജ കുട ആണിയിൽ തൂക്കി, കട്ടൻചായ തിളപ്പിച്ചപ്പോഴേക്കും ഒരു മഴ പാറി വന്നു. എല്ലാം തുറന്നുകിടക്കുന്ന ഒരുജീവിതത്തിലേക്കെന്നപോലെ അവൾ മഴയിലേക്ക് ഒരു ശങ്കപോലും അവശേഷിപ്പിക്കാതെ തുറന്നുനോക്കി. സാറിന് കട്ടൻചായ നല്കി, അടുക്കള വാതിലടച്ച് കുറ്റിയിട്ടു. പാത്രങ്ങൾ ഒതുക്കി, വിറക് നനയാതെ പാതകത്തിൽ കുത്തിച്ചാരി, ലൈറ്റ് ഓഫാക്കി. തുറന്ന സ്വാതന്ത്ര്യത്തോടെ, കുത്തിയൊലിക്കുന്ന മഴയിലേക്ക്, തകർന്ന കുടപോലും ഉപേക്ഷിച്ച്, ഒരു പിൻവിളി കാക്കാതെ അവളിറങ്ങിപ്പോയി.

കടൽ

ഇന്നലെ രാത്രി വൈകി ഉറങ്ങാൻ തുടങ്ങുമ്പോൾ പ്രതാപൻ എന്ന അയാൾ കല എന്ന അവളോട് പറഞ്ഞു: "നാളെ നമുക്ക് കൊട്ടാരം കാണാൻ പോവാം."

അവൾ വളരെ വേഗം അത് സമ്മതിച്ചു. ആകെക്കൂടി അവൾക്ക് വിവാഹം എന്ന സമ്പ്രദായം ബോധിച്ചു. രാവും പകലും ഇറങ്ങി നടക്കാം. പെരുവഴിയിൽ നിന്ന് കപ്പലണ്ടി തിന്നാം. തെരുവിൽ നിന്നുകൊണ്ട് ഐസ്ക്രീം നക്കാം.

സ്ഫടിക ജാറിലെ വെള്ളം മൊത്തിക്കുടിച്ച് അയാൾ ലൈറ്റ് ഓഫ് ചെയ്തു. മുറിയിൽ ലൈറ്റേ ഉണ്ടായിരുന്നില്ല എന്ന മട്ടായിരുന്നു അവൾക്ക്. കണ്ണീരുപോലെ ഗാഢവും എന്നാൽ വിഷാദവും നിറഞ്ഞ, ഇറ്റിറ്റു നില്ക്കുന്ന ഒരുതരം ചെറിയ വെളിച്ചം. ഭർത്താവാകുമ്പോൾ അയാൾക്ക് നിലാവെളിച്ചം പോലെ എന്തോ ഒന്ന് വേണം. പിന്നെ, രാത്രിയിൽ ഇടയ്ക്കിടെ വെള്ളം കുടിക്കുന്ന ശീലവുമുണ്ട്.

"നമുക്ക് കാപ്പിക്കൊന്നും നില്ക്കണ്ട."

ഇരുളിൽ കിടന്ന് അയാൾ പറഞ്ഞു. അവൾക്ക് തുള്ളിച്ചാടാൻ തോന്നി. ഇങ്ങനെ പതിവുകളെയെല്ലാം നിരാകരിച്ചുകൊണ്ട് എവിടേക്കെങ്കിലുമൊക്കെ ഇറങ്ങിപ്പോകണമെന്ന ത്വര എത്രയോ നാളായി അവളിൽ കത്തിനില്ക്കുകയായിരുന്നു. അയാൾക്ക് ഇഷ്ടപ്പെടുമോ എന്ന ഭീതിയേ ഉണ്ടായിരുന്നുള്ളൂ.

"നമ്മൾ ഹോട്ടലീന്നാണോ കാപ്പി കഴിക്കുക?"

അവൾ ചോദിച്ചു.

"ആവാം." അയാൾ പറഞ്ഞു.

"നമ്മള് ഹോട്ടലീ താമസിക്ക്വോ? ഞാനിതുവരെ ഹോട്ടൽ മുറി കണ്ടിട്ടില്ല."

അയാൾ മിണ്ടിയില്ല. കാരണം, അയാൾ ഷാജിയോട് വിളിച്ച് കാറിന് ഏർപ്പാട് ചെയ്യുകയായിരുന്നു. രാവിലെ നല്ല തണുപ്പായിരിക്കും. ചില്ലുകൾ താഴ്ത്തണോ? കാറ്റ് വന്ന് അവളുടെ മുടിയിഴകൾ നാലുപാടും പറത്തും. കവിളിൽ തല്ലും. ഒരു മലക്കയറ്റം പോലെ അവളത് ആസ്വദിച്ചു. അയാളുടെ വിരലുകൾ അവളെ തേടിവന്നപ്പോൾ അവൾ ചോദിച്ചു.

"നാളെ ഞാനൊരു പാവാട ഉടുത്തോട്ടെ."

"ആയിക്കോ. നേർത്തേ എണീക്കണം."

ഇനിയും എടുക്കാത്ത ഒരുപാട് വസ്ത്രങ്ങളുണ്ടായിരുന്നു അവളുടെ പെട്ടിയിൽ. അന്തിനിറം പുരണ്ടത്. ചോര എറ്റിത്തെറിച്ചത്. അതിനിടയിൽ അവശേഷിച്ച ഒരേയൊരു പാവാടയാണ് ഇളം ചന്ദനത്തിന്റേത്. അതിൽ വിളുമ്പിൽ മറ്റാർക്കും വായിക്കാനാവാത്തവിധം അറബിയിൽ ഒരു രഹസ്യം എഴുതിയിട്ടുണ്ട്: സലിം. അവൾ മെല്ലെ എഴുന്നേറ്റ് അലമാരയ്ക്കുള്ളിൽ തിരുകിക്കയറ്റിവച്ചിരുന്ന അവളുടെ പെട്ടി പുറത്തേക്കെടുത്തു വച്ചു.

ഒരു നടുക്കത്തോടെ അവൾ തിരിഞ്ഞുനോക്കി. അയാൾ ഉറങ്ങുകയാണ്. കല്യാണശേഷം ഒരുദിവസംപോലും അയാൾ ലീവ് എടുത്തിരുന്നില്ല. അത്രപോലും കെടുകാര്യസ്ഥത അയാൾ ആശിക്കുന്നില്ല. ഒരു ദിവസം തീരുന്നതിനിടയിൽ ജീവിതത്തിന്റെ ഒരുപാട് മേഖലകളിലൂടെ അയാൾ കടന്നുപോയ്ക്കൊണ്ടിരിക്കയാണ്. ദാ, ഇപ്പോൾ ഈ രണ്ടാം രാത്രി. ഭർത്താവെന്ന നിലയ്ക്കുള്ള രതികൂടി വേണ്ടവിധം അനുഷ്ഠിച്ച് ഒന്ന് മയങ്ങിത്തുടങ്ങിയതേ ഉള്ളൂ. പതിവനുസരിച്ച് ഇന്ന് വായിക്കേണ്ട പുസ്തകപ്പേജുകൾ ബാക്കിയാണ്. നാളെയും അത് കവർ ചെയ്യാനാവില്ല. നാളെ അവിടെ താമസിക്കുമോ? എങ്കിൽ കുറച്ച് മലകൾ കാണാം. താഴ്‌വാരങ്ങൾ കണ്ട് വിസ്മയിക്കാം.

കല എന്ന അവൾ ആദ്യമായാണ് നേരം പുലർന്നുവരുന്നത് കാണുന്നത് എന്ന് തോന്നി. അവൾ പ്രഭാതങ്ങളുമായി പ്രണയത്തിലായി. കാർ കുറേയധികംനേരം പൂമ്പാറ്റച്ചിറകുകളുള്ള, സൂര്യപ്രകാശത്തിൽ ചിതറി നില്ക്കുന്ന ധൂസരമായ ചെടിത്തലപ്പുകൾക്കിടയിലൂടെ ഓടി. കടുപ്പത്തിൽ കാവിമുക്കിയ വരകൾ അലങ്കാരപ്പണികൾ ചെയ്ത ചുവരുകളും തിട്ടകളും കഴിഞ്ഞപ്പോൾ അവളുടെ നെഞ്ച് പിടച്ചു. അവർ കൊട്ടാരത്തെ സമീപിക്കുകയായിരുന്നു. ഇടയ്ക്കെപ്പോഴോ അവൾക്ക് ദിശ പിശകിപ്പോയിരുന്നു. ഇപ്പോൾ കൊട്ടാരം അവളെ സംബന്ധിച്ചിടത്തോളം പടിഞ്ഞാറേക്കു നോക്കിയാണ് നില്ക്കുന്നത്. അഞ്ചാൾപ്പൊക്കത്തിലെ കൊട്ടാരവാതിലും വെയിലേറ്റ് ചെമ്പിച്ച അതിലെ അസംഖ്യം മണികളും. അതിന്റെ ഒച്ചയ്ക്ക് ഉച്ചച്ചിലമ്പിന്റെ വൈരസ്യവും നിരാശയും ഉണ്ടായിരുന്നു. ചില ഓർമ്മകളുടെ ചിലമ്പിച്ച പുഞ്ചിരി അവിടവിടെ പാളിക്കിടന്നു. കൗണ്ടറിൽ ഉച്ചയുറക്കത്തിന്റെ പടവുകളിറങ്ങിവന്ന തമിഴനും തുറന്നു കിടന്ന അനേകം കിളിവാതിലുകളും, കനത്ത പാറകൊണ്ട് തീർത്ത തറയും, അവളെ വളരെ വേഗം പിന്നിലേക്ക് പിടിച്ചുവലിച്ചു.

അവർ കൊട്ടാരത്തിലേക്ക് കടന്നു. ദർബ്ബാർഹാളിന്റെ വിശാലമായ ജനാലയ്ക്കൽ നിന്നുകൊണ്ട് അയാൾ അകലേക്ക് നോക്കി. ചുറ്റിപ്പിടി ച്ചെടുക്കാൻ കഴിയാത്തവിധം പരന്നു വലുതായ മുറ്റത്ത് ഒരിടത്തും ഒരു കഴുമരത്തിന്റെ തണൽ കണ്ടെത്താനായില്ല. വിചിത്രമായ തമാശ.

കല എന്ന അവൾ വായനമുറിക്ക് താഴേയ്ക്കുള്ള വാതിൽ തുറന്ന് കോവണിയിറങ്ങി. പൂപ്പൽമണം പരന്ന ചുറ്റളവിൽ നന്നങ്ങാടികൾ നിര ത്തിവച്ചിരുന്നു. അകലെയല്ലാതെ സമുദ്രത്തിന്റെ അലറൽ കേട്ടു. ഇരു ട്ടിൽനിന്ന് അവൾ ഉച്ചത്തിൽ വിളിച്ചു: സലിം... അവളുടെ ശബ്ദം അകല ങ്ങളിലേക്ക് സഞ്ചരിച്ചു. എലികൾ ഓടി. തിരകൾ ഒരുമിച്ചു വന്ന് ചുവരു കളെ കുലുക്കി.

"കലാ..."

അവളുടെ ഭർത്താവ് മുകൾത്തട്ടിൽ എവിടെയോനിന്ന് അവളെ വിളിച്ചു.

"കലാ, നീ എവിടെയാണ്?"

അതിന്റെ അവസാനഭാഗം അവൾ കേട്ടില്ല. വെള്ളത്തിന്റെ ഒരു പാളി ഉള്ളിലേക്ക് അടിച്ചു കയറി ഒച്ച വച്ചതായിരുന്നു കാരണം.

"കലാ, നീ എവിടെയാണ്?"

ഇത്തവണ കല എന്ന അവൾ ആ ചോദ്യം വ്യക്തമായി കേട്ടു. വേരു കൾ ആഴത്തിൽ ഇറക്കി വളർന്ന തള്ളമരം കണക്കെ വിഷാദത്തിന്റെ കണ്ണുകൾ പായിച്ച് അവൾ എല്ലാം കേട്ടു. പക്ഷേ, പരസ്പരം കേൾക്കാൻ കഴിയാത്ത വിധത്തിൽ അവർക്കിടയിൽ ഒരു കടൽ ഇരമ്പിക്കൊണ്ടിരുന്നു.

രാത്രിയിൽ കിടക്കുമ്പോൾ അവൾ അയാളോട് പറഞ്ഞു.

"താഴെ ഒരു കടലുണ്ട്."

ഭർത്താവാകുന്ന തിരക്കിനിടയിൽ അയാളത് കേട്ടതേയില്ല.

ചന്ദ്രപ്രഭ

ഗോപാലു മരിച്ചതിന്റെ ഏഴാം നാൾ കുഞ്ഞമ്മ പുറത്തേക്കുവന്നു. അപ്പോൾ വെളുപ്പിന് നാലര, അഞ്ച് മണിയായിട്ടുണ്ടാവും. സാധാരണ ഗോപാലു നടപ്പിനിറങ്ങുന്ന നേരം. കുഞ്ഞമ്മ വാഷ് ബേസിനിലേക്ക് കുനിഞ്ഞുനിന്ന് വലിയ ശബ്ദത്തിൽ കുലുക്കുഴിയുകയും പല്ലു തേക്കുകയും ചെയ്തശേഷം ചായ എന്ന് അടുക്കളയിലേക്ക് നോക്കി വിളിച്ചു പറഞ്ഞു. ജോലിക്കാരിപ്പെണ്ണുങ്ങൾ വാ പൊത്തി സ്തബ്ധരായി. മധുരം ചേർക്കാത്ത ചായ കുടിച്ചശേഷം തലയിൽ ഗോപാലുവിന്റെ മഫ്ളർ ചുറ്റി (പുള്ളിപ്പുലി വരയുള്ളത്), വാക്കിങ് സ്റ്റിക്കെടുത്ത്, പുറത്തേക്കിറങ്ങുന്നതിനിടയിൽ, രാമാ എന്ന് വിളിച്ചു. അതും പതിവുള്ളതാണ്. ഗോപാലുവിനൊപ്പം രാ്മനും കൃഷ്ണനും ഇടവും വലവും സഞ്ചരിക്കും. സഞ്ചരിച്ചുകൊണ്ടേയിരിക്കും.

അങ്ങനെ അവർ നടപ്പാരംഭിച്ചു. ഗോപാലുവിന്റെ മരണശേഷം രാമനും കൃഷ്ണനും ഒരു ഡിലമ്മയിലായിരുന്നു. ഇനി തങ്ങളുടെ ഗതിയെന്ത്? ഗുണ്ടയായി ജീവിച്ചുതുടങ്ങി. ഗുണ്ടയായി പുലർന്നു. ഇരുട്ടടി അടിച്ചു. എസ് എം എസ് വഴി ഭീഷണിപ്പെടുത്തി. വഴി തടഞ്ഞു. മറ്റവന്റെ ചാരായം കമിഴ്ത്തി. മസിലുകൾ പെരുക്കി. മുട്ടയും കാടയിറച്ചിയും യഥേഷ്ടം തട്ടി.

മസിലിന്റെ ഒരു പ്രശ്നം അതാണ്. അതുകൊണ്ട് കാറ്റ് കൊള്ളാനിറങ്ങാൻ പറ്റില്ല. ചുമടെടുത്ത് ജീവിക്കാൻ സമ്മതിക്കില്ല. ഓട്ടോ ഓടിച്ചാൽ ആളെ കിട്ടില്ല. തെങ്ങേറാൻ വിടില്ല. തെണ്ടാൻ തീരെ പറ്റില്ല. വേണമെങ്കിൽ പോയി തല്ലുണ്ടാക്കണം. ബോംബുണ്ടാക്കണം. ബലാത്സംഗം ചെയ്യണം. പിടിച്ചുപറിക്കണം. പൂരാ വെള്ളമടിക്കണം. അതും ബിവറേജസ് ക്യൂ പാലിച്ചല്ല. വില്ക്കാൻ നില്ക്കുന്നവന്റെ കരണത്തിട്ട് പൂശി

ഒത്താൽ കുത്തിന് പിടിച്ച് ഓടേലോട്ട് എറിഞ്ഞിട്ടുവേണം. കംപ്ലീറ്റ് ഗുണ്ടാത്മകത്വം.

ശ്മശാനത്തിലേക്കാണ് കുഞ്ഞമ്മ എന്ന ഗോപാലു നടന്നുകൊണ്ടിരുന്നത്. ഒരു നഷ്ടത്തിലേക്ക് നടക്കുന്നതിന്റെ ഒരു ചേലുമില്ലായിരുന്നു ആ നടപ്പിന്. ഒരടിപിടിക്കേസിന് പോകുന്ന മര്യാദകേടിന്റെ ഒരു അശ്ലീല നടപ്പ്. പൂക്കടകൾ പിന്നിട്ടു. ചന്ത പിന്നിട്ടു. ചെട്ടിച്ചികൾ പപ്പടം നിരത്തുന്ന തെരുവ് പിന്നിട്ടു. ശ്മശാനത്തിൽ നിറയെ മുമ്പ് അപ്പക്കാടായിരുന്നു. ഇപ്പോൾ വാതിൽ അടഞ്ഞുകിടപ്പാണ്.

"ഏതവനാടാ ഈ ക്ണാപ്പ് ഒണ്ടാക്കി വച്ചേക്കുന്നെ?"

കുഞ്ഞമ്മയ്ക്ക് തെറിവന്നു.

ശ്മശാനം സൗന്ദര്യവല്ക്കരിച്ചതിന്റെ ഭാഗമായി ഇപ്പോൾ ആർക്കും യഥേഷ്ടം കടന്നുചെല്ലാനാവാത്ത സ്ഥിതിയാണ്. എടാ ഉവ്വേ എന്ന മലയാളം ശൈലിയിൽ പോരാ. ഇംഗ്ലീഷിൽ വാതിലിൽ മുട്ടണം. അനുവാദം ചോദിക്കണം. വാ പൊത്തണമെന്നില്ല. അത് രാമനും കൃഷ്ണനും ശീലിച്ചുപോയതാണ്.

"എന്നാ ഞാനങ്ങോട്ട്...."

രാമൻ വാ പൊത്തി.

കുഞ്ഞമ്മ ഒന്നമർത്തി മൂളി. അതും പതിവ്.

രാമൻ ചെന്ന് വാതിലിൽ മര്യാദയോടെ രണ്ട് തട്ട് തട്ടി. തുറക്കുന്ന കോളില്ല. അടുത്തത് സ്വാഭാവികമായും കൃഷ്ണന്റെ ഊഴമാണ്. അവനും കുഞ്ഞമ്മയെ ബഹുമാനിച്ച് വാ പൊത്തിക്കൊണ്ടുപോയി. ശ്മശാന കവാടത്തിൽ മര്യാദപ്പെട്ട് മുട്ടിനോക്കി. രക്ഷയില്ല. പിന്നെ, ഇരുവരും ചേർന്ന് ആഞ്ഞൊരു തൊഴിയായിരുന്നു. ഒരുത്തൻ വന്ന് വാതിൽ തുറന്നു. വാറ്റിന്റെ മണമടിച്ചു. 'ഓ, അങ്ങനെയൊക്കെ നേരം പൊലന്ന്, ഇല്ല്യോ' എന്ന് കുഞ്ഞമ്മ ഗോപാലുമട്ടിൽ വിചാരിച്ചു.

"എടോ പത്മം എടുത്തോണ്ടു വാ."

രാമൻ ആജ്ഞാപിച്ചു.

"പത്മോ? യേത് പത്മം?"

"ടാ ടാ തന്തേല്ലാ കഴ്‌വേറ്യേ. ഗോപാലു അദ്യത്തിന്റെ ചെതാ പത്മം എടുത്തോണ്ടു വാടാ."

"എന്താ ജാതി?"

ശ്മശാനകാരൻ കോട്ടുവായിട്ടു

"ഗോപാലു അദ്യത്തിന്റെ ജാതി ചോദിക്കുന്നോടാ?"

അത് കൃഷ്ണനായിരുന്നു.

"ഒരുപാടു ഗോപാലുമാര് മരിച്ചിറ്റൊണ്ട്. അതോണ്ട് പേരും ജാതീം എഴ്ത്യാ കൊടം വച്ചേക്കുന്നേ."

രാമനും കൃഷ്ണനും ഒന്നു തർക്കിച്ചു. പിന്നെ, ചെന്ന് ശ്മശാനകാരന്റെ ചെവിയിൽ എന്തോ പറഞ്ഞു. ജാതിയായിരിക്കണം. ശ്മശാനകാരൻ "പ്ഫൂ" എന്നൊരു ആട്ടു വെച്ചുകൊടുത്തു.

കുടത്തിന്റെ വക്കത്ത് ദേഹം തൊടാതെ കഴിയുന്നത്ര അകറ്റിപ്പിടിച്ച് അയാൾ കുടം കൊണ്ടു തറയിൽവച്ച് ദൂരെ മാറിനിന്നു. അതിന്റെ പകയ്ക്ക് നയാപൈസ ദക്ഷിണവയ്ക്കാതെ രാമനും കൃഷ്ണനും കുടവുമെടുത്ത് തിരിഞ്ഞു നടന്നു.

രാമനും കൃഷ്ണനുമിട്ടാണ് പണി.

"തിരുവല്ലം."

കുഞ്ഞമ്മ ഉത്തരവിട്ടു.

പരശുരാമക്ഷേത്രമാണ്. തള്ളയെക്കൊല്ലി. രാമനും കൃഷ്ണനും മുഖത്തോടു മുഖം നോക്കി.

"അത് വേണോ? ശംഖുംമുഖം പോരെ?"

"തിരുവല്ലത്തേക്ക് വിടെടോ"

ശ്മശാനത്തിന്റെ മുറ്റത്തുനിന്ന് പിടിച്ച ടാക്സിയുടെ ബാക്ക് സീറ്റിൽ കുഞ്ഞമ്മ നടുക്കിരുന്നു. രാമനും കൃഷ്ണനും ഇരുപുറവും മുട്ടിയിരുമ്മിയപ്പോൾ ഇരുവർക്കും ഒരിത്. കുഞ്ഞമ്മ പിന്നിലേക്ക് ചാഞ്ഞുകിടന്ന്, വാ തുറന്നു വച്ചു കൂർക്കംവലിച്ചുറങ്ങി.

തിരുവല്ലമെത്തിയപ്പോൾ ഇരുവരും കുഞ്ഞമ്മയെ കുലുക്കിയുണർത്തി.

"എറങ്ങി മുങ്ങെടോ"

കുഞ്ഞമ്മ കോട്ടുവായിട്ടു

"ആരാണാവോ."

രണ്ടുപേരും വാ പൊത്തി.

"രണ്ടവനും മുങ്ങണം. രായ്ക്കുരാമാനം കൂടെ നടന്നതല്യോ പെലയൊണ്ട്."

പരികർമ്മി കരയിലിരുന്ന് പൂജയും കർമ്മവും ചെയ്തു. രാമനും കൃഷ്ണനും മുങ്ങിത്താണു. ജലത്തിനടിയിലൂടെ ഗോപാലു വന്നു രാമനെയും കൃഷ്ണനെയും തൊട്ടു. ചില്ലകൾ ഉടയുന്ന ഉച്ചത്തിൽ അയാൾ വിളിച്ചു. "എടാ രാമാ- എടാ കൃഷ്ണാ." രാമനും കൃഷ്ണനും ഞെട്ടി. ഇരുവരും കയറി വന്നപ്പോൾ കുഞ്ഞമ്മ ചോദിച്ചു. "കള്ളുഷാപ്പീ പോണോടോ?"

"അയ്യേ!" ഇരുവരും നാണിച്ചു.

"എന്നാ വണ്ടി എടപ്പഴിഞ്ഞീലോട്ട് വിട്."

കുഞ്ഞമ്മ ബാക്ക് സീറ്റിൽ കയറി. രാമനും കൃഷ്ണനും മുഖത്തോടു മുഖം നോക്കി. വണ്ടി ഇടവഴി പിന്നിട്ടപ്പോൾ ചെറിയ വട്ടയിലകൾ പൊന്തിക്കിടക്കുന്ന, ആകാശം ചെരിഞ്ഞുറങ്ങുന്ന ജലാശയത്തിൽ വെള്ളാമ്പലുകൾ നിന്ന് ചിണുങ്ങി. തകരാൻ നിന്ന പാലം കടന്നപ്പോൾ കുഞ്ഞമ്മ വണ്ടി നിർത്താൻ പറഞ്ഞു. പാഴ്മരങ്ങൾ കടപുഴകിക്കിടക്കുന്നു. നോക്കെത്തുന്നിടംവരെ ഉപ്പുവെള്ളം കയറിയ പാടനിര.

അതിനുമപ്പുറം?

കുഞ്ഞമ്മയുടെ കണ്ണുകൾ നിറഞ്ഞു. ചില ഓർമ്മ. ചെമ്മണ്ണുനി

രത്ത് പിന്നിട്ട് വണ്ടി ഒരു വീട്ടുവാതില്ക്കൽ ചെന്നു നിന്നു. ഗേറ്റിനപ്പുറത്ത് ഈട്ടിത്തടിയുടെ ചുവരിൽ ചന്ദ്രപ്രഭ എന്ന് സ്വർണ്ണത്തിൽ എഴുതിയിരുന്നു. അവിടെ ചെറിയ ചെറിയ കാറ്റാടിമരങ്ങളും ചെമ്പകവും തഴച്ചുനിന്നു. അതിന്റെ തണുപ്പിലേക്ക് കാൽ വെച്ചപ്പോൾ കുഞ്ഞമ്മ ഒന്ന് തിരിഞ്ഞുനോക്കി. ഒരുപാട് ഇടവഴികൾ കടക്കണം. ഇവിടെയെത്താൻ. വരുമ്പോൾ ഒച്ചവയ്ക്കുകയേ അരുത്.

രണ്ടുമന്നുതവണ കോളിങ് ബെൽ മുഴങ്ങിയതിനുശേഷം ഒരു സ്ത്രീ വന്നു വാതിൽ തുറന്നു. വല്ലാതെ വിടർന്ന കണ്ണുകളായിരുന്നു അവർക്ക്. അവിടെ ഒരു ശൂന്യത വെളുത്ത് കിടന്നു. വരണ്ട ചുണ്ടുകൾ. എങ്കിലും സമവാക്യമനുസരിച്ച്, വെളുത്തത്. മെലിഞ്ഞത്. ചന്ദ്രപ്രഭ. കുഞ്ഞമ്മ വിചാരിച്ചു. കാണണമെന്ന് മോഹിച്ചതല്ല. പകരം ഒരിക്കലും കാണരുതെന്ന് കരുതുകയും ചെയ്തു. ചില വേദനകൾ അങ്ങനെയാണ്.

രാമനും കൃഷ്ണനും കാറിന്റെ ഡിക്കിയിൽ നിന്ന് ചെമ്പാവിന്റ ചാക്കിറക്കി. ഉപ്പ്, മുളക്, ജീരകം, റോസാന ബസ്മതി അരി.

വിടർന്ന കണ്ണുകളുള്ള ഒരു പെൺകുട്ടി വാതിൽപ്പടിയിൽ നിന്ന് കുഞ്ഞമ്മയെ പകച്ചുനോക്കി.

പിന്നെ, കുഞ്ഞമ്മ നിന്നില്ല. യാത്ര പറയാതെ, മന്ദഹസിക്കാതെ, ഗേറ്റ് ശ്രദ്ധയോടെ ചാരി. കുഞ്ഞമ്മ കാറിലേക്ക് കയറി.

ലൈവ്

രാവിലെ കണ്ണുതുറന്നപ്പോൾത്തന്നെ ഒരുസുഖക്കുറവ് തോന്നി. ഇത്തിരി കുഴമ്പുതേച്ച് ചൂടുവെള്ളത്തിൽ ഒന്ന് കുളിക്കണം. സുഖമായൊന്നുറങ്ങണം. കിടക്കപ്പായിൽ കിടന്നുകൊണ്ട് തന്നെ ഭാര്യയോട് വിളിച്ചു പറഞ്ഞു.

"എടീ, ഞാനിന്ന് പോണില്ല."

അവൾ പതിവുപോലെ അതിരാവിലെതന്നെ എഴുന്നേറ്റ് അടുക്കള ജോലി തുടങ്ങിയിരുന്നു. അയാൾ പറഞ്ഞത് മിക്സിയുടെ ഇരമ്പലിൽ അവളൊട്ട് കേട്ടതുമില്ല. മിക്സി നിന്ന് കഴിഞ്ഞപ്പോൾ അയാൾ ഒന്നുകൂടി വിളിച്ചുപറഞ്ഞു.

"എടീ, ഞാനിന്ന് ലീവാ."

കേട്ടതുപാതി കേൾക്കാത്തതു പാതി ഭാര്യ ഓടിവന്നു.

"എന്താ പറഞ്ഞെ? നിങ്ങളിന്ന് പോണില്ലെന്നോ? എന്തുപറ്റി? പനിയോ തലവേദനയോ മറ്റോ ഉണ്ടോ?"

"ഒന്നുമില്ല. ഇന്നൊരു സുഖം തോന്നുന്നില്ല. കിടന്നിത്തിരി ഉറങ്ങിയൊന്ന് ഫ്രഷാവണം. എന്നുമെന്നും ഓഫീസും കണക്കെഴുത്തുമല്ലേ? ഇടയ്ക്ക് മനുഷ്യനാണെന്ന ഒരുതോന്നലൊക്കെ വരുന്നു. അത്രതന്നെ."

"ഓ അത്രേയുള്ളോ? ഞാൻ കരുതി."

"നീ എന്തു കരുതി?"

"ഞാനെന്ത് കരുതിയാ എന്തോന്നാ ഇവിടെ." "ഫെമിനിസം ഫെമിനിസം. ഇവളെ ആ സുധർമ്മയുടെ കൂട്ടുകെട്ടിൽ നിന്ന് മാറ്റണം.

ഭാര്യ കുട്ടികളെ രണ്ടുപേരെയും റെഡിയാക്കി സ്കൂൾബസിൽക്കയറ്റി വിട്ടിട്ടുവന്ന് അയാളെ കുലുക്കിവിളിച്ചു.

"ദേ, എഴുന്നേറ്റേ, ഇന്ന് നമുക്കൊരുമിച്ചിരുന്ന് കാപ്പി കുടിക്കാം."

"ഓ! മധുവിധു നാളുകൾ!"

അയാൾ പരിഹസിച്ചു. അവൾ മുഖം വീർപ്പിച്ചുകൊണ്ട് അടുക്കളയിലേക്ക് പോകുമ്പോൾ പറഞ്ഞു.

"തേങ്ങേണ്."

നീ അടുക്കളവരെയല്ലേ പോകൂ. അയാൾ മടിപിടിച്ചൊരു കിടപ്പ് കിടന്നു. ജനാല തുറന്നിട്ട്, എത്ര കാലമായി സ്വസ്ഥമായൊന്നു പ്രഭാതം കണ്ടിട്ട് എന്നൊരു ഗൃഹാതുരത്വം ചുമ്മാ ഓർത്ത് ലീവിനെ ഒന്ന് നീതീകരിക്കാൻ ശ്രമിച്ചു. കുറേ കിടന്നുകഴിഞ്ഞപ്പോൾ മടുത്തു. എഴുന്നേറ്റ് പല്ല് തേച്ചു. കാപ്പി കുടിക്കാനിരുന്നു. ഇടയ്ക്കെപ്പോഴാണ് ഒന്നു കുടിക്കണമെന്ന മോഹം ജനിച്ചതെന്ന് അറിയാൻ വയ്യ. ഉടൻ വന്നു മടി. ബിവറേജസിൽ പോയി ക്യൂ നില്ക്കാനൊന്നും വയ്യ. അതൊരു റിസ്കാവും. കഷ്ടകാലത്തിന് ഓഫീസിലെ ഏതവനെങ്കിലും കണ്ടുപോയാൽ പിന്നെ അതുമതി. കുടിച്ചു പൂസാവാൻ ലീവ് എന്നാവും വ്യാഖ്യാനം. കെ എസ് ആർ ടി സി ബസുകൾ തലങ്ങും വിലങ്ങും ഓടുന്ന റോഡരികിൽ, ആന്റിക്സുകൾ വില്ക്കുന്ന കടയ്ക്ക് ഇടതുഭാഗത്ത് മുകളിലാണ് ബിവറേജസ്. ആർക്കും കാണാം എന്നതാണ് അതിന്റെയൊരു മെച്ചം. ഛെ! ഓഫീസിൽ പോയാൽ മതിയായിരുന്നു. സമയം പോക്കാൻ എന്തുചെയ്യും?'

അയാൾ വേഷം മാറി വന്നു, ഭാര്യയെ വിളിച്ചു.

"എടീ, ഞാനിത്തിരി പച്ചക്കറീം മീനുമൊക്കെ വാങ്ങിയിട്ട് വരാം."

അവൾ വേഗം ബിഗ്ഷോപ്പറും കവറുമെല്ലാം എടുത്തുകൊണ്ടു വന്ന് അയാളെ ഏല്പിക്കുമ്പോൾ ഒരു തോന്നൽ വന്നു.

ഇവളെ ബിവറേജസിൽ ക്യൂ നിർത്തിയാലോ? വേണ്ട. വല്ല ചാനലുകാരന്മാരും കണ്ടാൽ പണിയാവും. ജീവിക്കാൻ സമ്മതിക്കാത്ത കുറേ ചാനലന്മാർ.

ചെളിവെള്ളം കെട്ടിക്കിടക്കുന്ന ഒരിടമാണ് മാർക്കറ്റ്. മീൻ വെള്ളവും ഐസുമെല്ലാം തരാതരം പോലെ ഒഴുകിപ്പരന്ന് നാറിക്കിടക്കുന്ന ഒരിടം. പലതും വാങ്ങിയ കൂട്ടത്തിൽ അയാൾ കുറേയേറെ കറിവേപ്പില വാങ്ങി. കണ്ടാലറിയാം. നല്ല ഗഡാഗഡിയൻ സാധനം തളിച്ചുവച്ച ഇനമാണെന്ന്. നല്ല ഉണർവ്വ്.

ബിഗ് ഷോപ്പർ ഭാര്യയെ ഏല്പിക്കുമ്പോൾ അയാൾ പറഞ്ഞു.

"എടീ, മീൻ കറിയേലിത്തിരി ഏറെ കറിവേപ്പില ഇട്ടോ."

"കറിവേപ്പിലയോ? നിങ്ങളെന്തിനാ അത് വാങ്ങാൻ പോയേ? നെറയെ വെഷമല്ലേ?"

"അതാ പറഞ്ഞെ ഇത്തിരി ഏറെയിട്ടോളാൻ. കിക്കാവുന്നുണ്ടോന്ന് നോക്കട്ടെ."

"ഇത് നല്ലകൂത്ത്!"

"പോയി പറഞ്ഞത് ചെയ്യെടീ."

അയാൾ കൈയോങ്ങി. അവൾക്ക് കരച്ചിൽ വന്നു.

ഉച്ചയ്ക്ക് ഊണ് കഴിഞ്ഞ് ഒന്ന് കിടന്നപ്പോൾ കണ്ണുകൾ അടഞ്ഞ

ടഞ്ഞു വന്നു. കുറച്ച് കറിവേപ്പില അരച്ച് കുടിച്ചാലോ?

രാത്രിയാവട്ടെ. അങ്ങനെ കിടന്ന് ഉറങ്ങിപ്പോയി. എഴുന്നേറ്റപ്പോൾ മണി ഏഴ്. ഒരു കട്ടൻ കുടിച്ച് ഉഷാറായപ്പോഴേക്കും പിള്ളേർ രണ്ടുപേരും ഹോംവർക്കുമായി വന്നു. അത് അയാളുടെ വകുപ്പാണ്.

കണക്കെഴുത്തുകാരനായതുകൊണ്ട് കണക്കിൽ അയാളൊരു സംഭവമാണെന്നാണ് വെപ്പ്. സ്ക്വയർ റൂട്ടും ലസാഗുവും. കട്ടൻ ഗ്ലാസ് മേശപ്പുറത്ത് വച്ച് അയാൾ കുട്ടികളെ ഇരുവശവും ഇരുത്തി പ്രോബ്ലം സോൾവ് ചെയ്യാൻ തുടങ്ങി. അതു കഴിഞ്ഞെഴുന്നേറ്റപ്പോൾ നല്ല ക്ഷീണം. ഭാര്യ സീരിയലിന്റെ മുമ്പിലാണ്. അയാൾ പോയി കുറച്ച് കറിവേപ്പില കഴുകി മിക്സിയിലിട്ട് നന്നായി അരച്ചെടുത്ത് ഒരു ഗ്ലാസിലൊഴിച്ച് ഒരുകഷണം ഐസുമിട്ട് മുൻവശത്തേക്ക് വന്നു. ഫാനിന്റെ ലഹരിയിലേക്ക് കൂപ്പുകുത്തി. അയാൾ സോഫയിലേക്ക് മലർന്നു. ടി വിയിൽ ഒരലർച്ച കേട്ടു. എഴുന്നേല്ക്കാൻ വയ്യ. അല്ലെങ്കിൽ അയാൾ ഓടിപ്പോയേനെ. അത്രയ്ക്കിഷ്ടമാണ് അയാൾക്ക് വയലൻസ്. അയാൾ സോഫയിൽ നീണ്ടുനിവർന്നു കിടന്നു. പിന്നെ ഒരു പാട്ടു പാടി.

"എന്തതിശയമേ ദൈവത്തിൻ സ്നേഹം
എത്ര മനോഹരമേ!"

കാക്കത്തമ്പുരാട്ടി

ഏതെങ്കിലും ഒരുപരിപാടി വീണുകിട്ടിയാൽ, ഒന്നുകിൽ ഉറിയടി മത്സരം, ഇല്ലേൽ പിള്ളേർക്ക് സൗജന്യ നോട്ടുബുക്ക് വിതരണം, ഇങ്ങനെ ചിലത്, അഞ്ച് അഞ്ചരയാവുമ്പോൾ സുകുവേട്ടൻ ഓഫീസ് എന്നു വിളിക്കുന്ന ഒറ്റമുറിപ്പീടിക പൂട്ടിയിറങ്ങും. വളരെ സാവകാശമാണ് പുള്ളിയുടെ നടപ്പ്. ഇതിനിടെ എതിരെ വരുന്നവരോടും പോകുന്നവരോടും കുശലം ചോദിക്കും. മോളുടെ വിശേഷം എന്തുണ്ട്. മോന്റെ പഠിത്തം കഴിഞ്ഞോ, അച്ഛന്റെ അസുഖം എങ്ങനെയുണ്ട്, ഇങ്ങനെയൊക്കെ. ഇവിടെയെങ്ങാനും സുകുവേട്ടൻ തിരഞ്ഞെടുപ്പിന് നിന്നാൽ പ്രദേശത്തെ ഒറ്റ വോട്ടും പോകില്ലെന്നുറപ്പ്. അത്രയ്ക്ക് ജനസമ്മതനും പരോപകാരിയും. അനന്തന്റെ മൈക്ക്സെറ്റ് കടയിലെത്തുമ്പോൾ കക്ഷിയൊന്ന് ഹാൾട്ടാവും.

"ടാ അനന്തോ" ന്നൊരു വിളിയുണ്ടാവും ഒപ്പം അനന്തന്റെ കടയോട് ചേർന്നിരിക്കുന്ന ചായക്കടയിലേക്ക് നോക്കി രണ്ട് ചായയ്ക്ക് പറയും. അതിൽ ഒന്ന് വിത്തൗട്ടാണ്. സുകുവേട്ടന്. വിത്ത് അനന്തന്.

അനന്തൻ ഒരു മിക്സിയുടെ കേടുപാട് പോക്കുകയാവും, ഫാൻ ഓടിച്ചു നോക്കുകയാവും, ഗ്രൈൻഡർ വർക്ക് ചെയ്യിച്ചു നോക്കുകയാവും. അതെല്ലാം അതിന്റെ ചട്ടപ്പടി നടക്കും. ഇടയ്ക്ക് അനന്തൻ കോട്ടൻ വെയ്സ്റ്റിൽ കൈ തുടച്ച് ഇറങ്ങിവരും. വരാന്തയിലിട്ടിരിക്കുന്ന ബഞ്ചിൽ സുകുവേട്ടനരികിൽ വന്നിരിക്കും. ഇറാൻ, ഇറാഖ്, നിതാഖാത്ത്, പ്രവാസി ഒക്കെ സുകുവേട്ടന്റെ വിഷയങ്ങളാണ്. രോഷം കൊണ്ടും അമർഷം കൊണ്ടും തെറി പറയും. ഒടുവിൽ "പാവപ്പെട്ടവന് എവിടാടാ ഗതി" എന്ന് നിരാശപ്പെട്ട്, സങ്കടപ്പെട്ട് കാലിഗ്ലാസ് താഴെ വെക്കും. പിന്നെ, നിശ്ശബ്ദതയാണ്. സുകുവേട്ടൻ നോക്കുന്നത് താൻ വന്ന വഴിയിലേക്കു തന്നെയാണ്. അതൊരു റോഡൊന്നുമല്ല. ഞെരുങ്ങി ഒരു കാറിന് പോവാം. ഇരു

വശത്തും ശീമക്കൊന്നകളും മറ്റ് പേരറിയാമരങ്ങളും തഴച്ച് വഴിവിട്ട് നില്ക്കുന്നു. അതായത്, ഒരു മഴ കഴിഞ്ഞാൽ മരങ്ങളും ചെടികളും പുൽപ്പടർപ്പകളും അതിൽ വഴിവിട്ട ആഹ്ലാദം പ്രകടിപ്പിക്കുന്ന ഒരുവഴി.

പിന്നെ പോകാനിറങ്ങുമ്പോഴാണ് പറയുക. "എടാ അനന്താ, പതിനഞ്ചാംതീ ഒരു നോട്ടുപുസ്തകവിതരണം. നമ്മടെ മുക്കീ. രാവിലെ തൊടങ്ങി റെക്കോഡ് വച്ചോ." അതിന്റെ അർത്ഥം അനന്തനറിയാം. സുകുവേട്ടനിഷ്ടം എൺപതുകളിലെയും അതിനു മുമ്പുള്ളതുമായ സിനിമാപാട്ടുകളാണ്. പ്രത്യേകിച്ച്! "കറുകറുത്തൊരു പെണ്ണാണ്, ഞാവൽപ്പഴത്തിന്റെ ചേലാണ്" എന്ന പാട്ട്. പിന്നെ, സത്യൻ അഭിനയിച്ച *കാക്കത്തമ്പുരാട്ടി* എന്ന പാട്ട്. ഈ പാട്ടുകൾ കേട്ടു തുടങ്ങുമ്പോൾ നാട്ടുകാർക്കറിയാം പരിപാടി വാസുവേട്ടന്റേതാണെന്ന്.

പാട്ട് തുടങ്ങിക്കഴിഞ്ഞാൽ സുകുവേട്ടൻ അതുവഴി വരും. "എടാ അനന്താ, അല്ലെങ്കിത്തന്നെ ഈ ജീവിതത്തിലെന്തുവാടാ അത്രേമങ്ങ് സന്തോഷിക്കാനായിട്ടൊള്ളത്?" അപ്പോൾ പാട്ട് "ആലുവാപ്പുഴ പിന്നെയുമൊഴുകി" ആയിരിക്കും. "ഈ ലോകം നന്നാവൂല്ലെടാ. ഞാനെത്ര ശ്രമിച്ചു നോക്കീതാ. വല്ലതും നന്നായോ?"

ഇല്ല. അനന്തന് നന്നായിട്ടറിയാമത്. വാസുവേട്ടന്റെ മൂത്തമകൻ ഗോപൻ പാച്ചുപിള്ളയുടെ പഞ്ചറൊട്ടിച്ച ഒരു സൈക്കിളും മോട്ടിച്ചോണ്ടാണ് നാട് വിട്ടത്. ഇളയവൻ രാജൻ മുക്കിൽത്തന്നെയുള്ള ഭാസുരാംഗൻ നായർക്കൊപ്പംകൂടി തയ്യൽ പഠിച്ചു തയ്യൽക്കാരനായി. ഇത്രയും കൃത്യനിഷ്ഠയുള്ള ഒരു തയ്യൽക്കാരനെ ആ ദേശം കണ്ടിട്ടില്ല. സുകുവേട്ടന്റെയല്ലേ മോൻ. ഏറ്റവും ഇളയവൾ ശ്യാമള. കോഴിമുട്ട വില്ക്കാൻ വന്ന ഒരു തമിഴന്റെ കൂടെ ഒളിച്ചോടി. ആര് നന്നായി? എവിടെ നന്നായി? ആരും ഒന്നും ഒരിക്കലും നന്നാവാനും പോകുന്നില്ല. സുകുവേട്ടൻ ഡയറി കക്ഷത്തിടുക്കി നടന്നകലും. അപ്പോൾ പാട്ട് "വെള്ളിനക്ഷത്രമേ നിന്നെ നോക്കി..."

തിരഞ്ഞെടുപ്പു വരണം സുകുവേട്ടന് ഉഷാറ് വരാൻ. പാതിരാത്രി ചുവരെഴുതാനും നോട്ടീസ് ഒട്ടിക്കാനും വേണമെങ്കിൽ ഒന്ന് തല്ലാനും. മുക്കിൽ എന്തുകൊണ്ട് തല്ലുണ്ടാവുന്നില്ല എന്നുപോലും തോന്നിപ്പോവും സുകുവേട്ടന്റെ വെറികണ്ടാൽ. ഒക്കെ എടുത്തുചാടിയാണ് പോക്ക്. ഭാര്യ നേരത്തെ മരിച്ചതുകൊണ്ട് ആരെയും കൂസാനുമില്ല. വീറും വാശിയും അങ്ങനെ കത്തിക്കയറി നില്ക്കുമ്പോഴാണ് തിരഞ്ഞെടുപ്പ് കോലാഹലം അവസാനിക്കുക.

"ടാ, അനന്തന്റെ മെർക്കുറി ലെവല് ഒയർന്ന് നിക്കുവാടാ. നീയൊന്ന് കറന്റടിപ്പിച്ച് എന്നെയൊന്ന് വശം കെടുത്ത്." അനന്തൻ മേശവലിപ്പ് തുറന്ന് *കാക്കത്തമ്പുരാട്ടി*യുടെ കാസറ്റെടുക്കും. അത് ടേപ്പ് റെക്കോർഡറിലിടും. സുകുവേട്ടൻ ചുവരിലേക്ക് ചാരിയൊരു കിടപ്പ് കിടക്കും. അപ്പോൾ അദ്ദേഹത്തിന്റെ മുഖത്ത് പിന്നീടൊരിക്കലും കാണാൻ കഴിയാത്ത ഒരു മന്ദഹാസം ഇറ്റിനില്പുണ്ടാവും. "ആ കാക്കത്തമ്പുരാട്ടീടെ

പാട്ട് ഒന്നൂടിട്റാ." സുകുവേട്ടൻ തിരിഞ്ഞു കിടക്കും. അങ്ങനെയൊക്കെ പോയിക്കിടന്നുറങ്ങിയ സുകുവേട്ടനാണ്. പിറ്റേന്ന് രാവിലെ മകൻ രാജൻ അച്ഛന്റെ പ്രാതൽ മേശപ്പുറത്തടച്ചുവെച്ച് തയ്യൽക്കടയിലേക്കു പോയി. രാവിലെ ഉണ്ടാക്കി വെച്ചിട്ടുപോയ ഊണ് കഴിക്കാൻ ഉച്ചയ്ക്കെത്തിയപ്പോഴും വാതിൽപൂട്ടിയിട്ടില്ല. നോക്കുമ്പോൾ അച്ഛൻ അതേ കിടപ്പ്.

ഒരു വലിയ നേതാവ് മരിച്ചാൽ പോലും ഇല്ലാത്ത നിശ്ശബ്ദതയാണ് അന്ന് ആ ദേശത്ത് പരന്നത്. മുക്കിലെ പോസ്റ്റ് തൂണിനോടുചേർത്ത് കറുത്ത കൊടികെട്ടി. മുക്കിലെ ഡി ടി പി സെന്ററിൽ നിന്നെടുത്ത പോസ്റ്ററുകൾ ചുവരുകളിൽ പ്രത്യക്ഷപ്പെട്ടു. നാടിന്റെ പൊന്നോമനപ്പുത്രൻ വാസുവേട്ടന്റെ അകാലനിര്യാണത്തിൽ യുവകലാക്ഷേത്രയും പൊതുജനങ്ങളും അനുശോചിക്കുന്നു. ഡയറി കക്ഷത്തിടുക്കി നടന്നുവരുന്ന വാസുവേട്ടന്റെ പടവും. തുടർന്ന് റെക്കോഡ് ഗാനം ഒഴുകാൻ തുടങ്ങി. "കാക്കത്തമ്പുരാട്ടി, കറുത്ത മണവാട്ടീ, കൂടെവിടെ, കൂടെവിടെ?"

മരം, മുട്ട

ബുധനാഴ്ചയുടെ ചോട്ടിലിരുന്ന് ഗായത്രീദേവി എഴുതിയ കത്ത് വെള്ളിയാഴ്ച ഉച്ചയിലൂടെ നടന്ന്, സ്നൂസറിൽ നിന്നൊരു കാപ്പി കഴിച്ച്, ബസ്സ്റ്റാന്റിൽ ഏറെനേരം നിന്ന് ബോറടിച്ചിട്ടും റീനുവിന്റെ കൈയിൽ എത്തിയിരുന്നില്ല. വൈകുന്നേരത്തോടെ ഒന്ന് കിടക്കാനുള്ള മൂഡുമായി ചാഞ്ഞും ചരിഞ്ഞുമെത്തി ഗേറ്റിന്റെ ബോൾട്ടെടുത്തപ്പോൾ പോസ്റ്റ്മാൻ എറിഞ്ഞുപോയ കത്ത് വാടിത്തുടങ്ങിയ റോസാച്ചെടിത്തടത്തിൽ കുരുങ്ങിക്കിടക്കുന്നു. ഒരു കാറ്റടിച്ചിരുന്നെങ്കിൽ അത് നിലംപറ്റെ കിടക്കുന്ന കിണറ്റിനുള്ളിലേക്ക് വീഴുമായിരുന്നു. കിണറിന് നെറ്റടിക്കണം എന്നൊരിക്കൽക്കൂടി ഓർത്തുകൊണ്ട് റീനു കത്ത് തുറന്നു. ഏറെ നാൾക്കുശേഷം ഇത്തിരി കുളിരും തണുപ്പും വീണപോലെയായിരുന്നു ആ കത്ത്. അടുത്ത നിമിഷത്തിൽ റീനു വാടി നില്ക്കുന്ന ചെടികളിലും ഇടയ്ക്കുവച്ച്-അത് വല്ലാതെ കാടായപ്പോഴാണ്-മുറിച്ചുകളഞ്ഞ ശീമപ്ലാവിന്റെ കുറ്റിയിലും ഭീതിയോടെ ഒന്ന് കണ്ണോടിച്ചു. ഇതൊക്കെ കണ്ടാൽ ഗായത്രി കരയും. പ്രകൃതി സ്നേഹിയാണവൾ. ഇടയ്ക്ക് പത്രത്തിൽ ഒരു പരിസ്ഥിതി സമരത്തിന്റെ വേദന മുഴുവൻ ഏറ്റെടുത്ത് അവൾ കിടന്ന് തല്ലു വാങ്ങുന്ന-ഒരുചിത്രം റീനു കണ്ടിരുന്നു. പൊലീസ് തല്ലിയൊടിച്ച വലതുകാലുമായി അതും ഒരു ബോക്സ് ഐറ്റമായി പത്രത്തിൽ നിറഞ്ഞുനിന്നിരുന്നു-അവൾ ഫൈനൽ പരീക്ഷയെഴുതി. എന്റെ ഗായത്രീ നിന്റെ ലൈംലൈറ്റ്!

ഒരു മയക്കത്തിനും കുളിക്കും ശേഷം വീണ്ടും ഒരിക്കൽക്കൂടി കത്ത് തുറന്നപ്പോൾ ഗായത്രീദേവി ഏതോ മഞ്ഞുതുള്ളികൾക്ക് താഴെയിരുന്നാണ് ഈ കത്തെഴുതിയതെന്ന് റീനുവിന് തോന്നി. അത് അവിടവിടെ അല്പാല്പം നനഞ്ഞിരുന്നു. നീ സീറോ ഡിഗ്രി സെൽഷ്യസിന് താഴെ

യിരുന്നാണോ ഈ കത്തെഴുതിയത്. എനിക്ക് തണുക്കുന്നല്ലോ. റീനു കൈയെത്തി ഫാൻ ഓഫ് ചെയ്തു. പുറത്തെ തെരുവുവിളക്കിന്റെ വെളിച്ചത്തിൽ ജനാല വഴി പിടിച്ചുകയറുന്ന ഒരുകുഞ്ഞു ചെടിയുടെ നിഴലനക്കം. ജനാല തുറന്നപ്പോൾ ഇറുകെ പൂത്ത വയലറ്റ് പൂക്കൾ. ഓരോ ഇളംകാറ്റിലും കുഞ്ഞുതലകൾ ഉയർത്തിപ്പിടിച്ച് കിലുങ്ങെ, കിലുങ്ങെ, എന്റെ ഗായത്രീ! നനഞ്ഞ കണ്ണുകളോടെ റീനു ഇത്തിരിനേരം ആ പൂക്കളെ തണ്ടോടെ പിടിച്ച് കവിളത്ത് വച്ചു. പൂക്കൾ എന്തൊക്കെയോ കലപില പറഞ്ഞു. പന്നെ, തൊലിപ്പുറത്ത് ഇത്തിരിനേരം ചൊറിച്ചിലുണ്ടാക്കി. റീനു ചിരിച്ചു പോയി. നീയെന്നെ വല്ലാതെ വലയ്ക്കുന്നല്ലോ. രാത്രി വല്ലാതെ തരളമായിരുന്നു. മനസ്സ് ഇങ്ങനെയൊക്കെ തുളുമ്പിപ്പോവുമ്പോൾ രാവും ഇങ്ങനെയൊക്കെ തരളമാവുക സ്വാഭാവികമാണല്ലോ.

ഗായത്രി വരുമ്പോഴേക്കും അവളെ സന്തോഷിപ്പിക്കാനായി റീനു ഉണ്ടാക്കിയെടുത്ത ജന്തു- പരിസ്ഥിതി ഫോട്ടോ ആൽബം കണ്ട് ഗായത്രി ജന്തുസ്നേഹത്തെ സംബന്ധിച്ച് ഒരു ക്ലാസെടുക്കുകയാണുണ്ടായത്. ഇടയ്ക്കുവച്ച് തുടരാനാവാതെ, ഇത്തിരി വലിയ പല്ലുകൾ പുറത്ത് കാണിച്ച് ഡൈനിങ് ടേബിളിലേക്ക് മുഖം ചരിച്ചുവച്ച് അവൾ വിതുമ്പിക്കൊണ്ടിരുന്നു. ആൽബത്തിൽ ഒരു മാൻകുട്ടിയെ വായിലാക്കുന്ന സിംഹത്തിന്റെ പടമുണ്ടായിരുന്നു. ഒരു പെൺകുട്ടി ഫോട്ടോഗ്രാഫറാവുന്നതിലെ ത്രിൽ അവൾക്കുണ്ടാവുമെന്ന് റീനു കരുതിയത് തെറ്റി. ആ വിപ്ലവത്തിനും അപ്പുറത്തെത്തിയിരുന്നു അവളുടെ ജന്തുസ്നേഹം. അത് നിരാശാഭരിതമായിരുന്നു. ഫോട്ടോനിക്കിൽനിന്ന് അയച്ചുകിട്ടിയ അവളുടെ പുതിയ പടങ്ങൾ തീരെ സന്തോഷമില്ലാതെ നോക്കിക്കാണുകയും ഒരുബോറ് നോവൽ വായിച്ചു തീർക്കുകയുമാണ് റീനു അന്ന് ചെയ്തത്.

പിറ്റേന്ന് രാവിലെ അടുക്കളയിലെ വെയ്സ്റ്റ് ബോക്സിൽ കണ്ട അനന്തമായ മുട്ടത്തോടുകൾ ഗായത്രിയെ ബോധരഹിതയാക്കി. സത്യത്തിൽ ഗായത്രിയെ സന്തോഷിപ്പിക്കാനായി വീടൊരുക്കുന്നതിനിടയിൽ പൂക്കൾ ഇറുക്കാതിരിക്കുക, പൂക്കളെ കാഴ്ചവസ്തുക്കളാക്കി തരംതാഴ്ത്താതിരിക്കുക, ജന്തുക്കളുടെ ചിത്രങ്ങൾ എടുത്തുമാറ്റുക. രണ്ടു പൂച്ചകൾ മുഖം ഉരുമ്മിയിരിക്കുന്ന മാറ്റ് ഡൈനിങ് ടേബിളിൽ നിന്ന് മാറ്റുക തുടങ്ങിയവ തിടുക്കത്തിൽ ചെയ്യുന്നതിനിടയിൽ- അടുക്കളയും വെയ്സ്റ്റ് ബോക്സും അസംഖ്യം മുട്ടത്തോടും വിട്ടുപോവുകയാണുണ്ടായത്. അന്ന് അവളെ സമാധാനിപ്പിക്കാനാവാതെ റീനു കണ്ടമാനം ഡെസ്പടിച്ചു.

മുന്നറിയിപ്പൊന്നുമില്ലാതെ വൈകിട്ട് ഫ്രിഡ്ജിൽ റീനു സൂക്ഷിച്ചിരുന്ന ബ്രെഡും ബട്ടറും ഗായത്രി എടുത്ത് പുറത്തേക്കെറിഞ്ഞു. പകരം ഗോതമ്പ് ബ്രഡും ജാമും ഉപ്പു ബിസ്കറ്റും വാങ്ങി സ്റ്റോക്ക് ചെയ്തു. ബട്ടർ അവളെ വേദനിപ്പിച്ചോ എന്ന് റീനു മനസ്താപപ്പെട്ടു. പക്ഷേ, ഗോമാതാവിനെക്കുറിച്ചുള്ള ഒരു ക്ലാസ് കേൾക്കാനുള്ള മൂഡുണ്ടായിരുന്നില്ല അവൾക്ക്. രാവിലെ ബ്രെഡ്, ജാം, ബ്ലാക്ക് കോഫി (നാരങ്ങാ, വേണമെങ്കിൽ), ചെറുപഴം, ഉച്ചയ്ക്ക് ചോറ്, മെഴുക്കുപുരട്ടി, പപ്പടം, ചമ്മന്തിപ്പൊടി

അല്ലെങ്കിൽ മൃഗക്കൊഴുപ്പില്ലാത്ത ബ്രാഹ്മിൻ സാമ്പാർപ്പൊടി കൊണ്ടുണ്ടാക്കിയ സാമ്പാർ ഇങ്ങനെയൊക്കെ ഒരു മെനു രൂപപ്പെട്ടു. മട്ടയുടെ ചോറ് ഗായത്രിക്ക് സ്വീകാര്യമായിരുന്നില്ല. കാർഷിക സംസ്കൃതി, പാരമ്പര്യം ഇവയെ പാടെ നിരാകരിച്ചുകൊണ്ട് മട്ടയ്ക്കും ചെമ്പാവിനും ഒരു ബൂർഷ്വാ പ്രകൃതിയുണ്ടെന്നും മറച്ച് ആന്ധ്രാ അരിക്ക് - സുരേഖ - സമചിത്തതയുടെ ഒരുജനാധിപത്യ സ്വഭാവമുണ്ടെന്നുമാണ് അവൾ അംഗീകരിച്ചത്. പലതിലും തൊടുമ്പോൾ പലതിന്റെയും രാഷ്ട്രീയവും സാമൂഹ്യ, സാമ്പ്രദായിക തത്ത്വങ്ങളും മറ്റൊന്നാവുന്നതിലെ സംഘർഷം റീനു അനുഭവിച്ചെങ്കിലും അത് ചിലപ്പോൾ താൻ സാമൂഹ്യമായി കൂടുതൽ ഫ്ളെക്സിബിൾ ആവാത്തതിലെ പ്രശ്നമാണെന്ന് സമാധാനിക്കുകയാണ് അവൾ ചെയ്തത്.

വാരാന്ത്യത്തിലെ ഷോപ്പിങ്ങിനിറങ്ങുമ്പോൾ ഗായത്രി തീരെ നിറം കുറഞ്ഞ്, റഫായ ഒരു പാവാടയും കൈകളില്ലാത്ത ലവ് മീ എന്നരുൾ ചെയ്യുന്ന ഇരട്ടപ്പൂച്ച മുദ്രണമുള്ള ടീ ഷർട്ടുമാണ് ധരിച്ചത്. തിരക്കേറിയ മാർക്കറ്റിലൂടെ, പുരുഷന്മാർക്കിടയിലൂടെ ഇവളെ എങ്ങനെ കൊണ്ടുപോകുമെന്ന് റീനു ടെൻഷനടിച്ചു. ഗായത്രിയെ സംബന്ധിച്ചിടത്തോളം റീനു ആയാസരഹിതമായ ഒരു ജീവിതത്തിന്റെയും ശീലങ്ങളുടെയും ഉടമയായിരുന്നു. സാരിയുടുക്കുന്നു. പൊക്കിൾ കാണിക്കുന്നു. പൊട്ടുതൊടുന്നു. ഞാത്തിടുന്നു. പൂക്കൾ വിരിയിച്ചതും പൈങ്കിളിത്തം നിറഞ്ഞതുമായ പെൺചെരുപ്പുകൾ. തീർച്ചയായും ഫേഷ്യലും പതിവുണ്ട് അവൾക്ക്. മുഖത്തെ ചർമ്മം അവിടവിടെ ചുവന്ന് തിണർത്തിട്ടുണ്ട്. അടുത്ത് കഴിഞ്ഞ കെമിക്കൽ പീലിങ്ങിന്റെ ലക്ഷണമാണത്. ഒരുക്കിയെടുക്കുക. വഴങ്ങിക്കൊടുക്കുക. കാണിച്ചുകൊടുക്കുക. വേശ്യാത്വത്തിൽനിന്ന് ഒരു ചുവട് അകലെ. ഛെ!

മത്സ്യം, മുട്ട, മാംസം, തുകൽ ഉല്പന്നങ്ങൾ ഇവയുടെ വഴികൾ ഒഴിവാക്കി റീനു ഗായത്രിയെ പയർ-പരിപ്പുവർഗ്ഗങ്ങളുടെ ഒരു കടയിൽ കൊണ്ടുനിർത്തി. മടങ്ങുമ്പോൾ സസ്യഭോജനം മാത്രം തരപ്പെടുന്ന ഒരിടത്ത് ഭക്ഷണത്തിനിറങ്ങി. ഒരു മുട്ടപോലും പൊട്ടാത്ത, ഗായത്രിയെ തരിമ്പും വേദനിപ്പിക്കാത്ത ഒരിടം. അവർ ചെന്നുകയറുമ്പോൾ കടയിൽ സാമ്പ്രാണിക്കട്ട കത്തിക്കുകയായിരുന്നു. അതിൽ മരമോ മൃഗമോ ഉൾപ്പെടുമോ എന്നു റീനു ഭയന്നു. നല്ല നെയ്യുടെ മണവും മൊരിയുന്ന ദോശയും. നെയ് സമൃദ്ധമായി പുരട്ടി. മൊരിച്ച് ചുരുട്ടിയെടുത്ത ഒരു നെയ്റോസ്റ്റ് റീനുവിന്റെ നാവിൽ വെള്ളമൂറിച്ചു. എങ്കിലും ഗായത്രിയെ വേദനിപ്പിക്കാതെ അവൾ രണ്ട് സാദാ ദോശയ്ക്ക് പറഞ്ഞു. എണ്ണപുരട്ടാത്ത രണ്ട് ചപ്പാത്തി ഗായത്രിക്ക്. സവാള വേണ്ട. സാമ്പാറും വേണ്ട. അച്ചാർ മതി.

മടങ്ങുമ്പോൾ ഭക്ഷണം ശരിയായില്ല എന്ന് ഗായത്രി പറഞ്ഞു. അച്ചാറിന്റെ എണ്ണ നന്നല്ല. സസ്യയെണ്ണയല്ല. തീർച്ച.

വളവെടുത്തപ്പോൾ ഗായത്രി ചോദിച്ചു: “നീയിവിടെ ഇറങ്ങുന്നോ?” റീനു തല പുറത്തേക്കിട്ടു. ഒരു പരിസ്ഥിതി ജാഥയാണ്. മരങ്ങൾ മുറിച്ചു

മാറ്റാതെ ട്രാൻസ്പ്ലാന്റ് ചെയ്യുക എന്ന ഒരെഴുത്തു മാത്രമേ വായിക്കാനായുള്ളൂ. ബാംഗ്ലൂരിലൊക്കെ അങ്ങനെ പതിവുണ്ടെന്ന് വായിച്ചത് റീനു ഓർത്തു. ആവേശത്തള്ളലിൽ ഗായത്രി ജാഥയുടെ മുൻനിരയിൽ എത്തിയിരുന്നു. കിളിയൊച്ചപോലെ നേർത്ത്, മധുരത്തിൽ പുരട്ടിയെടുത്ത ശബ്ദമാണ് ഗായത്രിയുടേത്. ഡിമ്പിൾ കപാഡിയ അഭിനയിച്ച *രുദാലി*യിലെ ഒരുപാട്ട് ഒരു ക്യാമ്പിൽവച്ച് അവൾ പാടിയത് റീനു ഓർത്തു. റീനുവിനെ കടന്ന് ജാഥ മുന്നോട്ടു പോയി. പാവം ഗായത്രി. റീനുവിന്റെ വീട് നില്ക്കുന്നിടത്ത് ശാഖകൾ പരത്തിയും പടർത്തിയും നിറഞ്ഞു നിന്ന ഒരു മുത്തശ്ശി മാവായിരുന്നെന്നും അവധിക്കാലത്ത് ധാരാളം കുട്ടികൾ അതിലെ മാങ്ങാ നുണഞ്ഞിരുന്നെന്നും അതിൽ അസംഖ്യം പക്ഷികൾ കൂടുകൂട്ടുകയും മുട്ടയിടുകയും വിരിയിക്കുകയും ചെയ്തിരുന്നുവെന്നും അതിന്റെ തടി ജനലായും കതകായും രൂപം മാറിയിട്ടുണ്ടെന്നും അറിഞ്ഞിരുന്നെങ്കിൽ ചങ്കുപൊട്ടി ചത്തേനെ.

ഒറ്റ

ഇരുപത്തേഴിനായിരുന്നു അച്ഛന്റെ ഒരാണ്ട്. അതിനും ഒരാഴ്ച മുമ്പേ അമ്മയുടെ കത്ത് വരേണ്ടതായിരുന്നു. അത്ഭുതപ്പെടുത്തിക്കൊണ്ട് അമ്മ എഴുതിയതേയില്ല. അമ്മ ഓർമ്മപ്പെടുത്തിയിട്ടുവേണ്ട മക്കൾക്ക് അച്ഛനെ ഓർക്കാൻ. എന്നിട്ടും അച്ഛനെ ഓർക്കാൻ മറ്റാരുമില്ലാത്തതുപോലെ അമ്മ ഓർമ്മിപ്പിച്ചുകൊണ്ടിരുന്നു. "അച്ഛനെ എഴുന്നേല്പിക്കാനും താങ്ങിപ്പിടിക്കാനുമൊന്നും എനിക്കൊറ്റയ്ക്ക് കഴിയാതായി. മേല് തുടയ്ക്കണ്ടേ? വൃത്തിയായി കിടത്തണ്ടേ? എങ്ങനെ നടന്ന മനുഷ്യനായിരുന്നു."

അച്ഛനെ ഞങ്ങൾക്ക് മുമ്പിൽ ഇങ്ങനെയൊക്കെ ഓർമ്മിപ്പിച്ചുകൊണ്ടിരുന്നതെന്തിനാണ് അമ്മ? അച്ഛൻ അമ്മയുടേതു മാത്രമാണോ? ഞങ്ങളുടേത് കൂടിയല്ലേ? അത്തരം മൗനപ്രതിഷേധങ്ങൾ തിരിച്ചറിഞ്ഞിട്ടാവണം പിന്നെപ്പിന്നെ അമ്മ നിശ്ശബ്ദയായത്. അച്ഛന്റെ ഒരാണ്ട് ആരും ഓർമ്മിപ്പിക്കാതെ തന്നെ കലണ്ടറിൽ അടയാളപ്പെടുത്തി. അന്ന് ഒരിക്കലിരിക്കണം. അതിരാവിലെ എഴുന്നേറ്റ് കടപ്പുറത്ത് പോകണം. മുങ്ങി നിവരണം. ഇരുളിലേക്ക് നോക്കി അച്ഛാ, എന്റെ അച്ഛാ എന്ന് നെഞ്ച് കലങ്ങി വിളിക്കണം. ഭാര്യയും മക്കളും ഉണരുമ്പോഴേക്കും മടങ്ങിവരാം. പറയാം. ഞാനെന്റെ അച്ഛനിലേക്കൊരു യാത്ര പോയി, തികച്ചും സ്വകാര്യമായി, എന്ന്.

രാത്രി ഉറക്കം തീരെ ശരിയായില്ല. പോരാത്തതിന് തുള്ളിക്കൊരു കുടം കണക്കെയുള്ള മഴയും. പുലരാറായപ്പോഴാണ് സംഘർഷം സഹിക്കാനാവാതെ ഒരു പെഗ്ഗ് കഴിച്ചത്. ഉലഞ്ഞാടുന്ന മരങ്ങൾ നോക്കി ഒരിരുപ്പിരുന്നു. എന്താണ് ഒരച്ഛനെ അച്ഛനാക്കുന്നത്? എന്താണ് ഒരു മകനെ മകനാക്കുന്നത്? അച്ഛനുണ്ടായിരുന്നെങ്കിൽ പറയുമായിരുന്നു. ഈ പെരുമഴയത്ത് കടലിൽ പോയി മുങ്ങിക്കെടന്ന് നീയെന്നോടുള്ള സ്നേഹം

വെളിപ്പെടുത്തണ്ട. എന്നിട്ടും അന്നത്തെ ദിവസം ആകപ്പാടെ തകർന്നു പോയി. ഹൃദയഭേദകമായ ഒരു മുറിവായി അച്ഛൻ മനസ്സിൽ പെയ്യാതെ നിന്നു. പരാതിപ്പെടാതെ, ഓർമ്മപ്പെടുത്തലുകളില്ലാതെ ഒരു പെരുമഴ യ്ക്കൊപ്പം അച്ഛൻ കടന്നുപോയി.

അതിനുശേഷം ഒരാഴ്ച കഴിഞ്ഞാണ് അമ്മ എഴുതിയത്. "ഈ വരുന്ന ശനിയാഴ്ച അത്യാവശ്യമായി ഒന്നിവിടംവരെ വരിക. വേണുവിനും ശ്യാമയ്ക്കും എഴുതിയിട്ടുണ്ട്. ഊണ് ഇവിടെയാവാം. എന്ന് അമ്മ.' എവിടെനിന്നാണ് തുടങ്ങേണ്ടതെന്ന് പിടികിട്ടിയിരുന്നില്ല. അച്ഛനിലേക്കും അമ്മയിലേക്കുമുള്ള വഴികൾ കടുംകെട്ട് വീണ് കുരുങ്ങിക്കിടക്കുകയാണ്. ഒരച്ഛനിലേക്ക്, പ്രത്യേകിച്ച് മരിച്ചുപോയ ഒരച്ഛനിലേക്ക് നടന്നുപോകാ നുള്ള വഴികൾ മാത്രമേ ഒരു മകനിലുണ്ടാകാവൂ. നടന്നു കയറിയാലും നടന്നിറങ്ങിയാലും അച്ഛൻ മിണ്ടുകയില്ലല്ലോ.

പ്രസന്നമായ ഒരോർമ്മയാണ് അമ്മ. മൂന്നു മക്കൾക്കൊപ്പം ആർത്തു വിളിച്ചാണ് ജീവിതം ഘോഷിച്ചത്.

"ആരാടാന്ന് ചോദിച്ചാ എന്താടാന്ന് ചോദിക്കുന്ന രണ്ട് ആമ്പിള്ളേ രെയാ എനിക്ക് കിട്ടീത്. അമ്മ പറയുമായിരുന്നു."

വേണുവിന് പുഴമീൻ, ശ്യാമയ്ക്ക് നെയ്യ് പുരട്ടിയ ദോശ, തനിക്ക് ഇലയട എല്ലാം വെച്ചുവിളമ്പി അച്ഛനും മക്കൾക്കുമിടയിൽ ക്ഷീണമി ല്ലാതെ അമ്മ ഓടി, നെടുകെയും കുറുകെയും നീളത്തിലും. മക്കളുടെ തണലിൽ കാൽ നീട്ടിയിരുന്ന് തുളസി വെറ്റിലയുടെ ഞരമ്പ് കളഞ്ഞു. കൂരടയ്ക്ക പൊട്ടിച്ചു. അമ്മ വീട്ടുമുറ്റത്ത് ചാമ്പ പിടിപ്പിച്ചു. ജാതിമരം പിടിപ്പിച്ചു. പിന്നാമ്പുറത്ത് മൂന്നോ നാലോ കാപ്പിച്ചെടികൾ. ഉലുവ മണ ക്കുന്ന കാപ്പിയുണ്ടാക്കി. വാഴക്കുല ചുണ്ണാമ്പ് പുരട്ടി വെയിലത്ത് വച്ചു. റോസമ്മയോട് പുഴമീൻ വാങ്ങിച്ചു. അക്കരയിൽ നിന്നുവരുന്ന പെമ്പി ളയോട് തുളസി വെറ്റില വാങ്ങിച്ചു. പശക്കൊട്ടയ്ക്ക പതപ്പിച്ച് പുതപ്പു കളും വേഷ്ടികളും കഴുകിയുണക്കി. അങ്ങനെയങ്ങനെ വീടിന്റെ സ്വാദു കളും ശീലങ്ങളും ചിട്ടവട്ടങ്ങളുമുണ്ടാക്കി നിറച്ച് അമ്മ വീടിനെ ഒരു വീടാക്കി. അങ്ങനെയുള്ള അമ്മയുടെ മുണ്ടിൻതലപ്പത്തേക്ക് ഓടി വരേ ണ്ടതായിരുന്നു. ഏത് പാതിരായ്ക്കും, ഒരു കാന്താരി ഉടച്ച്, പുളി പിഴിഞ്ഞ് അമ്മയുടെ കൈകൊണ്ടുണ്ടാക്കുന്ന ഒരു ചമ്മന്തിയുടെ സ്നേഹത്തിൽ ഒരുരുള ചോറുണ്ട്, അമ്മയ്ക്കൊപ്പം വീണുപോയ അച്ഛന്റെ കാല്ക്കലി രുന്ന്, എന്റെ അച്ഛാ എന്ന് നിലമറന്ന് വിളിക്കാത്ത മകൻ എങ്ങനെ മക നാവും?

നിറം പഴകിയ വീടിന്റെ വരാന്തയിലേക്ക് കയറുമ്പോൾ അമ്മ ഓടി വരണമെന്ന് ആശിച്ചു. വന്നത് പക്ഷേ, ശ്യാമയുടെ മകളാണ്.

"ഏട്ടനാ വൈകീത്."

പിന്നാലെ വന്ന ശ്യാമ പറഞ്ഞു.

"അമ്മേടെ കത്ത് കിട്ടീതും പിള്ളേരേം കൂട്ടി ഞാനിങ്ങു പോന്നു."

"തനിച്ചോ?"

"എന്റമ്മേടടുത്ത് വരുന്നതിന് എനിക്കന്തിനാ കൂട്ട്? ജനറൽ കമ്പാർട്ടു മെന്റിൽനിന്നും ഇരുന്നും കെടന്നും."

സത്യം. ഒരമ്മയുടെ വിളിക്ക് ആ ആഴമുണ്ട്. ആയമുണ്ട്. വേണുവും തെക്കേമുറിയിൽ നിന്ന് എഴുന്നേറ്റു വന്നു. അവൻ തടി വച്ചിട്ടുണ്ട്. ബുൾഗാനിൽ അവിടവിടെ നര.

"അമ്മ?"

മടിയോടെ ചോദിച്ചു.

"അടുക്കളേൽ സദ്യയുണ്ടാക്കുന്ന തിരക്കിലാ. ചൊവന്ന ചോറ്, പുളി ങ്കറി, പൊഴമീൻ. എനിക്കറീല്യാ." ശ്യാമ പറഞ്ഞു.

അമ്മയെ എനിക്കൊന്നു കാണണം എന്ന് പറയാൻ മടി തോന്നി. ഒച്ച കേട്ടിട്ടാവണം അമ്മ ഇറങ്ങിവന്നു. കണ്ണുകൾ നിറയുമെന്ന് ഭയന്നു. "അമ്മേ.." അമ്മ കൂടുതൽ നരച്ചു. പണ്ടത്തെ ഓടി നടപ്പില്ല. ചിരിയും. ഒരുപക്ഷേ, പഴയ അടുപ്പവും. അതൊരു നീറ്റലുണ്ടാക്കി.

"ആ, പുഷ്പാ, നീ നരച്ചോടാ. വരുന്ന കുംഭത്തീ വയസ്സ് നാല്പ ത്തിരണ്ടാ."

"കുട്ടികള് വന്നില്ലേ? റീനയോ?"

"അടുത്ത വരവിനാട്ടെ. ഇതിപ്പോ, ധൃതി പിടിച്ചുള്ള വരവല്ലേ?"

"നെനക്കിപ്പോ കുടിക്കാനെന്താ? ചായ്യോ കാപ്പ്യോ?"

"ഒന്നും വേണ്ട."

"എന്നാ കുളിച്ചോ. ഊണായി."

ഊണിനുശേഷം അരമതിലിലിരുന്ന് മുറുക്കാൻ പെട്ടകത്തിൽ പര തുമ്പോൾ അമ്മ ചോദിച്ചു.

"നിങ്ങളെ എല്ലാരോം ഞാനെന്തിനാ വിളിച്ചുവരുത്തിയതെന്ന് ഓർക്കാണോ നിങ്ങള്? കാര്യമൊണ്ട്. ഇങ്ങനെ തനിച്ച് നീന്തീം തുടിച്ചും നിക്ക് വയ്യ. ഒറ്റയ്ക്ക് കഴിയുന്നതും ഒരേനക്കേടാ. ഞാൻ ഗൗരിക്കൊപ്പം പോവാ. നിങ്ങളെല്ലാരും കൂടി എടുത്തോ ഈ വീടും പറമ്പും."

"അമ്മ എവിടെ പോകുന്നു." ശ്യാമ എഴുന്നേറ്റു. "എവിടേക്ക്? അമ്മ എവിടേം പോണില്ല. പോവാൻ ഞാൻ സമ്മതിക്കില്ല."

അമ്മ ചിരിച്ചു.

"എനിക്കാരടേം സമ്മതം വേണ്ട. ഞാൻ പോവന്നെ ചെയ്യും. പിന്നെ, എനിക്കാകെക്കൂടി അറിയാവുന്ന പണി ഇദന്യാ. മോരുണ്ടാക്കുക. അച്ചാ റുണ്ടാക്കുക. മീൻകറി ഉണ്ടാക്കുക. എനിക്ക് ജീവിക്കാൻ അത് ധാരാളാ. ഗൗര്യേ."

അടുക്കളയിൽ അമ്മയെ സഹായിച്ച പെൺകുട്ടി ഇറങ്ങിവന്നു.

"ചായ വെച്ചോ. ഇസ്റ്റലിചെമ്പേ എലയട വെച്ചിട്ടൊണ്ട്. എടുത്തോ. വേണ്വേ അവടെ പൊഴമീൻ കിട്ട്വോടാ?"

അവൻ കണ്ണുനീർ വിഴുങ്ങി. ചിലപ്പോൾ മനസ്സ് തല തല്ലി പറയു ന്നുണ്ടാവും: അമ്മേ, എന്നെ ഇങ്ങനെ ഓർക്കരുതേ.

നടുമുറിയിലെ കട്ടിലിനു താഴെനിന്ന് അമ്മ പെട്ടി നീക്കിവച്ചു. അമ്മ

യുടെ മെലിഞ്ഞ കൈത്തണ്ടയിൽ കറുപ്പ് വീണിട്ടുണ്ട്. പെട്ടി തുറന്നപ്പോൾ കൈതപ്പൂവിന്റെ മണം പരന്നു. മുണ്ടുകൾക്കും നേര്യതുകൾക്കുമിടയിൽ നിന്ന് അമ്മ ചുവന്ന പട്ടുകൊണ്ട് വാ മൂടിയ ഒരു കലശമെടുത്ത് ചെറിയ വട്ടമേശപ്പുറത്തു വച്ചു.

"നിധി കാക്കുന്ന ഭൂതത്തെപ്പോലെ ഇതും കൊണ്ടുള്ള ഇരുപ്പ് ഇന്നത്തോടെ തീർന്നു. ഇത് ആ ആറ്റിലൊഴുക്കിയേക്കണം. ഇത്രയൊക്കെ ള്ളൂ." അമ്മ അകമുറിയിലേക്ക് വേഷം മാറാനായി പോയി. അമ്മ. ശ്യാമ വിതുമ്പി. "എന്റമ്മേ."

ഇറങ്ങിവരുമ്പോൾ അമ്മ ശ്യാമയോട് ചോദിച്ചു. "നിന്റെ ആരാടീ ചത്തെ?"

"അമ്മേ." ശ്യാമ അമ്മയുടെ നെഞ്ചത്തേക്ക് വീണു. "അമ്മയില്ലാത്തവീട് ഞങ്ങക്കെങ്ങനാമ്മേ വീടാവ്വാ?"

"അമ്മ ഇവിടെ വേണം."

അമ്മ പിന്നീടൊന്നും മിണ്ടിയില്ല. ശ്യാമയുടെ തേങ്ങലടങ്ങി നിശ്ശബ്ദമായപ്പോൾ അമ്മ പെട്ടി ഗൗരിയെ ഏല്പിച്ചു. അവൾക്ക് പിന്നാലെ പടിയിറങ്ങിപ്പോയി; ഒരിക്കൽപ്പോലും തിരിഞ്ഞുനോക്കാതെ.

പുനർവസു

നകുല സഹദേവന്മാർ, അശ്വിനിദേവകളുടെ മക്കൾ. മൂക്കിലൂടെ പിറന്നതിനാൽ അശ്വിനിദേവന്മാർ നാസത്യരാകുന്നു.

ഇത് നകുലസഹദേവന്മാരുടെ ജന്മരേഖ, സൂര്യക്ഷേത്രത്തിൽ ജെമിനി എന്ന സംജ്ഞയിലും ചന്ദ്രക്ഷേത്രത്തിൽ മൈഥുനയിലെ പുനർവാസു മുക്കാലിലുമായിരുന്നു, നകുലസഹദേവന്മാരുടെ അക്ഷാംശരേഖാംശചിഹ്നങ്ങൾ. ദ്വിത്വം, ദ്വന്ദ്വം എന്ന് അവസ്ഥയുടെ അതിരുകളും അതിരില്ലായ്മയും നകുലസഹദേവന്മാരെ പരന്നൊഴുകാനാണ് വിധിച്ചത്. തികഞ്ഞ ഖരാവസ്ഥ ഇരുവർക്കും അപ്രാപ്യമായിരുന്നു. നകുലന്റെ ഡയറിയിൽ ഖരാവസ്ഥയിൽ പ്രണയം കൊടുംപാപമാകുന്നു. എന്ന ആപ്തവാക്യം നീന ഇവിടെ കണ്ടെത്തുന്നു.

ചരിത്രവിദ്യാർത്ഥിനിയായതുകൊണ്ടാവാം. എന്തിന്റെയും ഏതിന്റെയും വേരുവരെ ചികയുന്ന വൃത്തികെട്ട സ്വഭാവം നീനയ്ക്കുണ്ടായിരുന്നു. അതുകൊണ്ടാവണം അവൾക്ക് ഇരുപത്തഞ്ചാം വയസ്സിൽ ചാരിത്ര്യം നഷ്ടപ്പെടുത്തേണ്ടിവന്നത്. തുടർന്ന് അവൾ കണ്ടെത്തിയ പ്രണയവും തകരുകയാണുണ്ടായത്. അല്ലെങ്കിൽ, വിപ്ലവം പോലെതന്നെ പ്രണയവും കാര്യങ്ങൾ മറ്റൊരു രീതിയിൽ പറയുന്നുവെന്നല്ലാതെ മറ്റെന്താണ്?

പക്ഷേ, നകുലസഹദേവന്മാർക്കിടയിൽ ചെന്നുപെടുന്നതോടെ നീന രണ്ടായി പകുക്കപ്പെടുകയാണ്. അഥവാ ഭാരതീയർക്ക് ഏറെ പരിചിതമായഭാഷയിൽ, വിഭജിക്കപ്പെടുകയാണ്. സഹദേവന്റെ ഇരട്ട സഹോദരൻ നകുലനെ നീന ഒരിക്കലും കണ്ടിരുന്നില്ല. ഇരുവരും ചേർന്നുള്ള പാർശ്വവീക്ഷണത്തിലുള്ള ഒരു ഫോട്ടോഗ്രാഫ് സഹദേവൻ നീനയ്ക്ക് കാട്ടിക്കൊടുത്തതൊഴിച്ചാൽ നകുലനെ സംബന്ധിക്കുന്ന മറ്റെല്ലായിടവും ശൂന്യതയായിരുന്നു.

സഹദേവൻ കാഴ്ചയിൽ അല്പം ഇരുണ്ടവനാണ്. ഇരുണ്ടവരെ ശരീരഭാഷയിലൂടെ മാത്രമേ നീനയ്ക്ക് തിരിച്ചറിയാൻ കഴിഞ്ഞിരുന്നുള്ളൂ. കായികവിനോദങ്ങളിൽ വല്ലാതെ ലീനയായ ഒരു പെൺകുട്ടിയായിരുന്നല്ലോ നീന. പ്രത്യേകിച്ച് അത്‌ലറ്റിക് ഇനങ്ങളിൽ. ചുള്ളിക്കാടിന്റെ 'സഹശയന'ത്തിലെ അന്നയുടെ ഐ വാണ്ട് യുവർ വൈൽഡ് സബ്സ്റ്റൻസ് ഉരുവിട്ടുകൊണ്ടാണവൾ സഹദേവനെ ആദ്യം ഉമ്മവച്ചത്. പക്ഷേ, സംസാരിക്കുന്ന സ്ത്രീകളെ സഹദേവന് സഹിക്കാൻ കഴിയുമായിരുന്നില്ല. പ്രത്യേകിച്ച് രതിവേളകളിൽ. അതുകൊണ്ടയാൾക്ക് അവളുടെ വായ് ഒരു കൈകൊണ്ടു മൂടി രതി അനുഷ്ഠിക്കേണ്ടിവന്നു. പക്ഷേ, സഹദേവനെ തൊടാൻ നീനയ്ക്ക് അന്നയായി മാറേണ്ടിവരുന്നതിലെ മാനസിക പശ്ചാത്തലം ഗൗരവമേറിയതാണ്. പല വേഷപ്പകർച്ചകളിലൂടെയുമേ അവൾക്ക് പ്രണയത്തെയും പുരുഷനെയും സമീപിക്കാനാവുന്നുള്ളൂവെന്നതാണ് വിഷയം. പലതും കടമെടുത്തുകൊണ്ടും പലതും വൈദേശികമായി ഉൾക്കൊണ്ടുകൊണ്ടും മാത്രമേ സഹദേവനൊപ്പം സഹശയിക്കാൻ നീനയ്ക്കായിട്ടുള്ളൂ. പൊയ്ക്കാലുകളുടെ ഭാരം എപ്പോഴെങ്കിലും അവൾ തിരിച്ചറിയുമോ? അഥവാ, സ്വയം തിരിച്ചറിയാതിരിക്കാനാണല്ലോ സാക്ഷാൽ പൊയ്ക്കാലുകൾ. വേഷം മാറലുകൾ. മറ്റു സ്ഥിരം തരികിടകളും.

എന്നാൽ സഹദേവന്റെ കനം തൂങ്ങുന്ന ഭാവം നീനയ്ക്ക് സഹിക്കാനാവുമായിരുന്നോ? ഏറെയും നിശ്ശബ്ദതയാണല്ലോ സഹദേവൻ. കൂടുതൽ ഇരുണ്ട ഷെയ്ഡുകളിലേ സഹദേവനെ സ്കെച്ച് ചെയ്യാനാവൂ എന്ന് നീന തന്നെ വനിതാവേദിയിലെ ഒരഭിമുഖത്തിൽ അഭിപ്രായപ്പെട്ടിട്ടുണ്ട്. ഒരുതരം ഭാരം നിറഞ്ഞ ഷെയ്ഡ്.

പക്ഷേ, നകുലന് കുറേക്കൂടി സുതാര്യമായ ഒരു കാഴ്ചയാവാൻ കഴിഞ്ഞിരുന്നു.

നീനയുടെ തീസിസിൽ ഒരിടത്തിങ്ങനെ കാണാം. സഹദേവൻ അച്ഛനെപ്പോലെ നിറം കുറഞ്ഞവനായിരുന്നു. നീണ്ടു മെഴുക്കു പിടിച്ച ഒരാവരണം പോലെ അയാളുടെ മുഖത്തെ എനിക്ക് വെറുക്കേണ്ടിവരുന്നു. അയാളുടെ പല്ലുകൾക്ക് തേയ്മാനമുണ്ട്. ഒരുപാട് ഭക്ഷിച്ചു മടുത്ത പോലെ. ഡ്രാക്കുളയുടെ വായ്നാറ്റമാണയാൾക്ക്. ചീഞ്ഞ ചോരയുടെ മണം.

സഹദേവനിലൂടെ യാത്രചെയ്ത് നീന നകുലനിൽ നങ്കൂരമിടുകയാണ്. വാർഘും ഒരുപാട് വെള്ളിവെളിച്ചങ്ങളുമല്ല അവൾ നകുലനിൽ പ്രതീക്ഷിക്കുന്നത്. മറിച്ച് ഒരു കൈ ഇരുണ്ട ജലം. മുജ്ജന്മങ്ങൾ തെളിയുന്ന കറുത്ത ജലം.

നീന എഴുതുന്നു: സഹദേവനെപ്പോലെത്തന്നെ നകുലനും കാമത്തിൽ നാണംകുണുങ്ങിയായിരുന്നു. എന്റെ പുന്നാര പുനർവസുക്കൾ.

കൂടുവിട്ടു കൂടുമാറലായിരുന്നല്ലോ നീനയ്ക്ക് കാമം. നകുലന്റെ കാമത്തിനൊപ്പം നില്ക്കാൻ അവൾ ഓക്സ്ഫോർഡ് ആക്സന്റിൽ ഉരുവിട്ട ചില ഇംഗ്ലീഷ് വരികൾ തടഞ്ഞുകൊണ്ട് നകുലൻ തനി മലയാളത്തിൽ

മൂന്നാലു വരി പാടി. നീന നടുങ്ങി. കാരണം, അതയാളുടെ വിവാഹ പൂർവ്വ രതിയുടെ കോറസാണെന്ന് അവൾക്കറിയാമല്ലോ. രതിയിലുടനീളം പിരിമുറുക്കം നിലനിർത്താൻ അയാൾക്ക് കവിയരങ്ങിലെപ്പോലെ അല റിയലറിപ്പാടേണ്ടിവന്നു. ഇപ്പോൾ നിന്നിൽ എന്തു നിറങ്ങളുണ്ടായി എന്ന് നകുലനും അവളോട് ചോദിച്ചില്ല. മാത്രമല്ല, രതിക്കുശേഷം അയാൾ വളരെ വേഗം പൂർവ്വബന്ധത്തിന്റെ വേദനകളിലേക്ക് മടങ്ങിപ്പോയി. അപ്പോഴും ഒരനുഷ്ഠാനം പോലെ ഇടതുകൈകൊണ്ടവളെ നെഞ്ചോടു ചേർത്തുപിടിച്ചിരുന്നു.

അങ്ങനെ നകുലനും സഹദേവനുമിടയിലകപ്പെട്ടുപോയ നീന പകു ക്കപ്പെട്ടു, വിഭജിക്കപ്പെട്ടു. സത്യത്തിൽ അവരിരുവരും നീനയെ പകുക്കു കയോ വിഭജിക്കുകയോ ചെയ്തില്ല. മറിച്ച്, ഊഴമിടുക മാത്രം. അവ ളാണ് സ്വയം പകുത്തത്. വിഭജിച്ചത്. ഇരുകരകളായി മാത്രം നിലനിന്നി രുന്ന നകുലനും സഹദേവനും. നീനയുടെ പുന്നാര പുനർവസുക്കൾ. സഹദേവന്റെ മനസ്സിൽ ഇരുണ്ട ഒരാകാശവും ഫോർമലിൻ മണക്കുന്ന ശവശരീരങ്ങളും ഉരഗങ്ങളുടെ ശ്വാസവേഗവുമേ ഉണ്ടായിരുന്നുള്ളൂ. വെള്ളി പ്പാമ്പിനെപ്പോലെ ഇടയ്ക്ക് അലട്ടിയ തെല്ല് കാമം.സഹദേവൻ എഴു തുന്നു:

ചന്ദ്രക്ഷേത്രമാണ് ചതി. നമ്മുടെ പ്രകൃതങ്ങളെയും നേരിടലുക ളെയും തുറന്നിടുന്നു.

പക്ഷേ, നകുലൻ അതായിരുന്നില്ല. ഇടയ്ക്കെപ്പോഴൊക്കെയോ ഊത നിറമുള്ള പ്രണയം അയാളുടെ കൃഷ്ണമണികളിൽ തെളിയുന്നത് നീന കണ്ടിരുന്നു.

“കടന്നു പൊയ്ക്കൊണ്ടിരിക്കുമ്പോഴും
പിന്തിരിഞ്ഞു നോക്കാൻ പ്രേരിപ്പിക്കുന്ന
ഇരുണ്ട വേദനയാണ്
പ്രണയം.”

അവൾ നകുലനെ നോക്കി മന്ദഹസിച്ചു

“പിന്നെ?”

അയാൾ പ്രോത്സാഹിപ്പിച്ചു

“പിന്നെ എന്തൊക്കെയാണ് പ്രണയം?”

“നിലാവിന്റെ, മരങ്ങളുടെ പ്രതിവിധിയില്ലാത്ത വേദനയുടെ, വെള്ള പ്പൊക്കത്തിന്റെ,”

നീന പൊട്ടിക്കരഞ്ഞു. നകുലൻ അവളുടെ താടിക്ക് പിടിച്ചുയർത്തി. നകുലന്റെ കൃഷ്ണമണികളിൽ ഊതനിറത്തിലായിരുന്നു അപ്പോൾ കാഴ്ചകളും ചിന്തകളും അടിവരകളും വരെ.

അവൾ ശയ്യാഗൃഹം വിട്ടു.

നകുലൻ എഴുതുന്നു: ഖരാവസ്ഥയിൽ പ്രണയം കൊടുംപാപമാ കുന്നു.

കുതിരരൂപം ധരിച്ച സംജ്ഞയിൽ സൂര്യപുത്രന്മാരായി ഇരട്ട പിറന്ന

അശ്വിനിദേവകളെക്കുറിച്ചാണ് നീന ചിന്തിച്ചുകൊണ്ടിരുന്നത്. രൂപം മാറിയും ഭാഷയില്ലാതെയും സ്ത്രീ. സംസാരിക്കപ്പെടാത്ത, ചലനാവസ്ഥ കളില്ലാത്ത അവളുടെ കാമാവസ്ഥ.

പുകയുടെ ചുവയുള്ള ശബ്ദത്തിൽ നകുലനപ്പോൾ ഇന്റർകോണിൽ സംസാരിച്ചു.

"പ്രിയേ, ഇന്ന് ശുക്ലപക്ഷമാണ്. പുറത്തേക്കു നോക്കൂ. നറുനിലാ വിന്റെ പാലാഴി. നിശാഗന്ധിപ്പൂവിന്റെ കാമഗന്ധം."

"ഇനിയും സംസാരിക്കൂ. ഇനിയും. ഇനിയും." നീന വിറച്ചു. "എന്റെ സംസാരശേഷി നഷ്ടപ്പെടുകയാണ് നകുലൻ."

ഡെഫ്കോബർത്ത

കടൽ ഒരു ഓർമ്മയാണ്. വീശിത്തളർന്ന കാറ്റിനൊടുവിൽ പാറകളിൽ തട്ടിയുടഞ്ഞ ഒരുപിടി ഗദ്ഗദം. ജീവിതത്തോളം നീളുന്ന ഒരു വേദന. ആ കടൽരേഖ കുടുങ്ങിക്കിടന്ന നെഞ്ചകത്തൂടാണ് ഡെഫ്കോബർത്ത എന്ന കപ്പലോടിച്ച് ആ ചീഫ് ഓഫീസർ എത്തിയത്. ഒരു സന്ധ്യക്ക് കടലോളം പരന്ന ശൂന്യതയുമായി ഗംഗ അപ്പോൾ അവളുടെ മുറിക്കകത്തായിരുന്നു. ബിസിനസ് ഇക്കണോമിക്സിന്റെ പരന്ന വിജ്ഞാനം മേശമേലാകെ വിതറി, മാക്സ് മീഡിയനും മീഡിയൻ മാക്സും കാണാനാവാതെ കുഴങ്ങിയ ഒരു പ്രോബ്ലത്തിന് നടുവിൽ. ജീവിതം തകർന്ന, വ്യർത്ഥമായ, വിങ്ങലോടെ എന്നെ രക്ഷിക്കൂ, എന്നെ രക്ഷിക്കൂ എന്നവൾ കടൽദേവന്മാരോട് പ്രാർത്ഥിച്ചു. അവളുടെ ഒരു കുട്ടിക്കാല വിസ്മയമായിരുന്ന ഗ്രീസും ആഥൻസും കടന്ന് വെനീസ്യൻ ചിറകുകളുള്ള, ചെമ്പൻമുടിയും, നെഞ്ചിൽ ചങ്ങല കാണിക്കുമാറ് അർദ്ധനഗ്നനുമായ ഒരു രാജകുമാരൻ കടൽ കടന്ന് വരേണ്ടതുണ്ടായിരുന്നു. അവനാണല്ലോ നിരന്തരം അവളെ കടൽസ്വപ്നങ്ങളുടെ ഉപ്പിൽ മുക്കിയുണക്കിയിരുന്നത്. കടലോളം വളർന്ന കൂറ്റൻ കടൽമത്സ്യച്ചികളയ്ക്കുള്ളിൽ ഒളിഞ്ഞിരിക്കുന്ന ചോര വഴുവഴുപ്പിലാണവൾ അവന്റെ കൊടി മുദ്രണം ചെയ്തിട്ടുള്ളത്. ഓ, രാജകുമാരാ, താങ്കൾക്ക് സ്വാഗതം.

പതിനാറാം വയസ്സിൽ കപ്പലിൽ കയറിയ രാജകുമാരന് പ്രണയത്തിന്റെ ഭാഷ വശമുണ്ടായിരുന്നില്ല. തെരുതെരെ മെയിലയക്കാനും കടുകിട ഇളവില്ലാത്ത ഇംഗ്ലീഷ് പറയാനും മാത്രമറിയുന്ന ഒരു ജെന്റിൽമാൻ.

"നല്ല കുട്ടികളെ പെറാനുള്ള ഭാഗ്യമുണ്ട് നിനക്ക്," കൂട്ടുകാരികൾ പറഞ്ഞു. "ഇംഗ്ലീഷിൽ തെന്നുന്ന കുട്ടികൾ."

അഹമ്മദ് സെൽഫോണിലൂടെ അവളുടെ ചെവിയിൽ പറഞ്ഞു.

"ഡെഫ്കോബർത്ത എന്ന കപ്പൽ വെള്ളക്കൊടിയും പാറിച്ച് വിജയശ്രീലാളിതയായി, നേർത്ത ഇരുൾ പരന്ന കരയണയുമ്പോൾ അതിനുള്ളിൽ നിന്ന് നീലകൃഷ്ണമണികളുള്ള ഒരു യുവാവ് പുറത്തേക്കിറങ്ങും. ഉപ്പുപരലുകൾ വിതറി വിണ്ടുകീറിയ മുഖമുയർത്തി അയാൾ ആകാശം നോക്കും. പിന്നെ ആകാശത്ത് കടലോളം ആഴമുള്ള ഉമ്മകൾ വാരി വിതറും."

അവൾ പൂരിപ്പിച്ചു: എപ്പോഴും വെള്ളത്തിൽ കഴിയുന്ന അയാളുടെ തൊലി കുതിർന്ന് ഇളകിപ്പോകുന്നുണ്ടാവും. അയാളുടെ ഉമ്മകൾക്ക് സമുദ്രത്തിന്റെ ഗന്ധമുണ്ടാവും. അയാളുടെ നെഞ്ചിൽ കടൽമത്സ്യങ്ങൾ പിണഞ്ഞുവളരും. കണ്ണുകൾക്കുള്ളിൽ ഇരുണ്ട പായൽമുടികളും വെള്ളത്തിലൊഴുകുന്ന ശവങ്ങളുടെ അടരുകളും പറ്റിപ്പിടിച്ചിരിക്കും.

തന്റെ ഉള്ളിൽ തിക്കിമുട്ടിയ നാറ്റം പിടിച്ച കടലിനെ അപ്പാടെ ഗംഗ ഊക്കിൽ ഛർദ്ദിച്ചു. ഇപ്പോൾ അമ്മ ഓടിവരണമെന്നും അവൾക്ക് ഗർഭമാണെന്ന് ശങ്കിച്ച് നെഞ്ചത്തടിച്ച് ആളെ കൂട്ടണമെന്നും അവൾ ആഗ്രഹിച്ചു. എനിക്ക് ഗർഭമാണ്. എനിക്ക് ഗർഭമാണ്.

പക്ഷേ, ആരും വന്നില്ല. എല്ലാവരും ഗംഗയെ വിവാഹത്തോടൊപ്പം ക്രൂരമായി ഉപേക്ഷിച്ചിരുന്നു.

ഗംഗ വൈരാഗ്യത്തോടെ ഷെൽഫിൽനിന്ന്, *ദി ലാസ്റ്റ് സൈ* എന്ന പുസ്തകം വലിച്ചെടുത്ത് ആരോടും യാത്രപറയാൻ നില്ക്കാതെ പുറപ്പെട്ടു. അഹമ്മദിന്റെ സ്പളെൻഡറിൽ, അവന്റെ മുതുകത്ത് തന്റെ ഹൃദയം ചേർത്തു വെച്ച്, മഞ്ഞപ്പൂക്കൾ ഇടതടവില്ലാതെ പൊഴിഞ്ഞ ഒരു പകൽദൂരത്തോളം, ഇടയ്ക്കിടെ കരഞ്ഞ്, ഒരു കടൽ തേടി. പതിവുപോലെ തകരാൻ നില്ക്കുന്ന കൈവരിയിൽ ചാരിയിരിക്കുമ്പോൾ അവൾ പറഞ്ഞു.

"എനിക്ക് നിന്റെ കുട്ടിയെ വേണം."

അഹമ്മദ് അവളുടെ വിരലുകൾ തഴുകി കുനിഞ്ഞിരുന്നു. രാവിലെ കഴിച്ച ജീരക ഒറോട്ടിയുടെ ഗന്ധം അവന്റെ ചുണ്ടത്തു നിന്ന് ഒപ്പിയെടുക്കാൻ ഗംഗ ആവേഗം കൊണ്ടു.

"എനിക്ക് നിന്റെ നൂറു കുട്ടികളെ വേണം."

അഹമ്മദ് അവളെ ശ്വാസം മുട്ടുംവിധം നെഞ്ചോടു ചേർത്തുപിടിച്ചു.

"നമുക്ക് എവിടേക്കെങ്കിലും പോകാം."

അവൻ ആദ്യമായി അവളുടെ ചുണ്ടോളം ചെന്നു മടങ്ങി. പിന്നെ അലറിക്കുതിക്കുന്ന കടൽക്കാറ്റിനൊപ്പം അവളെ തീരത്തുപേക്ഷിച്ച് അവൻ നടുക്കുംവിധം സ്കൂട്ടർ പറത്തിപ്പോയി.

ഗംഗ അലറി.

"എനിക്കീ കന്യകാത്വം വേണ്ട."

ആ സന്ധ്യക്ക് ഗംഗ ഡെഫ്കോ ബർത്തയിലേക്ക് ആദ്യത്തെ മെയിലയച്ചു.

"എനിക്ക് നൂറു കുട്ടികളെ വേണം."

വാത്സല്യം ചുരന്ന ചീഫ് ഓഫീസർ ഡക്കിലേക്ക് കടന്നുചെന്നു. കടൽ നോക്കി നില്ക്കുമ്പോൾ ഷെല്ലിയെ അല്ലാതെ ആരെ ഓർക്കാൻ?

"ഞാൻ കന്യകയാണ്." ഗംഗ രണ്ടാമത്തെ മെയിലയച്ചു. "സോറി. കന്യകയായി തുടരുന്നു."

ചീഫ് ഓഫീസർ വലിയ കണ്ണുകളും ചെറിയ ചുണ്ടുകളുമുള്ള ഒരു മത്സ്യത്തിന്റെ നിഷ്കളങ്ക മുഖമോർത്തു. ചെറിയ വാ തുറന്ന്, കുമിളകൾ ഇളക്കി, കടൽപ്പരപ്പിന്റെ കൊടുംവെയിലിലേക്ക് വെള്ളിത്തിളക്കം പോലെ ഉയർന്നു വരുന്ന മത്സ്യം.

"എന്റെ മീൻപെണ്ണേ," അയാൾ വിളിച്ചു.

ആദ്യരാവിന്റെ ഒരിടവേളയിൽ അവൾ പറഞ്ഞു.

"നമ്മുടെ കുട്ടികൾക്ക് നീലക്കണ്ണുകൾ പാടില്ല. നീലമുടി പാടില്ല. നീല ഞരമ്പുകൾ തെളിയുന്ന ഊരുക്കൾ പാടില്ല. ഞാൻ നീലയെ വെറുക്കുന്നു. കടൽ വെറുക്കുന്നു."

സമുദ്രസഞ്ചാരിയുടെ മാപ്പു പോലെ കെട്ടുപിണഞ്ഞ അയാളുടെ കൈരേഖകളിൽനിന്നും ഞരമ്പുകളിൽനിന്നും അവൾ ഞെട്ടലോടെ കണ്ണുകൾ പിൻവലിച്ചു. സമുദ്രത്തിന്റെ രഹസ്യങ്ങൾ. ചീഫ് ഓഫീസറുടെ നെറ്റിത്തടം നിറയെ ജലയാത്രകളുടെ ചതുര ഖണ്ഡങ്ങൾ ചിതറി നിറഞ്ഞിരുന്നു. ആഴത്തിന്റെ രഹസ്യങ്ങൾ നിറഞ്ഞ മുഖം. നീലഷേഡുകളുള്ള കടൽ സായാഹ്നങ്ങൾ.

"പ്രത്യേകനക്ഷത്രജാതകളായ സ്ത്രീകൾക്ക് ചില രൂപലക്ഷണങ്ങളുണ്ട്." ചീഫ് ഓഫീസർ സമുദ്രത്തിന്റെ ചിലമ്പുന്ന ശബ്ദത്തിൽ സംസാരിച്ചു. "ചെറിയ മുഖം, വലിയ മുലകൾ. അരക്കെട്ടെത്തുന്ന നീളൻമുടി. കന്യ അടയാള രൂപരേഖയിലെന്നപോലെ ഒരു നിര പൂക്കൾ വലതു ചെവിയോരം ചൂടും. ഭ്രമിച്ചുകൊണ്ടിരിക്കുന്ന താടിയെല്ല്. വലിയ കണ്ണുകൾക്കു താഴെ ആകാശം ചുറ്റിത്തിരിയും. അവൾക്ക് ഡെഫ്കോബർത്തമാരെ മാത്രമേ പ്രസവിക്കാനാവൂ."

"എനിക്ക് മൂക്ക് പതുങ്ങിയ കുട്ടികൾ മതി." ഗംഗ ക്രുദ്ധയായി. "സ്വപ്നത്തിന്റെ കരകൾ തെളിയുന്ന കണ്ണുകളുള്ള കുട്ടികൾ. നാണം പുരണ്ട ചിരിയുള്ള കുട്ടികൾ. എന്റെ പ്രണയത്തിലെ കുട്ടികൾ."

"ആഴങ്ങളിലേക്ക് താഴ്ന്നുപോയ കുടത്തിലെ ഭൂതമാണ് നിന്റെ പ്രണയം."

ചീഫ് ഓഫീസർമാർ ചിരിക്കാറില്ല.

പിന്നെ, ഗംഗയ്ക്ക് തെളിഞ്ഞ നിറവും വലിയ കണ്ണുകളും കൂർത്ത താടിയുമുള്ള ഒരു പെൺകുഞ്ഞ് ജനിച്ചു. ചീഫ് ഓഫീസർ അവളെ ഡെഫ്കോബർത്ത എന്ന് വിളിച്ചു. ആഴങ്ങളിൽ നിന്ന് മുകളിലേക്കുയർന്നുവന്ന ഒരു കുടം ഗംഗ പരിഭ്രമത്തോടെ വിഴുങ്ങി. കടൽനീലത്തിൽ തെളിയുന്ന വെയിലിളക്കങ്ങൾ കാണവെ അവൾ കരുതുന്നു: എത്ര ക്രൂരമാണ് ഒരു പ്രണയം!

പ്രണയത്തിന്റെ ആരാച്ചാർ

ലോകത്ത് മറ്റെല്ലാം വരച്ചു തീർത്തതുപോലെ ഗണേശൻ ഇന്നലെ രാത്രി മുഴുവൻ ഉറങ്ങാതിരുന്ന് അയാളെത്തന്നെ വരയ്ക്കുകയായിരുന്നു. നേരം പുലർന്നപ്പോൾ അത് നീണ്ടുനീണ്ട ഒരു കഴുത്തുമാത്രമായി കാൻവാസിൽ ശേഷിച്ചു. അതിന് ചോടെ അയാൾ ബോധംകെട്ട ഒരുറക്കത്തിൽ മാണ്ടുകിടന്നു. ചിത്രം കണ്ട് ഞാനുറക്കെ നിലവിളിച്ചു. അതൊരു ഭാര്യയുടെ നിലവിളി പോലിരുന്നു.

പ്രണയിച്ചു നടന്നപ്പോൾ വിലപിടിച്ച മുത്തുകൾപോലെ കുറച്ച് വാക്കും ഒത്തിരിയൊത്തിരി മൗനനൂലുകളും ഇഴയിണക്കി ഞങ്ങൾ പരസ്പരം പറയാതെയും പറഞ്ഞും പ്രണയത്തിൽ ഒളിച്ചു കളിച്ചു. നിറങ്ങൾ ചരിഞ്ഞു വീണ നിശ്ശബ്ദതകളെ രാവ് മുഴുവൻ ഉണർന്നിരുന്ന് പൊലിപ്പിച്ചു. അക്കരെയും ഇക്കരെയും കടത്താതെ പ്രണയം ഞങ്ങൾക്കിടയിൽ ഒരു പാലംപോലെ നിന്നു. മതിവരാത്ത പ്രണയം ആകാശത്ത് പൂത്തപ്പോൾ മുറ്റത്ത് അസംഖ്യം ചെറുമഞ്ഞപ്പൂക്കളുടെ കമ്മൽച്ചെടികൾ നനയ്ക്കുകയും ആ നനഞ്ഞ തറയിൽ അവയ്ക്കൊപ്പം ഞാൻ കിടക്കുകയും ഞങ്ങളൊരുമിച്ച് ഇറുങ്ങെ പൂത്താടുകയും ചെയ്തു. ഗണേശന്റെ ചില നരച്ച മുടിയിഴകളെ വല്ലാതെ ഓർത്തുവച്ച് മതിവരാത്ത ഭ്രമം പോലെ രാവ് വെളുക്കുംവരെ, വിരൽ നോവുംവരെ, ഞാനതിൽ പ്രണയം കൊരുത്തു. പ്രണയം മൂത്തു നിന്ന ഏതെങ്കിലും ഒരു ഘട്ടത്തിൽ എനിക്ക് ആത്മഹത്യ ചെയ്യാമായിരുന്നു. അങ്ങനെയായിരുന്നു എനിക്ക് പ്രണയത്തിന്റെ നിത്യസ്മാരകമാകാൻ കഴിയുമായിരുന്നത്. എന്റെ കറുത്ത സ്മരണയ്ക്കു മുകളിൽ വെളുത്ത മഴ പെയ്യുകയും ചുവന്ന പൂക്കൾ പൊട്ടിവിടരുകയും ചെയ്യുമായിരന്നു. ഇപ്പോൾ ചെളിവെള്ളം കെട്ടിക്കിടക്കുന്ന ഒരു വാടകവീടിന്റെ ചുവരുകളിൽ എത്ര നിറങ്ങൾ ചാലിച്ചിട്ടും സ്വപ്നം പോലെയാവാത്ത ജീവിതം എന്നെ വിഷാദരോഗിയാക്കുന്നു. പ്രണയം വിധിച്ച ഈ തടവിൽനിന്ന് ഏത് ആരാച്ചാർ എന്നെ രക്ഷിക്കും?

കുരുക്ക്

ഈ വീട്ടിൽ സാരിയുടുക്കുന്നത് അമ്മ മാത്രമാണ്. മേദിനി ജീൻസും സ്വാതിയെന്ന ഞാൻ ചുരിദാറുമാണ് ധരിക്കുക. അഞ്ചരമുഴം നീളമുള്ള ഈ സാധനം അറബിക്കടലിൽ എറിയണമെന്ന് മേദിനി ചിലപ്പോഴൊക്കെ സൈദ്ധാന്തികശാഠ്യം പിടിക്കാറുണ്ട്. ഇതൊന്നും ശ്രദ്ധിക്കാതെ അമ്മ വിലകുറഞ്ഞ, ഇളം നിറത്തിലുള്ള, നേരിയ കരകളോടു കൂടിയ കോട്ടൺ സാരികൾ ഒരുപാട് വാങ്ങിക്കൂട്ടി. ഒരു തെരഞ്ഞെടുപ്പിന് ഞങ്ങളെ ഇരുവരെയും കൂട്ടുകയോ കാത്തുനില്ക്കുകയോ അമ്മയ്ക്ക് പതിവില്ല. ഓരോ ദിവസവും ഓരോ നിറത്തിൽ അമ്മ സ്വയം രൂപകല്പന ചെയ്തു. ഇളം നീലം, ഇളം പച്ച, ഇളം മഞ്ഞ, കരയാമ്പു നിറം. തിങ്കൾ, ചൊവ്വ, ബുധൻ, വ്യാഴം.... മേദിനിയും സ്വാതിയെന്ന ഞാനും രാവിലെ കണ്ണുംതിരുമ്മി വരുമ്പോഴേക്കും അമ്മ തലേന്നാളത്തെ നിറം സ്റ്റാർച്ച് ചെയ്ത് മുറ്റത്തെ അയയിൽ വിരിച്ചിരിക്കും. അതായിരുന്നു എന്റെ ചിന്താക്കുഴവും. അമ്മ ഇളം നീലത്തിലാണ്. പക്ഷേ, പുറത്ത് ഇളം മഞ്ഞ സാരി വിരിഞ്ഞു കിടക്കുന്നു. എന്താണ് ശരിക്കും ഇന്നത്തെ ദിവസത്തിന്റെ നിറം?

സമയം കൊല്ലിയും സ്ഥലം കൊല്ലിയുമായിരുന്നു മേദിനിക്ക് സാരി. അതുകൊണ്ടവൾ അമ്മ തന്നെ തയ്യാറാക്കി വെച്ചിട്ടുള്ള ഉരുളൻ തടികളിൽ, അയയിൽ വിരിച്ചിട്ട സാരി ചുറ്റി അമ്മയുടെ കിടക്കയിലേക്കെറിയും. അല്പം ഇടം മാത്രം ചോദിച്ചുകൊണ്ട് അവളുടെ ജീൻസും ടീഷർട്ടും ക്ലിപ്പുകളിൽ ഞാന്നു കിടന്നു.

സത്യത്തിൽ, അമ്മയ്ക്കെന്താണിപ്പോൾ ഈ വീട്ടിൽ ആകെയുള്ളത്? അമ്മയുടെ കാശ് കൊടുത്ത് അമ്മ വാങ്ങിയതാണ് ഈ വീട്. അച്ഛന്റെ മരണശേഷം മേദിനിക്കും സ്വാതിയെന്ന എനിക്കുമൊപ്പം ഈ വീട്ടിലേക്ക്

വരുമ്പോൾ അമ്മയാണ് ഈ വീടിന്റെ അകവും പുറവും രൂപകല്പന ചെയ്തത്. മുറ്റത്തെ ഒട്ടുമാവ്. അതിരിലെ പേരമരം. സൂര്യകാന്തിത്തടങ്ങൾ, വെണ്ടച്ചെടികൾ, സ്വീകരണ മുറിയിലെ നിറപറയും പൂക്കുലയും വാതിൽപ്പടിയിലെ മാവിലക്കോർമ്പൽ. ഇന്നിപ്പോൾ സ്വീകരണ മുറിയും അടുക്കളയും സ്റ്റഡിറൂമും പൊതുവായി: മാറിയ രുചിഭേദങ്ങളുടെ ഒരു അധിനിവേശ ചിത്രമായി മാറിയിരിക്കുന്നു ഈ വീട്. മേദിനിയുടെ കാമുകൻ സുരേഷ് റാവു വീട്ടിലേക്ക് വരാൻ തുടങ്ങിയശേഷം അമ്മ കിടക്കമുറിയിൽത്തന്നെ ഒതുങ്ങുകയാണ്. എന്റെ ഭാവിയും അമ്മയെ സ്വാഭാവികമായും അലട്ടുന്നുമുണ്ടാവണം.

"കുട്ടികളുടെ രുചിക്കനുസരിച്ച് ഒരാളെ കണ്ടെത്തുക എളുപ്പമല്ല."

തൊട്ടടുത്ത വീട്ടിലെ രേണുകയോട് ഒരിക്കൽ അമ്മ പറഞ്ഞു.

എന്തോ, എന്റെ സങ്കല്പത്തിലെ പുരുഷനെ എനിക്ക് രൂപകല്പന ചെയ്യാനോ തേടി കണ്ടെത്താനോ കഴിഞ്ഞുമില്ല. ഒരു പുരുഷന് പകുത്ത് കൊടുക്കാൻ എന്നിലെന്താണുള്ളത്? എനിക്കുപോലും കണ്ടെത്താനാവുന്നില്ലല്ലോ. വൈമനസ്യത്തോടെ ഞാൻ അമ്മയുടെ സ്റ്റാർച്ച് ചെയ്ത നിറങ്ങൾക്കിടയിലൂടെ നടന്നിറങ്ങി, വെട്ടുവഴികൾ പിന്നിട്ടു എവിടൊക്കെയോ പകച്ചുനിന്നു, അമ്മയുടെ നടുക്കങ്ങളിലേക്ക് തന്നെ മടങ്ങിവന്നുകൊണ്ടിരുന്നു. അമ്മയുള്ള കുഞ്ഞാവുക എത്രയോ ആശ്വാസകരമാണ്! പേക്കിനാവുകൾ കാണാതെ എനിക്കുറങ്ങാൻ കഴിയുന്നത് അതുകൊണ്ടാവണം. അമ്മയുടെ അല്പാല്പം വെളുത്തു തുടങ്ങിയ മുടിയിഴകളിൽ തലോടി, കണ്ണുകൾ നിറച്ച്, ഞാനുരുവിട്ടു. അമ്മ.

മേദിനി ഗർഭിണിയാണെന്നറിഞ്ഞ ദിവസം വൈകിട്ട് ഞാൻ മടങ്ങിച്ചെല്ലുമ്പോൾ ഇളം നീല സാരിയിൽ, കരയാമ്പൂ നിറമായി അമ്മ തൂങ്ങിനിന്നു. വായല്പം തുറന്ന്, കണ്ണുകൾ അടയ്ക്കാനാവാതെ, മുഖത്തല്പം വേദന നിറച്ച്. പെണ്ണിന് ഏറ്റവും യോജിച്ച വസ്ത്രം ഏതെന്നതിൽ പിന്നീടെനിക്ക് സംശയമേ ഉണ്ടായിട്ടില്ല.

ഗുരുസി

അവൾക്ക് ചെന്തൊണ്ടിപ്പഴം പോലുള്ള ചുണ്ടുകൾ ഉണ്ടായിരുന്നില്ല. തത്തച്ചുണ്ട് പോലുള്ള മൂക്കുണ്ടായിരുന്നില്ല. കരിങ്കൂവളം തോല്ക്കുന്ന കണ്ണുകളുണ്ടായിരുന്നില്ല. എന്നിട്ടും പവന്റെ നിറമുണ്ടായി. അത് അമ്മ വഴി കിട്ടിയതാണ്. അമ്മയുടെ കഴുത്തിൽ കുഴവെച്ച കുതിരപ്പവനുണ്ട്. സിംഗപ്പൂരിലെ അമ്മാവൻ കൊടുത്തത്. അപ്പോൾ അമ്മ വാതിലിൽ തട്ടി.

"വച്ചലേ നീ പുറപ്പെടുന്നില്ലേ? ഗുരുസീടെ കൊട്ട് കേക്ക്ന്ന്."

"ദാ വന്നു."

-അതവൾ വെറുതെ പറഞ്ഞതാണ്. അവൾ ഒരുങ്ങാൻ തുടങ്ങിയിട്ടേ ഉണ്ടായിരുന്നുള്ളൂ. ഇനിയും എന്തൊക്കെ ബാക്കി!

അവൾക്ക് നീണ്ടിടതൂർന്ന മുടിയുണ്ടായിരുന്നില്ല. കഷ്ടിച്ച്, അരവരെയെത്തുന്ന ഒരു കൈയിലൊതുങ്ങുന്ന മുടി. കഴിഞ്ഞ ഗുരുസിക്ക് വാങ്ങിയ ക്ലിപ്പുകളിൽനിന്ന് ഓറഞ്ച് നിറത്തിലെ ക്ലിപ്പെടുത്ത് അവൾ മുടി അതിലൊതുക്കി. കറുത്ത മുടിയിൽ ഓറഞ്ച് ക്ലിപ്പ് എങ്ങനെയുണ്ടാവും? അവൾ തിരിച്ചും മറിച്ചും ചിന്തിച്ചു നോക്കി. ഓറഞ്ച് - കറുപ്പ്. കറുപ്പ് - ഓറഞ്ച്. കുറേ നേരത്തെ ചിന്താക്കുഴപ്പത്തിനുശേഷം കറുപ്പിന് സ്വർണ്ണനിറമാണ് ചേരുക എന്നവൾ ഉറപ്പിച്ചു. സ്വർണ്ണനിറമുള്ള ക്ലിപ്പ് തിരയുമ്പോൾ അമ്മ വീണ്ടും വാതിലിൽ തട്ടി.

"വച്ചലേ തെക്കടത്തൂന്ന് ശ്രീദേവിവരെയെത്തി. നീ എന്തെടുക്കുകാണവിടെ?"

"ദാ വന്നു."

അവൾ സാവധാനം ഓറഞ്ച് ക്ലിപ്പഴിച്ചുവെച്ചു. മുടി ഒന്നുകൂടി കോതിയൊതുക്കി സ്വർണ്ണനിറമുള്ള ക്ലിപ്പെടുത്തു.

ചുവന്ന പൊട്ടാണോ കറുപ്പ് പൊട്ടാണോ ചേരുക? അവൾ ഇരുണ്ട നിറത്തിലെ വേഷമാണ് ധരിച്ചിരുന്നത്. പിന്നെ കറുപ്പ് വേണോ? പെൺകുട്ടികൾ കടും ചുവപ്പുനിറത്തിലെ പൊട്ടുവേണം തൊടാനെന്ന് അപ്പച്ചി പറയാറുണ്ട്. എന്നിട്ടും കറുപ്പ് പൊട്ടാണവൾ എടുത്തത്. പത്തിരുപത്തേഴു വർഷമായില്ലേ അവൾ ഗുരുസിക്കിങ്ങനെ അണിഞ്ഞൊരുങ്ങാൻ തുടങ്ങിയിട്ട്. അവളുടെ പവൻനിറത്തിന് കറുപ്പ് നന്നേ ചേരും. പക്ഷേ, ചുവപ്പിനല്ലേ ജ്വലനഭാവം? അപ്പോൾ അമ്മ വാതില്ക്കൽ തട്ടി.

"വച്ചലേ, ദാ അപ്പച്ചിയെത്തി. നീ വരുന്നില്ലേ?"

"ദാ വന്നു."

അവൾ കറുപ്പ് പൊട്ടിളക്കി മാറ്റി. കടും ചുവപ്പാർന്ന ചാന്തെടുത്തു. പവന്റെ നിറമുള്ള അവളുടെ നെറ്റിയിൽ തീത്തുള്ളിപോലെ ചുവന്ന പൊട്ട് ജ്വലിച്ചു.

"വച്ചലേ."

അമ്മ കതകിനിടിച്ചു.

അവൾ എഴുന്നേറ്റു കണ്ണാടിയിൽ നോക്കി. ഇത്രയും കറുത്ത ഇമകൾ എവിടുന്നു കിട്ടി അവൾക്ക്? അവൾ പാരമ്പര്യം മുഴുവൻ ചികഞ്ഞു. കുഞ്ഞമ്മമാർ, അപ്പച്ചിമാർ, മുത്തശ്ശിമാർ, ഇത്തവണയും അവൾക്കാരെയും വശീകരിക്കാനാവില്ലേ?

"വച്ചലേ."

അവൾ കതക് തുറന്നു.

മുറ്റത്ത് ഒരാൾക്കൂട്ടം ചിതറി നിന്നു

"എന്തൊരൊരുക്കാ വച്ചലേ ഇത്? എത്ര നേരായി."

തെക്കേടത്തെ ശ്രീദേവി ചോദിച്ചു.

"ഇനീപ്പോ പെമ്പിള്ളാരേം കൊണ്ട് റോഡ് വഴി പോണ്ടാ. നെറേ ആണുങ്ങളാ."

അപ്പച്ചി പറഞ്ഞു

അപ്പോൾ അവൾ ആണുങ്ങളെ കാണേണ്ടെന്നോ? ഇത്തവണയും അവൾക്കാരെയും വശീകരിക്കാനാവില്ലെന്നോ?

അപ്പച്ചി തെക്കേക്കൂറ്റുകാരുടെ മുറ്റത്തൂടെ ജനക്കൂട്ടത്തെ ആനയിച്ചു. വേലി കടക്കുമ്പോൾ അവളോടായി ചോദിക്കുകയും ചെയ്തു.

"നെനക്ക് തൊട്ടൂടായോടി?"

"എനിക്കൊന്നൂല്ല."

"ങാ നട."

പെണ്ണുങ്ങളെല്ലാം അരത്താലിയും ഒഡ്യാണവും ചാർത്തി ഉത്സവ

ത്തിനിറങ്ങിയിട്ടുണ്ട്. വീടെല്ലാം ഒഴിഞ്ഞു കിടക്കുന്നു. അമ്പലവട്ടത്ത് വേനൽ നിന്ന് കത്തി. ചെണ്ടകൾ തോളിലേറ്റി നിന്ന് ചെണ്ടക്കാർ സർബ്ബത്ത് കുടിച്ചു. കൈമണിക്കാരൻ കൈ മണി മെല്ലെ മെല്ലെ മുട്ടിച്ചു നോക്കി. ശരിയല്ലേ, ശരിയല്ലേ. ബലൂണുകൾ ആകാശത്ത് പറന്നു. ആരും അവളെ ശ്രദ്ധിക്കുന്നില്ലല്ലോ. ഇത്തവണയും അവൾക്കാരെയും വശീക രിക്കാനാവില്ലേ?

ബലൂണും കരിമ്പും വാങ്ങാനായി അമ്മമാർ തലങ്ങും വിലങ്ങും നടന്നു. കുറുപ്പിനെ വാശികയറ്റാനായി ചെണ്ടക്കാർ മേളം തുടങ്ങി. ഇട വഴിയിൽ നിറയെ വെടിക്കാരാണ്.

ചുവന്ന പട്ടുചുറ്റിയ കുറുപ്പ് വാളുമായി യക്ഷിത്തറ കടന്നുവന്നു. കുറുപ്പിന്റെ ചുണ്ടുകൾ കരിവാളിച്ചിരുന്നു. അമ്മ ഇത്തവണയും അവൾക്കുവേണ്ടി സ്വർണ്ണത്താലി നേരുന്നുണ്ടാവണം. എന്താണ് ആരും അവളെ കല്യാണം കഴിക്കാൻ വരാത്തത്. ഇത്തവണയും അവൾക്കാ രെയും വശീകരിക്കാനാവില്ലേ?

മതിലോരം ചാരിനിന്ന്, അരമതിൽപ്പുറത്തിരുന്ന് ആർപ്പു വിളിക്കുന്ന ഒരുവനെ നോക്കി അവൾ മന്ദഹസിച്ചു. അവൻ ആർപ്പു നിർത്തി ചുണ്ടു കളും മീശയും തുടച്ചു. ചിരി അടക്കാനാവാതെ അവൾ അങ്ങ് ദൂരേക്ക് കണ്ണയച്ചു. പിന്നെയവൾ നോക്കിയപ്പോൾ അവൻ ഗൂഢമായി കണ്ണ് കാണി ച്ചു. വരൂ. അവൾ പരിഭ്രമം അഭിനയിച്ച് ഇല്ലെന്ന് തല കൊണ്ട് ആംഗ്യം കാണിച്ചു.

ജനം ഇരമ്പാൻ തുടങ്ങി. കെട്ടുകാഴ്ചകൾ വരികയാണ്. വല്യോട്ടു കാരുടെ വക (വല്യോട്ടുകാരുടെ കറിവേപ്പിലയിട്ട പച്ചമോര് പ്രസിദ്ധം), കുന്നേക്കാരുടെ വക (മുലകളാട്ടി നടക്കുന്ന കുന്നേലെ ഭവാനിയമ്മ), മംഗലത്തുകാരുടെ വക (മംഗലത്തെ മോഹന), തട്ടാറുകോണത്തുകാ രുടെ വക (കണിയാൻ കേശവൻ). ആന, തേര്, കുതിര, ചെണ്ട, ആർപ്പ്, വിസിലടി, ചാരായം കുടിച്ച ആണുങ്ങൾ കുതിരത്തണ്ട് വലിച്ചോടി. “ആര്യാ പ്യാര്യാ ആര്യാ പ്യാര്യാ.”

അവൻ ആൾക്കൂട്ടത്തിൽ നിന്ന് മെല്ലെമെല്ലെ പിൻവലിഞ്ഞു. ഉത്സ വത്തിമിർപ്പോടെ അവൾ പിന്തിരിഞ്ഞപ്പോൾ അവൻ, വരൂ എന്ന് കാർക്ക ശ്യപ്പെട്ടു. അവൾ ചുറ്റും നോക്കി.

ഒഴിഞ്ഞ യക്ഷിത്തറയിൽനിന്ന് അവൻ അവളെ ഊട്ടുപുരയിലേക്ക് എടുത്തുകൊണ്ടുപോയി. അവൾ വല്ലാതെ കോരിത്തരിച്ചു. ഊട്ടുപുര യുടെ തറയ്ക്ക് ഒരുപ്പുഴുക്കൻ വെന്ത മണമായിരുന്നു. പഴയ ചെമ്പുകളും കോരികകളും അവിടെ ചിതറിക്കിടന്നു. ഭാരം നിറഞ്ഞ കോവണിവാതി ലടച്ചപ്പോൾ വേനൽ അകത്തു കിടന്നു കുതറി. അവൻ അടുത്തേക്ക് വന്നപ്പോൾ അവൾ കണ്ണുകളടച്ചുകളഞ്ഞു. എന്നിട്ടും അവനിലെ വാസ

നപ്പാക്കും ചാരായവും അവൾക്ക് മണത്തു. പുരുഷസ്പർശം പതിഞ്ഞ അവളുടെ പിൻകഴുത്തിലൂടെ മാങ്ങാച്ചുന മണമുള്ള വിയർപ്പ് പൊട്ടി.

നിറങ്ങൾ വിയർപ്പിലലിഞ്ഞ് ഏഴാം ഉത്സവോലിയുടെ ചന്ദനമണം പരന്നു. വിയർപ്പ് വടിച്ചെറിഞ്ഞ ചെണ്ടക്കാർ പരസ്പരം മന്ദഹസിച്ചു. അവൾ മെല്ലെ ഊട്ടുപുരയുടെ ചെറിയ ജനാലകൾ തുറന്നു. ഇരുപത്തേഴുവർഷത്തിന്റെ വേനലുകൾ കുന്നുകളിറങ്ങിത്തുടങ്ങി. വല്ല്യോട്ടെ കാവ്. കുന്നേലെ പാല. മംഗലത്തെ കുളം. തട്ടാറുകോണത്തെ നത്തങ്ങ വിളഞ്ഞ പാടം.

ശശികല

രണ്ട് മുരിങ്ങക്ക പറിക്കാൻ തോട്ടിയുമായി പറമ്പിലേക്ക് കയറിയതാണ് അമ്മ. രണ്ടുപിടി അഗത്തിക്കീരയുമുണ്ടായിരുന്നു കൈയിൽ. അപ്പുറത്തെ ശ്രീകല കൊടുത്തതായിരിക്കും. വീണതെങ്ങനെയെന്ന് അറിയില്ല. വടക്കേപ്പുറത്തെ പ്ലാവിൽനിന്ന് ചക്ക വീണതാണെന്നാണ് കരുതിയത്. ശശികല അപ്പോൾ പശുവിന്റെ കഞ്ഞി ഒരുക്കുകയാണ്. ഇത്തിരി കമ്പിവലയൻ നെത്തോലിയാണ് രാവിലെ കിട്ടിയത്. മീൻകാരിയോട് വില പേശി തൊണ്ടേലെ വെള്ളം വറ്റി. അത് രണ്ട് ഉള്ളിയുമിട്ടൊന്നു പീരപറ്റിക്കണം. മുരിങ്ങക്കായിട്ടൊരു തീയൽ. രാവിലെ തന്നെ കാഞ്ഞ വെയിലാണ്. തേങ്ങയിട്ടപ്പോൾ കൂട്ടിയിട്ട മടലൊന്നു കീറി വെയിലത്തിടണം. ഇങ്ങനെയൊക്കെ ചിന്തിക്കുന്നതിനിടയിലല്ലേ അമ്മയുടെ വീഴ്ച. ഓടിച്ചെല്ലുമ്പോൾ പേക്കാച്ചിത്തവള മലച്ചുകിടക്കുംപോലെ വലിയ വയറും കാട്ടി അമ്മ മലർന്നു കിടക്കുകയാണ്. ഭാഗ്യം. അപ്പോഴും കൈയിലെ തോട്ടിയും കീരയും വിട്ടിട്ടില്ല. ജാള്യം കൊണ്ടാണോ എന്തോ ആളൊന്നും മിണ്ടുന്നുമില്ല, പറയുന്നുമില്ല. ശശികല പൊന്തിച്ചാൽ പൊന്തുമോ അമ്മ? ഇളംകരിക്കും ജീരകവും പുന്നെല്ലരിയും ചേർത്ത് അരച്ചുണ്ടാക്കുന്ന കൊഴുക്കട്ടയും ചക്ക അവിയലുമൊക്കെ കണ്ടമാനം തിന്നുന്ന ആളാണ് അമ്മ. നെയ്യ് തൊട്ടെടുക്കാം. ഈ ശരീരം എങ്ങനെകൊണ്ട് തീയിൽ വെക്കും എന്റെ ഈശ്വരന്മാരെ എന്ന് ചിന്തിച്ചു ശശികല. തീ പിടിക്കുമോ ഇതേൽ? ശശികലയുടെ വിളികേട്ട് ചായക്കട നടത്തുന്ന സാഹിബ്ബും അപ്പുറത്തെ ഹോമിയോ ഡോക്ടറും ഓടി വന്നു.

“സ്ട്രോക്കാന്നാ തോന്നുന്നെ.” ഹോമിയോ ഡോക്ടർ ഒരു സംശയം പറഞ്ഞു. “ഉടനെ ആസ്പത്രിയിലേക്ക് എടുത്തോ.”

ഗോപനും ഇന്ദുലേഖയും സ്കൂളിലേക്ക് പോയിക്കഴിഞ്ഞിട്ടുണ്ട്.

കെ ആർ മല്ലിക

ശങ്കരൻകുട്ടി താലൂക്കാപ്പീസിൽ എത്താൻ നേരമായിട്ടില്ല. ഹോമിയോ ഡോക്ടർ ശങ്കരൻകുട്ടിയുടെ മൊബൈൽ നമ്പർ ചോദിച്ചു. അതിന് ഉണ്ടായിട്ടു വേണ്ടേ? കമ്യൂണിസ്റ്റല്ലേ ശങ്കരൻകുട്ടി? എങ്കിൽ ഓഫീസിൽ അറിയിച്ചേക്കാം എന്നായി ഹോമിയോ ഡോക്ടർ. ശശികല മുണ്ടും നേര്യതും ചുറ്റി. കൈയിൽ നയാപൈസ ഇല്ല. സാഹിബ്ബ് കൂടെ വരുമായിരിക്കും. പുള്ളിയുടെ കൈയിൽ രാവിലത്തെ കച്ചവടത്തിന്റെ കാശുണ്ടാവും. ശശികല ഒരു സ്ത്രീയല്ലേ? മീനെടുത്തു ഫ്രിഡ്ജിൽ വച്ചു. ചോറ് അടുപ്പത്തു കിടക്കുകയാണ്. പശു അവിടെങ്ങാനും നില്ക്കട്ടെ എന്നങ്ങു തീരുമാനിച്ചു ശശികല. പാത്രങ്ങളൊക്കെ അകത്തും പുറത്തുമായി ചിതറലോട് ചിതറൽ. ഇന്നലെ കല്യാണത്തിന് ഉടുത്ത പട്ടുസാരി ഒന്ന് കാറ്റ് കൊള്ളിക്കാൻ മുറ്റത്ത് വിരിച്ചിരുന്നു. നാട്ടുകാർ നോക്കി നില്ക്കെ ഇതൊക്കെ പെറുക്കാൻ ശശികലയ്ക്ക് നാണമുണ്ട്. ഒരു സ്പൂണും പരന്ന പാത്രവും എടുക്കണോ? അമ്മയ്ക്ക് കഞ്ഞിയല്ലേ കൊടുക്കാൻ പറ്റൂ? അച്ചാറുകുപ്പിയും ഇരുന്നോട്ടെ. ആശുപത്രിയിലിരുന്ന് എങ്ങനെ വല്ലതും കഴിക്കും? രണ്ടു ഗ്ലാസും കൂടി എടുത്ത് കവറിലിട്ടു. തോർത്ത് അവിടെനിന്നെങ്ങാനും വാങ്ങാം. അങ്ങനെയെങ്കിലും രണ്ട് തോർത്ത് വാങ്ങട്ടെ. കമ്യൂണിസ്റ്റുകാർ കുളിക്കില്ലേ?

അങ്ങനെ നാട്ടുകാരും ശശികലയും കൂടി ഓടിയലച്ച് രായ്ക്കുരാമാനം അമ്മയെ ആശുപത്രിയിലെത്തിച്ചു. കൊല്ലുന്ന സ്വകാര്യാശുപത്രി ഇനി ഇറങ്ങണമെങ്കിൽ കുടുംബം വില്ക്കണം. ഒരു മെഡികെയർ എടുക്കാൻ പറഞ്ഞിട്ട് ശങ്കരൻകുട്ടി അനുസരിച്ചിട്ടില്ല. കമ്യൂണിസ്റ്റായ എന്നോട് കുത്തകകളുടെ പോളിസി എടുക്കാൻ പറയാൻ നിന്റെ നാവ് എങ്ങനെ പൊന്തിയെടി കഴുതേ- എന്നാണ് ശങ്കരൻകുട്ടി ചോദിച്ചത്. ശശികല ഒന്നും മറന്നിട്ടില്ല. മറക്കുകയുമില്ല. ഇനിയിപ്പോ എന്തു ചെയ്യുമെന്നു കാണണം. ഇ എസ് ഐ പരിധി കഴിഞ്ഞിട്ടുണ്ട്. പണയം വെക്കാനിനി എന്തോന്നുണ്ട്? ഇരുപതുപവനുംകൊണ്ട് കയറി വന്നവളാ. ഇപ്പോ ഒരു ഗ്രാം തങ്കത്തിന്റെ ആഭരണമേഉള്ളൂ.

അമ്മയെ സ്ട്രെച്ചറിൽ കിടത്തി ഒരാൾ കോറിഡോറിലൂടെ ഓടി. കൂടെ ഓടിയാലേ നാട്ടുകാരുടെ അവാർഡു കിട്ടൂ. ശശികല ഓടിയപ്പോൾ സാഹിബ്ബും വിട്ടില്ല. എങ്കിൽപ്പിന്നെ സാഹിബ്ബിന് കൊട് അവാർഡ്. അല്ല പിന്നെ.

അമ്മ കിടന്നിടത്തേക്ക് കണ്ണടവച്ച് കഷണ്ടിക്കാരൻ ഡോക്ടർ വന്നു. മിനുത്ത വിരലുകൾ. പേരയ്ക്കയുടെ ഗന്ധം. പേരയ്ക്കാകുരുക്കൾ പോലെ മുഖം നിറയെ കുരുക്കൾ.

"എത്ര വയസ്സായി."

ഡോക്ടർ ചോദിച്ചു.

അറുപത് പറയാം. അറുപത്തഞ്ചെന്നു പറഞ്ഞാൽ അമ്മയ്ക്ക് നാണമാകും.

"ഷുഗറോ പ്രഷറോ ഉണ്ടോ?"

വീണ്ടും ഡോക്ടർ.

പ്രീഡിഗ്രി തോറ്റ ശശികലയ്ക്ക് എന്തോന്നറിയാം. ഷുഗർ എത്രയായാലും പ്രഷർ എത്രയായാലും ശശികലയ്ക്ക് ഒരു വിരോധവുമില്ല. സാമ്പാർ ഉണ്ടാക്കണോ? ഉണ്ടാക്കാം. കിണ്ണനപ്പം അസ്സലായി ഉണ്ടാക്കും. ഈയിടെ ബിരിയാണി ഉണ്ടാക്കാനും പഠിച്ചിട്ടുണ്ട്. വീട് നല്ലോണം നോക്കും. നല്ലപോലെ വില പേശും. കമ്യൂണിസ്റ്റിന്റെ വീട്ടിൽ കയറി നേരം കളയണ്ടെന്നു വിചാരിച്ചല്ല അവിടെ കള്ളൻ കയറാത്തത്. ശശികലയുടെ ഇടി പേടിച്ചാ.

അപ്പോഴേക്കും ചോറുപൊതിയുടെ ബാഗ് കളയാതെതന്നെ ശങ്കരൻകുട്ടി ഓടിവന്നു. ഇന്നതിൽ ചോറില്ല. നാല് ഇഡ്ഡലിയാണ്.

"ഒന്നും പറയാൻ വയ്യ."

ഡോക്ടർ വിരട്ടി.

"റൂം വേണമല്ലോ. ഇല്ലേ?"

"എന്താ സംശയം? അമ്മയ്ക്ക് എല്ലാ സുഖസൗകര്യങ്ങളും കൊടുക്കണം ഡോക്ടർ."

ശങ്കരൻകുട്ടിക്ക് ഇത്തിരി കരച്ചിൽ വന്നു. ശശികല കരുതി, ഇനിയിപ്പോ അമ്മ മണ്ണപ്പം ചുട്ടതും ആനപ്പുറത്തേറ്റിയതുമെല്ലാം വിളമ്പുമായിരിക്കും. അമ്മയാണെങ്കിൽ മിണ്ടുന്നുമില്ല. അനങ്ങുന്നുമില്ല. എന്റെ ഈശ്വരന്മാരേ ഇവരെ എങ്ങനെ ഞനൊന്ന് മൂത്രമൊഴിപ്പിക്കും?

"ദേ, ഇങ്ങോട്ട് വന്നേ."

വീഴ്ച കാണാനെത്തിയ പുരുഷാരത്തിനിടയിൽനിന്ന് ശങ്കരൻകുട്ടിയെ ശശികല പുറത്തേക്ക് വിളിച്ചു.

"ചേട്ടനെ അറിയിച്ചോ? സുധയേയും വിളിക്ക്. പിള്ളാരെ എങ്ങനാ സ്കൂളിൽ വിടുന്നെ? എത്രദിവസം വിടാതെ നിർത്തും? അടുത്താഴ്ച ഗോപന് പരീക്ഷയാ. നിങ്ങടെ കുടുമ്മത്തിന്റെ എല്ലാ ചെറ്റത്തരോം കിട്ടീട്ടൊണ്ട് ചെക്കന്. അച്ഛനെപ്പോലെ കമ്യൂണിസ്റ്റ് തലയ്ക്കകത്താണേൽ ഒരു വസ്തുവുമില്ല."

"ചേട്ടനെ വിളിക്കാം." ശങ്കരൻകുട്ടി പറഞ്ഞു. "സുധയ്ക്കിതാണോ മാസം?"

"ആണേലെന്താ? എല്ലാവരും ഇങ്ങനൊക്കെത്തന്നാ പെറ്റതും പേറെടുത്തതും. ഇവിടെക്കെടന്ന് നിങ്ങടമ്മേടെ തീട്ടം കോരാനൊന്നും എന്നെ കിട്ടത്തില്ല. പറഞ്ഞേക്കാം."

ശങ്കരൻകുട്ടി ചേട്ടനെ വിളിച്ചു. ഔട്ട് ഓഫ് സ്റ്റേഷൻ. ചേട്ടത്തി കോളേജിലേക്ക് പോയിക്കഴിഞ്ഞു. എങ്കിലും വൈകിട്ടെത്തും. സുധയെ പ്രതീക്ഷിക്കണ്ട. അവൾക്ക് നടുവേദനയും കാലിൽ നീരുമുണ്ട്. എന്നിട്ടും വരാമെന്നു പറഞ്ഞതാണ്. ശങ്കരൻകുട്ടി തന്നെയാണ് വേണ്ടെന്ന് പറഞ്ഞത്.

"അത് നന്നായി." ശശികല പറഞ്ഞു. "ഇവിടെ വന്നുകെടന്ന് അവള് എരട്ട പെറ്റാ അതും എന്റെ പെടലി ഇരിക്കും."

വൈകിട്ട് ചേട്ടത്തി വന്നപ്പോൾ ശശികല അമ്മയെ ഇത്തിരി വെള്ളം കുടിപ്പിക്കുകയാണ്.

"എന്തുപറ്റി അമ്മേ?"

അവർ അമ്മയുടെ കൈ തലോടി.

"ചേട്ടത്തീ അമ്മേടെം കൈയ്യമ്മേ പിടിക്കല്ലേ. കുത്തിവച്ചതാ."

ശശികല ചേട്ടത്തിയുടെ കൈ മെല്ലെ പിടിച്ചു മാറ്റി. അമ്മയുടെ കൺകോണിലൂടെ കണ്ണീരൊഴുകി.

"അമ്മയ്ക്ക് വിശക്കുന്നോ ആവോ. രാവിലെ അഞ്ച് ഇഡ്ഡലി കഴിച്ചതാ."

ശശികല പറഞ്ഞു.

"ശശികല വീട്ടിലേക്ക് പൊയ്ക്കോ. ഞാനിരുന്നോളം. രാവിലെ വന്നാമതി. നാളെ എനിക്കൊരു പ്രബന്ധം അവതരിപ്പിക്കാനുണ്ട്. എന്നാലും വൈകിട്ടെത്താം."

"ഓ അതൊന്നും വേണ്ട. ചേട്ടത്തിക്ക് ഒത്തിരി പണിയൊക്കെ ഒള്ളതല്ലേ? എനിക്കെന്തുവാ? ചട്ടീം കലോം പറമ്പും ആടും കോഴീം. ഞാനിരുന്നോളാം. പിന്നെ പിള്ളാരും സ്കൂളും. അച്ഛമ്മയ്ക്ക് സുഖമില്ലാതെവന്നാ സ്കൂളുകാര് പിള്ളാർക്ക് രണ്ട് ദെവസം അവധി കൊടുക്കണം. എല്ലാരും മനുഷ്യരല്ലേ?"

"അമ്മയ്ക്ക് പ്രഷറൊണ്ടാരുന്നോ ശശികലേ?"

"എനിക്കറിയത്തില്ലേ! നാട്ടിൻപൊറത്തുകാരിയല്യോ."

ശങ്കരൻകുട്ടി ഫ്ളാസ്കിൽ ചായയുമായി വന്നു. രണ്ട് വാഴയ്ക്കാ അപ്പവും.

"മധുരമിട്ട ചായയാണോ ശങ്കരൻകുട്ടി?"

ചേട്ടത്തി ചോദിച്ചു.

"ചേട്ടത്തിക്കു ഷുഗറുണ്ടോ?"

ശങ്കരൻകുട്ടി ചോദിച്ചു.

"അതുകൊണ്ടല്ല. മധുരം കുറച്ചേക്കാമെന്ന് വച്ചാ. ശങ്കരൻകുട്ടീം ശ്രദ്ധിക്കണം. അച്ഛൻ ഡയബറ്റിക്കല്ലാരുന്നോ."

ശശികലയ്ക്ക് വേണോന്ന് രണ്ടുപേരും ഒരക്ഷരം ചോദിച്ചില്ല. പിന്നങ്ങു തുടങ്ങിയില്ലേ. ശമ്പളസ്കെയിൽ എടുത്തുവച്ച് രണ്ടുപേരും ഇനി തെറി വിളിക്കാൻ ആരുമില്ല. സന്ധ്യയായപ്പോൾ ചേട്ടത്തി എഴുന്നേറ്റു.

"എങ്കി എറങ്ങട്ടെ ശശികലേ. നാളെ വരാം."

"അതൊന്നും വേണ്ട ചേട്ടത്തി." ശശികല പറഞ്ഞു. "ഞങ്ങളില്ലേ ഇവിടെ?"

ചേട്ടത്തിയെ ലിഫ്ടിൽ കയറ്റിവിടാൻ പോയ ശങ്കരൻകുട്ടി ഒരു മണിക്കൂർ കഴിഞ്ഞാണു വന്നത്.

"അങ്ങ് കൊണ്ടാക്കായിരുന്നില്ലേ? നാണമൊണ്ടോ നിങ്ങക്ക്? വയസ്സിത്തള്ളേടെ ചുരിദാറിന്റെ പൊറകേ പോയേക്കുന്നു! ഫൂ."

ശങ്കരൻകുട്ടി ചെന്ന് വാതിലടച്ചു.

"ദേ, നോക്ക്." ശശികല പറഞ്ഞു. "അമ്മേടെ കഴ്ത്തേലെ എരട്ട ച്ചെയിനും കൈയേലെ വളകളും കമ്മലും മോതിരോമെല്ലാം ഇന്ദുലേഖ യ്ക്കൊള്ളതാന്ന് അമ്മ എപ്പഴും പറേമാരുന്നു. അതിങ്ങ് ഊരിയെടുക്ക ണം. പിന്നെ പെലകുളിക്ക് നാടടങ്ങി ക്ഷണിക്കണം. കടലപ്രഥമൻ മാത്രം പോരാ. ശിവരാമപിള്ളസാറിന്റെ പെലകുളീപോലെ ബൂന്തീം വേണം. എല്ലാ നായരച്ചികളും ഒന്നു കാണട്ടെ. എന്തുവാ ചെത്തുന്നോർക്ക് ഒരു കൊഴപ്പം?"

അമ്മയുടെ കൺകോണുകളിലൂടെ കണ്ണീരൊഴുകി.

www.ingramcontent.com/pod-product-compliance
Lightning Source LLC
LaVergne TN
LVHW100826051026
849519LV00006B/2190
* 9 7 8 9 3 9 0 3 0 1 9 4 2 *